...ன்னா செத்தபாம்புகூட கொத்த வருமாம்

ஒரு ஆட்டக்கலைஞனின் பயணம்

பெ. சென்றாயப்பெருமாள்

தடாகம்

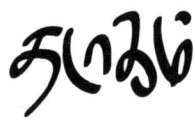

தடாகம்

...ன்னா செத்தபாம்புகூட கொத்த வருமாம்

- ***ஆசிரியர்:*** *பெ. சென்றாயப்பெருமாள்*
- ***முதல் பதிப்பு:*** *ஜூலை 2024*
- ***வடிவமைப்பு:*** *கி. ஆஷா*

...nna settha pambu kooda kottha varumam* - Novel in Tamil by *P. Senrayaperumal.

Edited by Kannan M, Muthu V Prakash

© ***P. Senrayaperumal***

Published by:

THADAGAM
No.112, First Floor, Thiruvalluvar Salai
Thiruvanmiyur, Chennai 600 041
Ph: +91-98400-70870
www.thadagam.com | info@thadagam.com

Printed at:

The Print Park
Chennai 600 117

ISBN: 978-93-93361-49-3

Published in July 2024

Price : Rs.200

பதிப்புரை

ஒரு அருந்ததிய தலித் நாட்டுப்புற ஆட்டக்கலைஞனின் வாழ்க்கை வரலாறு இது. அவர் எழுதிய மூலப் பிரதியின் பதிப்பு இது. இதன் முந்தைய வடிவம் 'ஒரு ஆட்டக்கலைஞனின் பயணம்' (காலச்சுவடு, 2019). மூலப் பிரதியின் பேச்சு வழக்கும் எழுத்து வழக்கும் வட்டார வழக்கும் கலந்த நடை அப்படியே முன்வைக்கப்பட்டுள்ளது. மிகக் குறிப்பான வட்டாரவழக்குச் சொற்களுக்கும் தெலுங்குச் சொற்றொடர்களுக்கும் விளக்கம் தரப்படவில்லை. எந்த ஒரு பிரதியும் வாசகனுக்கு மொழி குறித்த ஒரு தேடலுக்கான ஆரம்பமாக அமையவேண்டும். தலித் இலக்கியமும் வட்டாரவழக்கு இலக்கியமும் இதற்கு விதிவிலக்கல்ல.

செத்தபாம்புகூட கொத்த துடிக்கும் அடிமட்ட நிலையில் கிராமங்களுக்கிடையே அலைந்து பிழைத்துக்கொண்டிருக்கும் ஒரு சமூகத்தின் கலைசார்ந்த வாழ்க்கையை எந்தவித ஒப்பனையும் இல்லாமல் விவரிக்கும் தலித் படைப்பு இது.

ஆசிரியர் குறிப்பு

பெ. சென்றாயப்பெருமாள் (1981 -)

மதுரை மாவட்டம், பேரையூர் வட்டம் மேற்கு தொடர்ச்சி மலையின் அடிவாரத்தின் இயற்கை கொஞ்சும் பசுமைகளில் அமைந்த சூலப்புரம் எனும் கிராமத்தில் உருமிக் கலைஞரான தாத்தா கந்தனின் மகன் பெருமாள் (பெண் வேடக் கலைஞர், நாதஸ்வரக் கலைஞர்) மாரியம்மாள் தம்பதியாரின் மகன், சிறு வயதிலே தாயையும் தந்தையும் இழந்தார். மூத்த அண்ணன் மகாலிங்கம் ராஜபார்ட் கலைஞர், இரண்டாவது அண்ணன் பிலாவடி கோமாளி வேடக் கலைஞர், மூன்றாவது அண்ணன் பாண்டி பெண்வேடக் கலைஞர், இரண்டு அக்காமார்கள் சுந்தரம்மாள்-பொன்னுச்சாமி, வள்ளியம்மாள் - ராமர், மனைவி அழகேஸ்வரி, மதினிமார்கள் - வேலம்மாள். பாண்டிச்செல்வி, சித்ரா, மகன் - கவி யுவன். மதுரை காமராசர் பல்கலைக்கழகத்தில் முனைவர் பட்டம் பெற்ற இவர், பின்னர் மைசூர் பல்கலைக்கழகத்தில் முதுமுனைவர் பட்டமும் பெற்றுள்ளார், மனோன்மணியம் சுந்தரனார் பல்கலைக்கழக வரலாற்றுத் துறையில் உதவிப்பேராசிரியராகப் பணியாற்றி வருகிறார். இவர் ராஜாராணி ஆட்டக்கலைஞரும் ஆவார்.

1

மேக்கு மலத்தொடர்ச்சி அடிவாரத்தில்தான் எங்க ஊரு சீசன்ல சோளம், கம்பு, கேப்ப, தட்டப்பயிறு, கானப்பயிறு இப்படிப்பட்ட அய்ட்டம் போடுவாங்க ஊரச் சுத்தி நாலு பக்கமும் பச்சை பசேலுன்னு இருக்கும் சின்ன ஊராயிருந்தாலும் இங்க பல சாதி ஆளுக குடியிருக்காக.

வூருக்கு மேக்கே, தெக்கே, வடக்கே இந்த மூணு பக்கமும் மலைகளா சூழ்ந்து இருக்கும் அத மேக்கு மலத் தொடர்ச்சி மலன்னு சொல்வாங்க இந்த மேக்கு மலத்தொடர்ச்சி நடு மலயிலதான் கருப்பசாமி கோயில் இருக்கு அதுல அடிவாரத்துல மண்டபம் இருக்கு அதவொட்டி கல் உரல் முனியாண்டி கோயில் இருக்கு அந்தக் கோயில்ல பெரிய உரல் இருக்கும் இத கல் உரல் முனியாண்டி கோயிலுன்னு சொல்வாங்க அந்தக் கோயிலுக்குக் கொஞ்ச தூரம் வடக்குப் பக்கமா குண்ணுவார்பட்டின்னு சின்ன வூரு இருக்கு அங்க தேவமாருக ஆளுக மட்டும் தான் இருக்காங்க தோட்டங்கள்ல குடியிருக்கிற ஆளுக அங்கொன்னு இங்கொன்னுமா வீடு கட்டியிருக்காங்க அந்த ஓடையிலிருந்து கிழக்குப் பக்கமா ஓடை வழியே வந்தா பெரிய ஆலமரத்துல கீழே மூணு சாமி கோயில் இருக்கு குண்ணுவார்பட்டியிலிருந்து எங்க ஊருக்கு வர்றணுமின்னா சுமார் மூணு கிலோ மீட்டர் தூரம் இருக்கும் இங்க இருந்து மலங்காட்டுல வேலைக்குப் போகிறவங்க இந்த மூணு சாமி கோயில்ல கொஞ்சநேரம் ஒக்காந்துட்டுப் பக்கத்துல, ஒரு பெரிய ஆலமரம் இருக்கு, அதில் ஓய்வெடுத்துட்டு போவாங்க அதே மாதிரி குண்ணுவார் பட்டியிலர்ந்து எங்க ஊருக்கு வர்ற ஆளுக கொஞ்ச நேரம் ஒக்காந்துட்டு வருவாக பாயிண் டு பாயிண்டு மாதிரி இடையிலே மரமே இல்ல இடையில வெறும் பனங்காடாத்தான் இருக்கும் இராஜஸ்தான்ல பாலைவனம் இருக்கிற மாதிரி ஒரே மணல் தான் அம்பாரமாக் குவிஞ்சு கிடக்கும் இப்பயெல்லாம் அந்த மணலே இல்ல.

ஊருக்கு தெக்குட்டுப் பக்கம் ஒன்றரை கிலோமீட்டர் தூரத்திலே பெருமாள் கரடு இருக்கு இந்தக் கரட்டுல புரட்டாசி மாசம் முதல் சனிக்கிழம நாயக்கமாருக கரட்டு மேல உச்சியில பொங்க வச்சு பெருமாள்சாமி கும்பிட்டு வருவாக அதே மாதிரி ரெண்டாம் சனிக்கிழமையில நாடாக்கமாருக போவாக கொஞ்சம் சாப்பாடு, சாம்பார், பாயாசம், அப்பளம், பொங்கி சாப்பிட்டு வருவாக பண்ட பாத்திரங்கள தூக்கிட்டுப் போறது எங்க சாதி ஆளுககதான் மழைக்காலங்கள்ல தண்ணியத் தேக்கி வச்சுக்கிற சின்ன ஊரணி கட்டியிருக்காங்க அதுலதான் ஆணும் பெண்ணும் துணி துவைக்கும் ஒரு பக்கம் வெயிலுக்கு ஆடு, மாடுக நீந்திக்கிட்டு கிடக்கும் சிறுசுக அம்மணமா தவ்வித் தவ்விக் குளிப்பாங்க அந்த ஊரணிய ஒட்டி வண்ணாத்திப் பாற இருக்கு இந்தப் பாறயில துவைக்க இடமில்லையின்னா, அந்த ஊரணிக்குப் போயிருவாங்க அதுக்கு மேக்குட்டுப் பக்கம் மண்டென்ன கரடு இருக்கு அந்தக் கரட்டுலருந்து வடக்கு வந்தா ஊருக்குள்ள நுழையிற எடம்.

ஊருக்கு தெக்குட்டு மூலையில பெரிய மலயில சுந்தர மகாலிங்க கோயில் இருக்கு ஆடி அமாவாசைக்கு மருத, உசிலம்பட்டி, சோழவந்தான், தெண்டுக்கல், தேனி பல ஊர்க் காரங்க, எங் ஊரு கெல்லுப்பட்டி, கிருட்டிணாபுரம் வழியா மல ஏறி விட்டத்தள்ளி பாறயில ஓய்வெடுத்துட்டுக் குளிராட்டிப் பாறயில குளிச்சிட்டு மகாலிங்க கோயிலுக்கு போயி சாமி கும்பிடுவாங்க வருடத்துக்கு ஒரு டைம் மட்டும் இந்தப் பாதைய சீரமப்பாங்க மத்த டைத்தில பாதைய கண்டுபிடிக்க முடியாது வெறும் புதரா இருக்கும்.

வெவசாயந்தா முக்கியமான வேல எங்க ஆளுக, பொம்பளைங்க தேவமாரு நாயக்கமாரு தோட்டத்துக்கு களம் பெடைக்க போவாங்க மேச்சாதி ஆளுக்கு இந்த செரமம் ஒன்னுங் கிடையாது தோட்டம், தொரவு, காடு, கரையுன்னு கெணறுக வெட்டி பம்பு செட்டு போட்டுக்கிட்டு வருசம் பூரா வெவசாயம் பண்ணிக்கிட்டு வீட்ல சுகமா இருந்திக்கிட்டுருப்பாங்க எங்க பொம்பளைங்க காலையில வெள்ளான தூக்குச்சட்டியில கூழ ஊத்திக்கிட்டு மேக்கு அடிவாரத்துல தோட்டங்கள்ல களம்

பெடைச்சிட்டு நைட்டு வொம்பது மணிக்கு வருவாக களம் பெடைக்கிற சீசன்ல சாயங்காலம் ஆறு மணிக்கு பொம்பளைங்கள கூப்பிட அவங்க அவங்க வீட்டுக்காரங்க போவாக அப்ப வீட்டில நஞ்சா குஞ்சானுக மூக்கில ஊழ மூக்க ஒழுக விட்டுக்கிட்டு தெருவில அனாதப் பிள்ளையாட்டம் அழுதுகிட்டு கிடப்பாக களம் பெடைக்க போன பொம்பளைகெ வூட்டுக்கு வந்த பிறகு தான் சோறு தண்ணி ஆக்குவாக.

எங்க தெருவுக்கு கெழக்கிட்டு இருக்கிற சுத்தூரணியில மழைக்காலத்துல தண்ணி நிரம்பி வழியும் பெருமாள் கரட்டுக்குப் போயி துவைக்க முடியாதவங்க இந்த சுத்தூரணியில துவச்சிருவாக வண்ணாருக கழுதையில பொதி கொண்டாந்து ஊர்த் துணியெல்லாம இங்கதான் துணி துவைப்பாக ஸ்கூல் லீவ் விட்ட அன்னைக்கு அந்த வூரணியிலே ஒரே கும்மாளம் தான் நஞ்சா குஞ்சானுக அம்மணமா தண்ணிக்குள்ள நீத்திக்கிட்டு கிடப்பானுக.

கரட்டுப்பக்கம் ஆடு, மாடு மேய்க்கப் போனவக வான மாரியில போட்ட விளைஞ்ச மொச்சக் காய ஆளில்லாத நேரத்தில பிடிங்கிட்டு ஓட மறைவிலே கூளத்தைப் போட்டு சுட்டுத் தின்பானுங்க காட்டுக்காரக வர்றதப் பார்த்துட்டு குண்டி தெறிக்க விழுந்தடிச்சு ஓடுவானுக களவாண்டு தின்கிறதுல ஒரு தனி ருசிதான்

விடியங்காட்டியும் சாயங்காலமும் கெழக்கு மேக்கயும் சூரியனப் பாத்தா நெத்தியில வட்டப்பொட்டு வச்சுது மாதிரி இருக்கும் கெழக்கிலருந்து சூரியன் மேல வரும்போது சீனி நாயக்க தோட்டத்துல இருக்கிற தென்னை மரங்கல்ல பட்டு அந்தக் காட்சியை சினிமாவுலகூட பாத்துருக்க முடியாது அவ்வளவு அற்புதமா இருக்கும்.

வூருக்கு வடக்குப் பக்கம் மழக்காலத்துல கம்மாத் தண்ணி பெருகியிருக்கும் கழுங்கு பக்கம் தண்ணி சலச்சலன்னு போய்க் கிட்டு இருக்கும் வண்ணாருக ஊர்த்துணிகள பொதிகட்டிக் கழுதையில கொண்டுவந்து கழுங்கு ஓரத்துல துணி துவச்சிட்டு இருப்பாக ஆள விடுற சாமின்னு கழுதைக ஒரு பக்கம் மேஞ்சுக்கிட்டு இருக்கும் வண்ணாருக சேலைய நாலு மூணுன்னு

மடக்கித் தண்ணியில முக்கிக் கல்லுல போட்டு அடிக்கும் போது சொ சொ சொ ன்னு சத்தத்தோட துவப்பாக மட ஓட்ட விழியில தண்ணி பொத்துக்கிட்டு சொர்ன்னு கொட்டும் வீட்டுச் சாம வாங்குறவக கம்மா வழியா மேல எழுமலக்குப் போவாக கரை வழியா மேல போகும்போது சில்லுன்னு காத்தடிக்கும்.

கரைக்குக் கீழ கொஞ்சம் தள்ளி வழிமேல கெணறு இருக்கு அந்தக் கெணத்துல தண்ணியில்ல ஒரு தடவ எங்க அக்கா வீட்டுக்காரு தெரியாம பொன்னுச்சாமி கெணத்துல விழுந்திட்டாரு அங்க ஆடு, மாடு மேச்சவுக தூக்கிட்டு வந்துட்டாக அந்தக் கெணத்துல ஏற்கனவே ஒரு ஆளு விழுந்து செத்துப் போயிட்டாராம் அவரு பேய் உருவத்தில வந்து மாமா உடம்புல புகுந்து ஒரு உலுப்பு உலுப்பிட்டாராம் அப்ப மாமா முகமே கருப்பாயிருச்சு ஆளுகள பாத்தா தானா சிரிப்பாரு அப்ப நான் சின்ன பயனா இருந்தேன் வீட்ல யாருமே இல்ல நான் மட்டுமே இருந்தேன் நல்லா தூங்கிக்கிட்டு இருந்தவரு திடீரென அவரு முழிச்சுச் சிரிக்க ஆரம்பிச்சாரு அப்ப கண்ண சொருகுனாரு நான் அப்ப அப்பன்னு பதறி வீட்டை விட்டு வெளியில ஓடியே வந்துட்டேன் அப்புறம் பேய வெரட்டுனாக அப்ப எங்க மாமா விழுந்த கெணத்த நோக்கி ஓடினாரு சித்தப்பா, பெரியப்பாமாருக கூடவே ஓடினாக பாதி தூரம் ஓடி கீழே விழுந்துட்டாரு அப்புறம் தூக்கி வந்து வீட்டுக்குக் கொண்டாந்துட்டாங்க நாளாக நாளாக சரியாடிச்சு.

குப்பேன்னு எங்க சொந்தக்காரு அவரு சின்ன வயசிலேருந்து ஆடுக மேய்க்கிறது தான் ஒரு நா ஆடுகள கெடயில போட்டுட்டு எழுமலை செகண்டு சோவுக்கு தனியா படம் பார்க்க போயிட்டு கம்மா வழியா வந்திருக்காரு அப்ப அவருக்கு பின்னாடி மல்லிகப் பூ வச்சுக்கிட்டு வெள்ளச் சீலையக் கட்டிக்கிட்டு சலக்சலக்குன்னு கொலுசு சத்தத்தோட அவரு பின்னாடியே வந்திருக்கு திரும்பி பாக்கும்போது அந்த உருவம் மறஞ்சு போய்டுமாம் இப்படியே அவர துரத்திக்கிட்டு வந்திருக்கு இவர்க்கு தெரிஞ்சு போய்ச்சு ஏதோ பின்னாடி ஒன்னு தொரத்திக்கிட்டு வருதுன்னு அந்த உருவம் மறஞ்சு நாய் உருவத்துல வந்திருக்கு இவருக்கு முனைவிட்டை சாமியாடிருச்சு ரெம்ப பயப்பட ஆரம்பிச்சுட்டாரு

வேகத்தக் கூட்டி ஓடிப் போயி கிணத்துல விழுந்துட்டாராம் விடிய விடிய கெணத்துல இருந்து காலையில வீடு வந்து சேந்தாராம் இத எங்ககிட்ட சொல்லும்போது அரண்டவனுக்கு இருண்டதெல்லாம் பேயாமின்னு சொல்லி நாங்க விழுந்து விழுந்து சிரிச்சிக்கிட்டோம் அன்னயிலிருந்து அவரு செகண்ட் சோவுக்கு போக மாட்டாராம் அப்டி போனா ஆளுகளோடு சேந்துதான் போவாராம்.

மேல்சாதி ஆளுகதான் சொசைட்டி தலைவரா இருப்பாக அவுக கொள்ளையடிக்கிறதுக்காக எங்க ஆளுககிட்ட லோன் மாடு வாங்கித் தரோமின்னு காசுகள வசூல் பண்ணி நஞ்சா குஞ்சான்னு மாடுகளக் கையில பிடிச்சு குடுத்துட்டாக பாவம் எங்க ஆளுக ஏன் எதுக்குன்னு கேட்டா அடிச்சுருவாகன்னு எதித்துக் கேக்காம அந்த மாடுகள வளத்தாங்க மேல்சாதி ஆளுககிட்டதான் தோட்டம் தொரவு இருக்கும் அவுக தோட்டத்தில மாடு மேய்க்க விடமாட்டாக அதனால நைட்டுல ரெண்டு மணிக்கு மேல பன்னருவா எடுத்துக்கிட்டு புல்லறுத்துக்கிட்டு வருவாக சில நாளைக்கு கூளத்தை அள்ளிக்கிட்டு வருவாக இப்பட்யே அந்த நஞ்சா குஞ்சா மாடுகள மேச்சிட்டு வந்தாக அதுல சில மாடுக செத்தும் போயிடுச்சு பாவம் பாலக் கறந்து கடனை அடைக்க முன்னாடி செத்துருச்சு நோஞ்சவன கொழுத்தவன் அடிச்ச கதை மாதிரிதான்.

குண்ணுவார்பட்டியில ஒரே ஒரு சக்கிலிய வீடு இருந்தது அந்த வூட்டுக்காரக எங்க வூருலருந்து அந்த வூருக்கு தோட்டி வேல செய்ய போனவுக அங்க தங்கிட்டாக ஒரு நா பவுன் பெரியப்பா பொண்டாட்டி நிற மாசமா இருந்து பிள்ளய பெக்க முடியாம செத்துட்டாக விசயம் கேள்விப்பட்டு வூருலருந்து நம்ம ஆளுக திரண்டு போயி அந்தப் பெணத்தை மாட்டு வண்டியில செல்லாண்டி பெரியப்பா ஓட்டிக்கிட்டு வந்தாரு வூட்டுக்கு கொண்டு வந்த பெறகு ஆணும் பெண்ணுமா சேந்து அழுதாக எழவு விசாரிக்க மேச்சாதி ஆளுக வந்தாக அவுக காலுல விழுந்து அஞ்சு பத்துன்னு வாங்கினார் பவுன் பெரியப்பா வூருக்கு வடக்குப்பக்கமா இருக்குற சுடுகாட்டுல அப்பட்யே பொதைக்காம மகாலிங்க தாத்தா பிளேட வச்சு வகுத்த கிழிச்சு

குழந்தைய தனியா எடுத்து அம்மாவையும், குழந்தையையும் சேர்த்து புதைச்சாக அதப் பாத்துட்டு எங்க வீட்டுல படுக்கும்போது அம்மா கூட ஒட்டி ஒட்டிப் படுத்துக்கிருவேன் ஆடி மாசம் காத்து விர்று விர்றுன்னு அடிக்கும் பகல்ல ஆளுகவே பார்க்க முடியாது கதவ இழுத்து அடச்சு பூட்டிருவாக நைட்டுல சொல்ல வேண்டிய தேவையேயில்ல நைட்டு ஒரு மணிக்கு அந்த வண்டி மாட்டுச் சத்தம் கடகடன்னு கேட்குமாம் அந்த பெணத்தைக் கொண்டு வரும்போது வண்டி மாடுக முறத்தள்ளி கீழே உட்கார்ந்திருச்சாம் அப்ப கூடவந்த ஆளுக எலுமிச்சம்பழத்தை நாலா அறுத்து தூக்கிப் போட்டுக்கிட்டே வருவாகலாம் அதனால எங்க தெரு பொம்பளைக நைட்டுல பயந்துகிட்டு ஒன்னுக்குக் கூட எந்திரிக்க மாட்டாங்களாம்ன்னு குப்பாயி பாட்டி சொல்லும் இதனாலேயே பல வருசமா ஆளுக தெருவில படுக்க மாட்டாங்களாம் கர்ப்பிணியோட எறந்தவங்களுக்குக் கல்லிலே தொட்டில் செஞ்சு நடுவாங்களாம் இன்னைக்கு அந்த கல்லப் பாக்கும்போது எனக்கு அந்த ஞாபகம் வருது.

ஊருக்கு தெக்கிட்டு நாயக்கரு தோட்டத்திலே ஒரு கல்லு இருக்கு அந்த கல்லு சாதாரணமான கல்லு இல்லையாம் முனி உட்காரும் எடமாம் நைட்டுல மள்ளப்புரத்துக்கு மேக்க இருக்கிற ஆலமரத்துலருந்து முனி புறப்பட்டு கல்லுப்பட்டி சினிமா தியேட்டருக்கு கெழக்க கண்மாய்க்குள்ள ஒரு பெரிய தூண் கல்லு இருக்கு அங்க வந்து உக்காந்துட்டு அப்புறம் நாயக்கரு தோட்டத்துல இருக்கிற கல்லுல உக்காந்துட்டு நேரா செல்லாயிபுரத்துக்கு தெக்கே இருக்கிற ஆலமரத்துக்கு போயிடுமாம் இப்படித்தான்னு, நடந்த விசயத்தை பத்தி பேசுனாக - நா மணறாளு வீரம்மா ஒக நாளு நாயக்கரு தோட்டகி பணிகு போய அவ்வுடு ஓடத்தெறகு தா போவாள அவ்வுடு ஓட வெறு செகதிக உண்டு அவ்விடு இ வீரம்மா, கால முழுசது செகதிக உடுதின்னு ஆ ராயின்னு போயி காலுத்த போயி துடிசிடு போயிட அத பணி முடிஞ்சி ஒச்ச போதே முனி மொத்தி சச்சி போய தாணி ஜாக்கெட்டுத் தா அழிசி சூசேம்போது அஞ்சு விரல் தடம் படிண்டா தாண உண்டி பெத்த மனசிலி முனி பாய்ச்சல் உடுத செப்புத்தரு-.

ஓலைப்பட்டிக்கு வடக்க தள்ளி பெரிய ஓடையிருக்கு இப்ப பாலம் கட்டியிருக்காக சுமார் இருபது வருசத்துக்கு முன்னாடி பாலம் கெடையாது மழக்காலத்துல அந்த ஓடையில நிறைய தண்ணி வரும் மூணு ஓடைத்தண்ணியும் ஒரே ஓடையில வர்றதனாலே ஆளுக இந்த கரையிலிருந்து அந்தக் கரைக்கு போக மாட்டாக அரிச்சுட்டு போயிரும்ன்னு அதனால ஒரு நாளைக்கு ரெண்டு பஸ்சுதான் எங்க வூருக்கு மழை பேஞ்சா அதுவும் வராது ஓலைப்பட்டி பஸ் ஸ்டாப்பில எறங்கி கெழக்காம எங்க வூரு வூருக்குள்ள நுழையும் எடத்துல பள்ள வூடு காலனி இருக்கு அதுக்கு அடுத்து வூரணி இருக்கு அந்த வூரணிக் கரையச் சுத்தி ஆம்பளைங்க பீ பேலுவாக நைட்டுல ரோட்டுல தான் இருப்பாக எங்க தெருவ வொட்டி நுழையுர எடத்து ரோட்டில வெறும் பீக்காடு தான் அந்த வழியாத்தான் போகணும் வரணும் அந்த பீக்காட்டுக்குள்ள இன்னைக்கும் அப்படித்தான் எங்க வூருக்கு மேக்குட்டு குண்ணுவார்பட்டிக்கிப் போற பாதையில இருக்கு மூனுசாமி கோயில் இங்கன பெரிய ஆலமரம் இருக்கு சுந்தர மகாலிங்க கோயில் மலையில பேயுற மழத்தண்ணி, கருப்பசாமி கோயில் மலையில பேயுற மழத்தண்ணி, வருச நாட்டு மள்ளப்புரத்துக்கு மேக்குட்டு மலையுல பேயுற மழத்தண்ணி, இந்த மூனு மலையில பேயக்கூடிய மழத்தண்ணி மூனுசாமி கோயில்ல வந்து ஜாயின்ட் ஆகும் இந்த எடம் பெரிய ஆழமாவே இருக்குமாம் இந்த மூனுசாமி மலைக்கோயில ராமைய்யா மலை தோப்புன்னு சொல்லுவாக அத மணியார்மார்க காவல் பாத்தாங்களாம் இந்த கோயிலுக்கு மேக்க நாகம்மா காட்டுப் பனை இருக்கு காலை, மாலை ரெண்டு நேரத்தில கள்ளு எறக்குவாக அப்ப எல்லா பனமரத்திலயும் மண் பான கட்டித் தொங்க விட்டிருப்பாக கள்ளு குடிக்க வர்ற ஆளுக எழுமலை, சீல்நாயக்கன்பட்டி, கோட்டைப்பட்டி, கோடிநாயக்கன்பட்டி, தாடையம்பட்டி இப்படி இத்தனை ஊர்களிலிருந்து கள்ளு குடிக்க வருவாக சில பேரு தூக்குவாளியில வாங்கிட்டு போவாக அந்தப் பகுதியில கள்ளு வாசனையும், பனம்பழ வாசனையும் இருக்கும் மூனுசாமி கோயிலுக்கு மேநாட்டுக்காரக வந்து சாமி கும்பிடுவாக பாலக்கோம்பை, தெப்பம்பட்டி வூர்கள்லருந்து நாயக்கர்க வருசத்துல ஒரு நா மாசிப் பச்சை அன்னைக்கு கோயில

வந்து ரேடியோ கட்டி பந்தல போட்டு, பொங்க வச்சு கெடா வெட்டி சாப்பிடுவாக கெடாக்கறி சோறு வாங்க எங்க ஆளுக சட்டி பானையக் கொண்டுக்கிட்டு அந்த மதிய வெயில்ல வந்து நடந்து போயி சோறு வாங்கிட்டு வருவாக கல் உரல் முனியாண்டி கோயிலுக்கு ஒத்தையில யாரும் போக மாட்டாக மலங்காடு வேலைக்கு போறவுக ஆளுகளோடு சேர்ந்து தான் போவாங்களாம் அந்தக் காலத்துல புளியந்தோப்பு, மாந்தோப்புன்னு நெறையா இருந்துச்சாம் அது வனமா இருந்துச்சாம் நான் சின்னப் பையனா இருக்கும்போது மாடு மேய்க்க மலங்காட்டுப் பக்கம் போவோம் சொரக்குடுக்கையில கூழு ஊத்திக்கிட்டுப் போவோம் மதிய வெயிலுக்கு மாடுகள வூரணியில விட்டுட்டு சொரக்குடுக்கையில கொண்டுபோன கூழக் கரைச்சுக் குடிச்சிட்டு சாயங்காலம் ஆறு, ஏழு மணிக்கு வூட்டுக்கு வருவோம் அப்ப மாடு மேய்க்கும்போது சின்ன குடிசை மாதிரி வீடுக இருக்கும் அந்த வூட்ல ரெம்ப வயசானவுக பிட்டி பிட்டின்னு முழிச்சிக்கிட்டு இருப்பாங்களாம் அவுகள நெல் போடும் குலுக்கை மாதிரி இருக்கும் அதுல தூக்கி வச்சி சின்ன விளக்கு வச்சிருவாங்களாம் அதுல அவுக இறந்துடுவாங்களாம் அது மண்ணோட மண்ணாகி மக்கிப் போகுமாம் அத நாங்க மாடு மேய்க்கப் போகும்போது ஒரு குலுதாடி மாதிரி தெரிஞ்சிச்சு நானும், ஏன் கூட மாடு மேய்க்க வந்தவனும் ரெண்டு பேரும் சேந்து தோண்டுனோம் மாட்டுக்கு குலுதாடி தேவப்படும்ன்னு தோண்டாம அத அப்படியே தூக்கும் போது பிஞ்சி போச்சு அததான் மதமதக்கதாழின்னு சொல்வாங்கன்னு தாத்தா மகாலிங்கம் சொன்னாரு அப்ப நான் கேட்டுக்கிட்டு இருந்தேன் அப்ப எனக்கு ஒரு ஞாபகம் வந்தது சிந்துவெளி நாகரிகத்துல முதுமக்கள் தாழி கண்டெடுத்ததா திருநெல்வேலி மாவட்டத்துல ஆதிச்சநல்லூர்ல ஏகப்பட்ட முதுமக்கள் தாழிய வரலாற்று ஆய்வாளர்கள் கண்டு பிடிச்சதா புத்தகத்துல படிச்ச ஞாபகம் வந்துச்சு.

இப்படித்தான் குன்னுவார்பட்டி இருக்குமாம் அதுக்கு முன்னாடி சிட்டிலிங்காபுரம், செவலிங்காபுரம்ன்னு ரெண்டு வூரும் இருந்துச்சாம் அங்க நாயக்கர், பெரியம்மா, பெரிய நாயக்கர் தான் இருப்பாங்களாம்.

இந்த பகுதிகளெல்லாம் சாப்டூர் ஜமீன்கு சொந்தமான எடமாம் அவுக தான் எங்க வூருக்கு மேக்குப் பக்கம் மலயடிவாரத்துல மண்டபம் கட்டுனாங்களாம் சக்கம்மாள் கோயில் கட்டுனாங்களாம் இப்பயும் மண்டபம் ஒட்டி ஒரு நாயக்கர் வூடு இருக்கு அவுக தான் சக்கம்மா கோயிலையும் மண்டபத்தையும் பாத்துக்கிறாங்க செல்லாண்டி அம்மன் கோயில சுத்தி கத்தாழையா இருந்துச்சாம் பள்ளர்க அந்த கத்தாழைக்குள்ள எலிப்பொந்துக தோண்டும்போது மம்பட்டியில கணீர்ன்னு சவுண்ட் கேட்டுச்சாம் தோண்டுனவுக ரெம்ப ஆர்வமா தோண்ட ஆரம்பிச்சாங்களாம் அப்ப செல தெரிஞ்சதாம் செல 'நாம் பெறந்து வளந்ததெல்லாம் மலையாளம், என்னைய்ய கோயில் கட்டி கும்பிட்டா நல்ல செல்வாக்கு கொடுப்பேன்'னு குரல் கொடுத்துச்சாம் இந்த செலய அப்படியே வச்சிட்டு போயிட்டாங்களாம் பள்ளங்க இந்த விசயம் எப்படியோ வூருக்குள்ள தெரிஞ்சிருச்சு இதக் கேள்விப்பட்ட நாயக்கர்களும், தேவரும் அந்த செலய எடுத்து கோயில் கட்டி கும்பிட்டாங்களாம் பள்ளர்க வந்து சாமி கும்பிட்டா தீட்டாம் அதனால பள்ளன், பறையன், சக்கிலியன் கோயிலுக்கு வரக்கூடாதுன்னு சாமி சொல்லுச்சாம் அதனால பள்ளங்க இந்த கோயில்லருந்து மண்ணை எடுத்து வச்சி கும்பிட்டாங்களாம் அந்த வூருக்கு செல்லாயிபுரம்ன்னு பேரு வந்துச்சாம் காத்திருந்தவ பொண்டாட்டியை நேத்து வந்தவ கூப்பிட்டுட்டு போனது மாதிரி அந்தக் காலத்துல சிட்டிலிங்காபுரம், செவலிங்காபுரம் ரெண்டு வூரிலருந்தும் சாமி கும்பிட மூனுசாமி கோயில் ஓடை வழியா வந்து கோயிலுக்கு மறுபானை கொண்டு வருவாங்களாம் அதனால தான் இந்த ஓடைக்கு பேரு மறுபானை ஓடையின்னு பேரு இப்ப மறுபானை ஓடையில பாலம் கட்டியிருக்காக.

மலைக்கு அடிவாரத்துல மண்டபம் கட்டியிருக்காக நாயக்கர் குதிரைகள் பராமரிக்கிற வேலை தான் நோஞ்சன் தாத்தா வேலை இவரு சக்கிலிய குடும்பத்தில பெறந்தவரு இவரு குதிரய்ய குளிப்பாட்டுறது குதிரைக்கு மணிவாரு தச்சு கொடுக்கிறது இவரோட வேலை ஒரு நாள்ல குதிரைக்கு புல் அள்ளிப்போடும் போது குதிர ஒதச்சு கீழ விழுந்து உயிருக்கு போராடியிருக்கிற நிலையில நாயக்கரு கூட வேலை பாத்த ஆளுகிட்ட நான்

செத்துட்டா ஏன் குடும்பத்தை யாரு வச்சு காப்பாத்துவான்னு கேட்டாராம் அதுக்கு நாயக்கருக்கு வேலை பார்த்த ஆளு கல் உரல் முனியாண்டி சாமி கும்பிட வருவாக உனக்குன்னு தனியா கறி வச்சு சாமி கும்புடுவாக உன் குடும்பத்துக்கு சக்கம்மா நல்ல அருள் கொடுக்கும்ன்னு சொல்லிட்டாராம் அதுலருந்து தான் இன்னைக்கு முனியாண்டி கோயிலுக்கு சாமி கும்பிடறவுக கெடா, சேவ அறுக்குறவுக, ஈரலை மட்டும் தனியா எடுத்து தீயில் சுட்டு, வாழை எலையில சாப்பாடு கொழம்பு ஊத்தி நோஞ்சா தாத்தாவ கும்பிட்ற பழக்கம் வந்துச்சாம்.

தீண்டாமைக் கொடுமைய நாலாவது படிக்கும்போதே அனுபவிச்சிருக்கேன் பள்ளிக்கூடத்துல நாயக்கரு, தேவமாரு, மத்த சாதிப்பிள்ளைக நிறைய படிப்பாக சக்கிலியப் பிள்ளக ஏனோ தானோமாத்தான் படிப்பாக அப்ப ஸ்கூல்ல மேச்சாதி பிள்ளைக வாத்தியாருக்கு முன்னாடி ஒக்காந்திருப்பாக எங்க பசங்கள பின்னாடி ஒக்கார வச்சிருப்பாரு வாத்தியாரு.

ஒரு நா நாயக்கரு பயன ஸ்கூல்ல விடுறதுக்கு அந்தப் பையனோடு அப்பா வந்திருந்தாரு - மாதிய போடுளுகூட கூண்டாகான தள்ளிகூண்டி பாடுறான் - னு சொல்லிட்டுப் போனாரு அத வாத்தியாரு கண்டுக்கிறாம இருந்தாரு.

ஸ்கூலுக்கு மேக்கே தெருவுல பூராவும் நாயக்கரு வீடுக அந்தப் பக்கமா எங்க ஆளுக செருப்பு போட்டு நடந்து போகக்கூடாது அப்படியே செருப்பு போட்டு வந்தா அந்த தெருவுக்குள்ள வரும்போது கையில செருப்பை கழட்டிக்கிட்டு வரணும் சரியான வெயில் எங்கோ போயிட்டு கிறுகிறுத்துப்போயி எங்க தாத்தா கந்தன் வந்தாரு மதிய சாப்பாட்டுக்குப் பசங்களோட விளையாடிக்கிட்டிருந்தேன் இந்த தெருவுக்குள்ள வரும்போது கையில இருக்கிற துண்டை ஒரு கையில வச்சிக்கிட்டு இன்னொரு கையில செருப்ப தூக்கிக்கிட்டு வந்தாரு அந்த தெருவ விட்டு தள்ளி துண்டை தோள்ல போட்டுக்கிட்டு கால்ல செருப்ப மாட்டுனாரு அப்ப ஏன் தாத்தா இப்படின்னு கேட்டேன் அதுக்கு -சம்சாரிகி மரியாத இய்யவாள ரேதுத்த அப்போடுளு கண்ணு மூக்கு தெலகானா மொத்துத்துரு-. நானும் தாத்தாவும் வீட்டுக்கு வந்துக்கிட்டுருந்தோம் அப்ப எதித்தாப்பல இன்னொரு தாத்தா

சுப்பன் வந்தாரு அவரும் கையில ரெண்டு ஜோடி செருப்ப தூக்கிட்டு வந்தாரு அந்த சமயத்தில தாத்தா

கந்தே

ஒரே சுப்பா ஏ சாமி வூரு செப்புலு

அப்ப சுப்ப தாத்தா

ஏரா கந்தா மௌனமய்ய செப்புலு

வாரு தெகி போயே தாத்தே செம பண்ணி

கொத்த வாரு வேசி கொண்ணி போயேன்னு

சொன்னார்

நானும் தாத்தாவும் வூட்டுக்கு வந்திட்டோம் வூட்ல உருமிக்கு நனைச்சு ஆட்டுத் தோலை செம பண்ணிக்கிட்டு இருந்தாரு அது பக்கத்துல புளியங்கொட்டையை அரச்சு வச்சுருந்தாரு உருமித் தட்டு போடுறதுக்கு இந்த வேலையை பண்ணிக்கிட்டுருந்தாரு அப்புறம் ஸ்கூல்ல ரெண்டாவது மணி அடிச்சாங்க நான் ஸ்கூலுக்கு போயிட்டேன்

வழக்கமா காலையில வெள்ளான நாயக்கமாரு ஆளுக தோட்ட வேலைக்கு ஆள் கூப்பிட எங்க தெரு நுழையுற எடத்தில ஸ்கூல்க்கிட்ட நிண்டுகிட்டு தெருவுல போற வாற ஆளுககிட்ட சொல்லி அனுப்புவாக சில சமயத்துல எங்கத் தெரு சின்னப் பிள்ளைகிட்ட சொல்லி அனுப்புவாக ஏன்னா எங்க தெருவுக்குள்ள வூடு தவறாம செத்த மாட்டை தூக்கிட்டு வந்து உறிச்சு சாப்பிட்ட மிச்சக் கறிகளை வீட்டுக்கு முன்னாடிக் கயிறைக் கட்டி வெயிலுக்குக் காயப் போடுவோம் செல வூட்டுக்காரங்க சோறு ஆறப்போடுற தட்டுல காயப் போடுவாக எங்க வூடு தகர வீடுங்றதனால அந்த தகரத்தில காயப் போடுவோம் காக்கா வந்து தூக்கிட்டு போயிரும்றங்கிறதினால நான் சில சமயங்கள்ல காவலுக்கிருந்திருக்கேன் ஸ்கூல மத்தியானத்துக்கு மேல லீவும் போட்டிருக்கேன் இப்படி காய வச்ச கறிகளை சேத்து வைப்போம் அப்பயெல்லாம் எங்க வூட்ல நைட்டுல களிதான் அந்தக் களிக்கு இந்த காய்ஞ்சு போன

கறிகளை கொழம்பு வப்பாக பகல்ல கூழுதான் இந்த கூழுக்கு காய்ஞ்சு போன கறிகளை வடைச் சட்டியில வறுத்து அதோட வத்த உப்பு சேத்து அரச்சு தொவையல் கொடுப்பாக எங்க அம்மா அந்தக் கறித்தொவையலு அவ்வளவு அற்புதமா இருக்கும் மதிய நேரத்தில கூழு இல்லையன்னா கேப்பை மாவத் தட்டி ஒரட்டி போடுவாங்க எங்க அம்மா அப்போ ஒரட்டி போடுறதுக்கு தோசை சட்டியில எண்ணெய்க்குப் பதிலா சேர்த்து வச்சிருந்த மாட்டுக்கறிக் கொழுப்ப தோசை சட்டியில போட்டு ஒரட்டிச் சுடுவாங்க.

ஒரு நா காலையில ஆறு மணியிருக்கும் தெருவுல கஜகஜன்னு இருந்துச்சு அப்போ நான் நல்லா தூங்கிட்டு இருந்தேன் தேவமாரு மாடு மலயில மேய்ஞ்சக்கிட்டு இருக்கும் போது பாம்பு கடிச்சு இறந்து போச்சு அத சொல்றதுக்கு தேவமாரு ஆளு எங்க தெருப்பக்கம் ஆளுகள திரட்ட வந்தாரு

கத்தித்த எத்றா சுப்பா

கட்ட களத்தா எத்றா வீரா

அட்டகள எத்றா கந்தா

உளி சுத்றா குப்பான்னு

பேச்சுச் சத்தம் கேட்டுக்கிட்டு இருந்துச்சு

அப்ப வூட்ல நானும் எங்க அம்மா மட்டும் தான் இருக்கோம் எங்க அப்பா பாறைப்பட்டிக்கு எழவு வீட்டுக்கு நாதஸ்வரம் வாசிக்கப் போயிட்டாரு எங்க பெரிய அண்ணன் மகாலிங்கம், சின்ன அண்ணன் பிலாவடி ரெண்டு பேரும் அதே ஊருக்கு ஆட்டத்துக்குப் போயிட்டாக எனக்கு நேர மூத்த அண்ணன் பாண்டி அண்ணனுக்கு உடம்பு சரியில்லாமப் போச்சு அதனால எங்க அம்மா என்ன செத்த மாட்டத் தூக்க ஆளுகளோட சேத்து அனுப்பி வைக்க எழுப்பினாக நான் எந்திரிக்காம படுத்திருந்தேன் என்ன அடிச்சு உசுப்பிவிட்டாக எழுந்து மூஞ்சியக் கழுவிட்டு எங்க தெரு ஆளுகளோட மாடு உறிக்கப் போனேன் மேக்க மலயடிவாரம் போகனும் அதனால வூட்லயிருந்து புறப்படும்போது மிளகாய், சின்ன சீரகம், உப்பு, பெரியாட்களுக்கு பீடி, போயலை கடையில

வாங்கிட்டு போனோம் உலைப்பட்டி மேக்கே ஒத்த ஆலமரம் வழியாப் போனோம் மலய ஒட்டிப் போயிட்டோம் அங்க செத்த மாட்ட நரி இழுத்து திங்காம இருக்கிறதுக்காக முள்ளுகளை வச்சு மாட்டுக்கு மேலே போட்டுருந்தாரு மாட்டுக்காரு நேத்து சாயங்காலம் எறந்தது வகுறு கிகுறு புவ்வுன்னு ஊதிப் போயி இருந்துச்சு அப்புறம் நாலு பேரும் சேந்து நாலு கால இழுத்து வச்சிக்கிட்டு அறுத்தாங்க அதுல அநுபவம் உள்ள பெரியாளுக தான் கத்தியத் தீட்டிக்கிட்டு வேட்டியக் கோவணம் மாதிரி கட்டிக்கிட்டு மொதல்ல நெஞ்சிலயிருந்து சென்டர் பாத்து அறுத்து கிழிச்சிக்கிட்டே வாலு வரைக்கும் கொண்டு வந்திருவாங்க அப்புறம் தோல ரெண்டா வகுந்து நொரையீரல், கொலைக்காயி இதயெல்லாம் தனியா எடுத்து, இரத்தத்தையும் தனியா பிடிச்சு கொண்டு போன பாத்திரங்கள்ல வெங்காயம், சீரகம், மிளகாய் போட்டு வேக வச்சு சாப்பிட்டோம் எல்லாரும் வட்டமா ஒக்காந்து ஆமணக்கு எலையில தான் கறியப் போட்டு சாப்பிட்போம் அங்க வந்திருக்கும் அத்தனை பேருக்கும் கூறு போட்டு பகிர்ந்து கொள்றப்ப நான் கொண்டு போன சட்டி காணல அதனால ஓடையில இருந்த காட்டு மொச்சி எலைகளப் போட்டு, அதுக்கு மேல கறியைப் போட்டு அதுக்கு மேல காட்டுமொச்சி கொளைகளைப் போட்டு மூடி கயிறை வச்சி கட்டி ஏந் தலையில வச்சிட்டாக நான் அங்கிருந்து சுமந்திட்டு ஆளுகளோட சேந்து வந்துகிட்டே இருந்தேன் அப்ப சரியான வெயில் மதியம் ரெண்டு மணி இருக்கும் கால்ல செருப்பு வேற கெடையாது நெறிஞ்சி முள்ளுக குத்திச்சு கீழ குனிஞ்சி எடுக்கவும் முடியாது அதனால காலுல இழுகிக்கிட்டேன் கொஞ்ச தூரம் தள்ளி வந்துடனே பெரிய ஓட, அந்த ஓட வெறும் அக்கினியா இருந்துச்சு தலையில வச்ச சொமையிலிருந்து வெறும் ரத்தமா ஒழுகிச்சு ஏ மூஞ்சியெல்லாம் ரத்தமா வடிஞ்சிச்சு உடம்பெல்லாம் ரத்தமா ஒழுகிக்கிட்டிருந்துச்சு எனக்கு முன்னாடி ஆளுக வேகமா நடந்து வந்துட்டாக பின்னாடி ஆளுகளும் இடையே நிழலுக்கு நின்னுட்டாக நான் மட்டுந்தான் தனியா வந்திக்கிட்டுயிருந்தேன் எனக்கென்னா ஒரே பயமா போச்சு கறிய கொண்டு தனியா போனா பேயும் கூடவந்து நம்மள அடிச்சுப் போட்டுட்டுக் கறிய எடுத்து சாப்பிடுமின்னு தாத்தா சொன்னத நெனைச்சு

எனக்கு ரெம்ப பயமா ஆயிடுச்சு ஆளுக நடமாட்டம் இல்லை ஏம் மனசுல பதக்கு பதக்கு ரெம்ப பயமா ஆயிடுச்சு அப்புறம் ஒத்த ஆலமரத்துல இறக்கி வச்சிட்டு ஆளுக வர்றத எதிர்பார்த்து நான் அவங்கேளோடு சேர்ந்தேன் வூருக்குள்ள அப்படியே வந்தா கேவலமா பாப்பாங்க, பேசுவாங்கன்னு நெனைச்சு வூருக்கு வெளியே வந்து எங்க தெருவுக்குள்ள வந்துட்டேன் அன்னைக்கு கொழம்புக்கு உண்டான கறியை எடுத்துட்டு மத்த கறிகள துண்ட துண்டமா அறுத்து தகரத்துல காயப் போட்டுட்டோம்.

செல வூடுகள்ல கொழுப்ப வடசட்டியில போட்டுக் காய்ச்சி பாட்டில்ல ஊத்தி வச்சிருவாக மதிய நேரத்தில கேப்ப மாவோடு மிளகாயக் கீறி ரொட்டி போடுறதுக்கு, காய்ச்சி எடுத்த கொழுப்ப ஒரு துண்டம் போடுவோம் அது எளகியவுடன ரொட்டி சுடுவோம் இன்னும் செல வூட்டுல செருப்பு தைக்கிறதுக்கு கொழுப்பை மூங்கி வெட்டி (டப்பா வடிவத்தில) கொழுப்ப போட்டு வச்சிருவாக செருப்பு தைக்கும் போது ஆர எடுத்து குத்தும் போது ஒரு செல செருப்புகள்ல போகாது அந்த மாதிரி செருப்புகள்ல கொழுப்பு தடவிக் குத்தம் போது ரெம்ப ஈசியா போயிடும் இதுக்குத்தான் அந்த கொழுப்பு செருப்பு தைக்கிற வூட்டுல எல்லாருமே ஆரம், கூட்டம் வச்சிருப்பாக.

சம்சாரிக காணி வேல பார்க்குறவ கிட்ட கமலை, மணி வாரு செருப்பு தைக்க போடுவாக சம்சாரி வூட்ல மாடுக எறந்துச்சுன்னா இந்த காணி வேல பார்க்கிறவகத் தான் தலைவர் மாதிரி நிண்டு மாடு உறிக்க ஆளுகள திரட்டுவாரு அது மாதி சம்சாரி வூட்ல நல்லது கெட்டது ஆயிடுச்சுன்னா இந்த காணி வேல பார்க்குறவ எழவு சொல்லணும் பாடை கட்டணும் பெணம் எரிக்கணும் இந்த மாதிரி வேலைகளச் செய்யணும் அவுக தெருவுல நாயி எறந்து போனாக்கூட அத தூக்கிட்டு வந்து கம்மாயுக்குள்ள போடுறது எங்க ஆளுக தான் நான் மூணாவது படிச்சிக்கிட்டு இருக்கும்போது எங்கண்ணே நாலாவது ஒரே ஸ்கூல்ல படிச்சிக்கிட்டு இருந்தோம் அப்போ நாங்க படிக்கிற இந்து நாடார் ஸ்கூல்ல தேவமாரு, நாயக்கரு தான் நெறைய படிப்பாக அப்ப தேவமாரு பய்ய எங்கண்ண கால மிதிச்சிட்டான் அப்ப ஏண்டா மிதிச்சன்னு ஒழுங்கா மன்னிப்பு கேளுடான்னு எங்கண்ணே

கேட்டான் அதுக்கு ஏண்டா சக்கிலியப் பயலே என்னையவாடா மன்னிப்பு கேட்கச் சொல்றன்னு, இரு எங்கப்பங்கிட்ட சொல்லி என்ன பண்றேன்னு பாருன்னு சொன்னான்.

மதியம் சாப்பாடுக்கு மணி அடிக்கவும் அவெ அப்பங்கிட்ட சொல்லிப்பிட்டான் அவெ அப்பெ வேட்டிய தூக்கிட்டு எங் கண்ணனை, எங்க பசங்கள அடிக்க வந்துட்டாரு நாங்க இப்படித் தான் அடிக்க வருவாருன்ட்டு பள்ளிக்கூடத்துக்கு வராம வூட்டுக்குள்ள ஒழிஞ்சிக்கிட்டோம் ஏன்டா சக்கிலியப் பயலே மானா சூனா வாய்க்கு வந்த படியே பேசிக்கிட்டு எங்க தெருவுக்குள்ள வந்து வூட்டுக்கு வந்துட்டாரு எங்க தாத்தா என்னங்க சாமின்னு கேட்டாரு, எங்கே உம் பேரன்? ஏம் பையன்னா கை நீட்டி பேசுனாப்பலாம்மே அவனை வெளிய வரச்சொல்லி அடிக்காம போக மாட்டேன்னு அடம்பிடிச்சாரு நாங்க வூட்டுக்குள்ள ஒழிஞ்சிக்கிட்டோம் ரெம்ப பயமாப் போச்சு பயலுக வந்தா சொல்லி அனுப்பறேன் சாமின்னு சொல்லி சமாளிச்சாரு அவரும் வீல் வீல் ன்னு கத்திட்டுப் போயிட்டாரு அப்புறம் வூட்டுக்குள்ள ஒழிஞ்சிருந்த நாங்க வெளிய வந்தோம் எங்க தாத்தா எங்களை மிரட்டினாரு - சம்சாரிக கண்ணு மூக்கு தெளகான மொத்தி வேத்திரு இங்க மேலு ஓக போடுலு கூட வம்பு குஞ்ச ஒத்து - இல்லையன்னா ரெண்டு மாடைக் கட்டி மேயின்னாரு அப்புறம் ரெண்டு நாளா நான் ஸ்கூல் பக்கமே போகலை லீவ் போட்டுட்டேன்.

2

எங்க தாத்தா கந்தன் அவுக காலத்துல ஒத்தப்புரம், கட்டக்குச்சி நாதஸ்வரம், சிங்கி, செல்லாண்டி அம்மன் கோயிலுக்கு வாராவாரம் செவ்வாய்க் கெழமை யன்னைக்கு வாசிப்பாக அதுக்கு சம்பளமா வூட்டுக்கு வூடு கம்பு, சோளம் கொடுப்பாக கோயிலுக்கு வாசிச்ச கலஞர்களுக்கு சாப்டூர் ஜமீன்தார் செல்லாயிபுரத்துக்கு தெக்க ஒரு ஏக்கர் நெலங் கொடுத்தாங்கன்னு தாத்தா மகாலிங்கம் அடிக்கடி சொல்வாரு அதெல்லாம் நாயக்கருக பிடிங்கி திண்டுட்டாங்க.

கந்தன் தாத்தா சீசன் இல்லாத நேரத்துல வூட்ல உருமியை அடிச்சுப் பாப்பாரு ஒரு தடவை வூட்டுக்கு முன்னாடி அடிச்சிக்கிட்டு இருந்தாரு டிவ் டட்டா டிவ் டட்டான்னு வாசிச்சிக்கிட்டு இருந்தாரு அப்ப சரியா டிவ் டிவ் ன்னு சத்தம் வரல நாயக்கரு தெருவுல மாட்டுவண்டி சக்கரத்துல கருப்பா இருக்கும் அதெ பேப்பர்ல எடுத்துட்டு வான்னு தாத்தா அனுப்பி வச்சாரு நானும் பேப்பர்ல எடுத்துட்டு தாத்தா கிட்ட கொடுத்தேன் அத அந்த இடது பக்கமா வுருமியில கருப்புத் தடவி அடிச்சாரு "டவ் டவ் டவ்" ன்னு காத கிழிச்சிருச்சு எங்க தாத்தா சீசன் இல்லாத நேரத்துல சீனி நாயக்கரு தோட்டத்துக்கு வேலக்கிப் போவாரு ஒருநா சீனி நாயக்கர் என்கிட்ட வயசானதால நடுங்கிக்கிட்டே சொன்னாரு,

மி தாத்தா மா தோட்டகி பணகி ஒச்சு

மம்பட்டித்த எத்தி வங்கித்த

நிமிறினே நிமிறனாத்துடு மத்தபோடுலு மூச்சுதீசினி வெனிகல பனி.

மி தாத்தா மா தொட்டன பனி சேசும்போது அவடு மெய்ய சின்ன பிட்டக உண்ட போது மெவ்வை தவறிட அவுடு மெய்ய தான் அக்குடும்பத்தை கட்டி காப்பாத்த மி தாத்தகு அம்பிலி கொண்ணித்துடு பொறிகடலை தொக்குனா கருப்பசாமி சிலை சேசி கொண்ணத்துடு குர்ரம் சேசி கொண்ணேத்துடு எம்ஜிஆர் எத்து குர்ரத்தை அனைஞ்ச மென்னிக்க வரைஞ்சி கொண்ணத்துட ரெம்ப கருத்தானவாடு.

எங்க அப்பா முதல்ல பொம்பளை வேசம் கட்டி ஆடினாரு சுமார் நாற்பது வருசமா பொம்பளை வேசந்தான் போட்டாரு அப்ப மள்ளப்புரம் செட்டு ரெம்ப பேமஸ்ன்னு சொல்வாரு வயசு ஆக ஆக பொம்பள வேசத்தை விட்டுட்டு நாதஸ்வரத்த வாசிச்சாரு இந்த தொழில வச்சுத் தான் எங்களயெல்லாம் கரை சேக்க எங்க நாலு பேருக்கும் ஆட்டம் சொல்லிக் கொடுத்தாரு இந்த ஆட்டத் தொழில் எங்க இரத்தத்தில ஊறிக் கிடக்கு மூணு தலைமுறையா நாங்க இந்த ஆட்டத் தொழில செஞ்சிக்கிட்டு வந்தோம்.

எங்க ஏரியாவ சுத்தி மேலப்பட்டி, கீழப்பட்டி, சீல்நாயக்கன் பட்டி, எழுமலை, உத்தப்புரம், கோட்டைப்பட்டி, கோடிநாயக்கன் பட்டி ஊருக்கு தெக்க மள்ளப்புரம், எம். கல்லுப்பட்டி, துள்ளுக்குட்டி நாயக்கனூர், டி. கிருஷ்ணாபுரம், வண்டப்புலி ஊருக்கு கெழக்க செல்லாயிபுரம், ஆத்தாங்கரைப்பட்டி, வேப்பம்பட்டி, குடிப்பட்டி இந்த ஊருல மேச்சாதி ஆளுகதான் அதிகமா குடியிருக்காக பள்ள, பறையன், சக்கிலியன் இந்த மூணு சாதிக கம்மியாத்தான் இருக்கும் அடிக்கடி இந்த ஏரியாவுல தேவருக்கும், பள்ளருக்கும் சாதிக்கலவரம் வரும் பஸ்சுக ஓடாது ரோட்டுல முள்ள வெட்டிப் போட்டுருவாக எம். கல்லுப்பட்டி எழுமலை தியேட்டர்ல வெட்டு குத்து நடக்கும் அதனால எங்க அம்மா எங்களை யாரும் வெளியில அனுப்பாது எங்க ஊரைச் சுத்தி நைட்டுல போலீசுக வந்து எங்க தெருவுல கண்டவனையெல்லாம் சந்தேக கேஸ்ல தூக்கிட்டு போயிடுவாக.

எங்க ஊருல செல்லாண்டி அம்மன் திருவிழா ரெம்ப ஜோரா நடக்கும் சக்கிலியர்கதான் அந்த கோயிலுக்கு தோரணம் கட்டுறது தெருவைச் சுத்தம் பண்றது ஆனா கோயிலுக்குள்ள

போக விடமாட்டாக இது தலைமுறை தலைமுறையா அப்படித் தான் இருக்கு இப்படித் தான் ஆயிரத்து தொள்ளாயிரத்து தொண்ணூத்தெட்டுல திருவிழா நடக்கும்போது திடீரென சாதிக் கலவரம் வந்துடுமுன்னு போலீசு நெறைய போட்டிருந்தாக அப்ப தேவருக்கும், பள்ளருக்கும் அடிக்கடி சாதிக்கலவரம் வரும் பள்ளர்க மேல வீண்பழிய போடுறதுக்காக தேவமாரு ஆளுக அவுக வச்சிருந்த குண்டை ஊருக்குள்ள நடுத் தெருவுல போட்டுட்டாக அதுல ஒரு பள்ளபொம்பளைக்குக் கால் போச்சு தேவமாரு ஆளுக பலத்த காயமடைஞ்சாக பேப்பரிலும், ரேடியோவிலயும் இந்த செய்தி பரவிச்சு.

இந்த குண்டு வெடிப்பு நடந்த சம்பவத்தன்னைக்கு பெண்டு பிள்ளைக நிம்மதியா பொங்க வக்கல அன்னைக்கு கறி புளி பொழங்கல ஊரே வெறுச்சோடி இருந்தது எல்லாத் தெருவுகள்லயும் போலீசுக ஈசல் மாதிரி குமிச்சிட்டாக ரேடியோ படிக்கல.

எங்க வூட்ல எல்லாருமே தெலுங்கு தான் பேசுவோம் மேச்சாதி ஆளுககிட்ட பேசும்போது தமிழ்ல பேசுவோம் நான் அஞ்சாவது படிக்கும்போது பள்ளிக்கொடத்துல மணி அடிச்சிட்டாக அப்ப அவசர அவசரமா பெறப்பட்டுக்கிட்டுருந்தேன் எங்க கந்தென் தாத்தா உருமிக்கு புது நூல் கயிறு போட்டுக்கிட்டு உருமிக்கு புதுத்துணிக்கு சாயம் காய்ச்சிக்கிட்டு இருந்தாரு திருவிழா சீசன் நெருங்கி வரதுனால அப்ப தாவரம் கொட்டக்காலுல ஒரு சொரக்குடுக்கை அதுல கயிறு கட்டியிருந்துச்சு எங்க தாத்தா கிட்ட - இதி ஏட்டி தாத்தா தொங்கேதி-ன்னு கேட்டேன் அதுக்கு எங்க தாத்தா - மனி மனிசிலு ஊருனோனிக போயேம் போது சொரகுடுகை தான் கொத்துனு வேசி போவல தெருவுன எங்கிலி திப்பும் போது ஆ சொரக்குடுக்கை திப்புவால வாரித் தெருவன திப்பக்கூடாது - ஸ்கூல்ல ரெண்டாவது மணி அடிச்சாக எங்க தாத்தா சத்தம் போட்டு போறா பள்ளிக்கொடங்குன்னு சொன்னாரு.

எங்க தாத்தா ஊருக்குள்ள செத்துப் போன ஆட்டத் தூக்கிட்டு வந்து அத உறிச்சிக் கறிய கொழம்புக்கு வச்சிக்கிடுவோம் தோல நல்லா வெயில்ல காய வச்சிடுவோம் அதே மாதிரி மாட்டுத்

தோல வெயில்ல காய வக்க மண்ணுக்குள்ள தோலை இழுத்து வச்சி ஊண்டுறதுக்கு சின்னச் சின்ன குச்சுகளை ஊசியா செதுக்கி வச்சிக்கிருவாரு உரிச்சிப் போட்ட தோல நல்ல வெயில்ல நாலு பக்கமும் இழுத்து வச்சு, கருங்கல்ல விழுகாம கம்பு வச்சு ஊண்டிருவாரு காலையில ஊண்டி வச்ச தோல சாயங்காலம்தான் எடுத்து சுருட்டி வூட்டு விட்டத்துல கட்டி வச்சிருவாக அத ரெண்டு நா கழிச்சு அந்த தோல்ல இருக்கிற ரோமத்த கத்திய வச்சு சொரண்டி எடுத்துக்கிட்டுத் தண்ணியில ஊற வச்சிருவாரு அவ்வளவு பெரிசையும் சட்டியில போட்டு ஊற வக்க முடியாது அதனால தவில், பம்பை, இந்த மாதிரி இசைக்கருவிக்குப் போதும்ங்கிற அளவுக்கு தோல வெட்டி சட்டியில தண்ணிய ஊத்தி ஊற வச்சிருவாக இன்னொரு சின்ன சட்டித் தண்ணியில புளியங்கொட்டைய ரெண்டு ரெண்டா ஒடச்சு ஊற வச்சிருவாரு இந்தத் தண்ணியில ஊற வச்ச புளியங்கொட்டைகள அம்மிக்கல்லுல போட்டு நல்லா வழுவழுன்னு அரைச்சு, அத ஒடஞ்ச மண் சட்டியில கொஞ்சம் போல தண்ணிய ஊத்தி நல்லா கொதிக்க விடுவாக அதுக்கு அப்புறமா, அரச்சு வச்சு புளியம் பசைய அந்த சுடுதண்ணியில போட்டுருவாக இப்ப பசை ரெடியா இருக்கும்.

ஊற வச்ச தோல எடுத்து இசைக்கருவிக்குப் பொருந்தக்கூடிய வகையில அந்த வட்டக் கம்பியில இந்த தோலப் போட்டு இந்த புளியம்பசையப் போட்டு சுருங்கல் இல்லாம நல்லா வெரைப்பா இழுத்து ஒட்டிருவாக அதுக்கப்புறமா வெயில்ல காய வச்சிடுவாக அப்புறமா காய வச்ச தட்டு - தட்டுன்னு சொல்றது தவில், பம்பை, டொப்பி, தட்டு, வளந்தரைத் தட்டுன்னுக்கூட சொல்லலாம் - இப்படி காய வச்ச தட்டை எடுத்து அத துளைப் போட்டு இசைக்கருவிகள்ல மாட்டிக்கிருவாக முதயெல்லாம் தவில், பம்பைக்கு வாரு போட்டிருப்பாக அதக்கூட சும்மா விளையாட்டுக்கு உன்னைய நல்ல வாரு புடிக்கப் போறேன்னு சொல்லுவாக தில்லானா மோகனாம்பாள் படத்துல நாகேஷ பாத்து பாலய்யா சொல்வாரு இப்படி புடிச்சு வச்ச புதுத்தட்டுக சும்மா வின்னு வின்னுன்னு இருக்கும் மேளக்காரக மொத்தமா சேர்ந்து அடிக்கும் போது இந்த புது தட்டு மட்டும் தனியா சவுண்டு கேக்கும் அதனால அந்த தவில்காரரு டொப்பியை

டொப்பின்னு சொல்றது தொம்தொம்ன்னு வரக்கூடிய பகுதியத் தான் தொப்பென்னு சொல்லுவாக அத லேசா கையில தண்ணிய்ய நனைஞ்சு பதம்படுத்துவாக கூட்டத்துல வாசிக்கும்போது வேர்வைய கையில துடைச்சு அப்படியே டொப்பி மேலே தடவிக் கொடுத்து அடிப்பாக அதுக்கப்புறமா வின்வின்னு வர்ற சவுண்டு மாறி கும்கும்ன்னு பேஸ் சவுண்டு கேட்கும்.

ஆயிரத்து தொள்ளாயிரத்து தொண்ணூத்தி எட்டு சனவரி ஏழாம் தேதியில எங்க அப்பாவை பெத்த தாத்தா கந்தேன் எறந்துட்டாரு நாங்க அன்னைக்கு மொத நா நைட்டு ஆறாம் தேதி கணவாய்ப்பட்டி பக்கம் சின்னப்பாறப்பட்டியில தேவமாரு ஆளுக ஊருல காளியம்மன் கோயிலுக்கு ஆடிட்டு மறு நா காலையில பேரையூர் வர்ற ரோட்டுக்கு நடந்து வந்துக்கிட்டு இருந்தோம் அப்ப வூர்லயிருந்து எங்களுக்கு எழவு சொல்ல ஆள் அனுப்பியிருந்தாக விசயத்தக் கேள்விப்பட்டு மேளச் செட்டு ஆட்டச் செட்டுக்காரக நெறைய மாலத் துணிமணியோட வந்தாக நா சின்ன பையனா இருக்கும்போது சித்தப்பா பழனிக்கு ஆத்தாங்கரைப்பட்டி கொட்டுக்காரகளுக்கு இந்த உருமி எப்படி அடிக்கிறதுன்னு சொல்லிக் கொடுப்பாரு மொதல்ல அந்த அடியை வாயில சொல்லிக் காட்டுவாரு சாமி ஆடுறதுக்கு

டவ் டவ் டவ் டவ்

டவுண்டா டவுண்டா டவுண்டா

டவ் டவ் டவுண்டா

டவ் டவ் டவுண்டா

இந்த அடிய வாயில சொல்லிக்கிட்டு அப்புறம் அடிச்சிக்காட்டுவாரு அத உருமி பழகுற ஆளுக்கு வாயில சொல்லிக்காட்டி அப்புறம் உருமியில அடிச்சிக் காட்டுன்னு சொல்வாரு ஆளுக எறந்து போயிட்டாகன்னா தேரு தூக்கிட்டு போகும் போது,

டண் டவ் டவ் டவ் டவ் டவ்

டண் டவ் டவ் டவ் டவ் டவ்

இப்படி ஒவ்வொரு நிகழ்ச்சிக்கும் எப்படி வாசிக்கணும்னு சொல்லிக் கொடுப்பாரு சொல்லிக் கொடுத்ததுக்கு அமௌண்ட் எதுவும் வாங்க மாட்டாரு உருமி பழகுன ஆளுக நல்ல நா அன்னைக்கு சாராயம் வாங்கிக் கொடுப்பாக இப்படித் தான் ஒரு நா எங்க வூட்டுக்கு உருமி வாசிச்சுப் பழகுன ஆளுக பல வருசம் கழிச்சு வந்தாக எங்க தாத்தாவுக்கு பணம் கொடுத்தாக வேணாம்ன்னு சொல்லிட்டாரு

வேற ஏட்டி காவளன்னு அடிகினி வாரு

நக்கு எதுவும் ஒத்துன்னாரு

எதினும் நம்பி கிம்பி மொத்தேரா கேட்டாக

மி விருப்பம் ன்னு சொன்னாரு

அப்ப என்னய தான் தூக்குச் சட்டிய எடுத்து போய் சாராயம் வாங்கி வரச் சொன்னாரு அப்ப எங்க வூருல தேவமாரு ஆளுக மலையடிவாரத்துல சாராயம் காய்ச்சி கேன்ல வூட்டுக்குக் கொண்டு வந்து விப்பாக அங்கேயே மொச்சப்பயறு, தட்டாம் பயறு, அவிச்ச முட்ட, ஊறுகா வச்சி விப்பாக சாயங்காலம் நாலுமணி இருக்கும் தூக்குச் சட்டிய எடுத்துப் போய் அஞ்சு ரூபாய்க்கு வாங்கிட்டு வந்தேன் ஒரு கிளாஸ் ரெண்டு ரூபாய் நாலு ரூவாய்க்கு வாங்கிட்டு, மீதி ஒரு ரூவாயிக்கு தட்டாம் பயிறு வாங்கிட்டு, வரும் போது தட்டாம் பயிறு எடுத்து ஒவ்வொண்ணா வாயில போட்டுட்டு வருவேன் எங்க தாத்தா வந்த ஆளுக தண்ணிய்ய அடிச்சிட்டு நடந்த சம்பவங்களப் பத்தி பேசினாக நான் கடைக்குப் போய்ட்டு வந்தா இருபத்தஞ்சு பைசா கொடுப்பாக அதப் போயி நாடார் கடையில தேன் மிட்டாய் வாங்கி சாப்பிடுவேன் இல்லையன்னா சாயங்காலம் அதிரசம், சீனிரசம், பணியாரம் நாடார் பொம்பளை சுட்டு வச்சு விக்கும் அதப்போயி வாங்கி சாப்பிடுவேன்.

எழவு விசாரிக்க உருமி வாசிக்கிறவுக, கொட்டுக்காரக, தப்பு அடிக்கிறவுக ஆட்டக்காரவுக நெறைய வந்திருந்தாக சாயங்காலம் நாலு மணிக்கு தேர தூக்கினோம் எங்க வூருக்கு கெழக்க இடுகாட்டுல வச்சு தண்ணிக் கொடம் எடுத்து மூனுவாட்டி

சுத்திட்டு தேர தூக்குனாக அப்ப கம்மாக்குள்ள பொதைக்கணும் மழக்காலம் கம்மாயில தண்ணி பெருகியிருந்தச்சு தேர தூக்கிட்டு எங்களுக்கின்னு தேரு போற பாத கெடையாது தேவமாரு தோட்டத்து வழியாத்தான் பாத இருக்குன்னு எங்க பெரியாளுக சொல்லுவாக அப்ப தோட்டத்துல பருத்தி போட்டிருந்தாக அந்த வழியாத்தான் போனோம் பொதக்கிற குழியில மொழங்கால் அளவுக்கு தண்ணி பெருகியிருந்துச்சு அத மோந்து ஊத்திட்டு தாத்தாவை அடக்கம் பண்ணினோம் எங்க ஆளுக பொதைக்கிற சுடுகாட்டுல கூரை சாப்பு எதுவும் கெடையாது மழக்காலத்துல கம்மாயிக்கு போக முடியாது பெணத்தை எரிக்க முடியாது சுடுகாட்டுக்கு வாறதுக்கு பாதை எதுவும் கெடையாது மறு நா தோட்டக்காரங்களும் எங்களுக்கும் சண்ட.

எங்க தாத்தா உருமி வாசிச்சாரு தேவராட்டத்துல உருமி வாசிக்கிறவருக்குக் கொடுக்கிற மரியாதை நையாண்டி மேளத்துல உருமி வாசிக்கிறவருக்குக் கொடுக்கிறதில்ல ஏன்னா அவரு நாயக்கரு இவரு சக்கிலியரு.

3

எங்க அப்பா பேரு பெருமாள் ஊருல எல்லாரும் ஜில்ஜில்லுன்னு தான் கூப்பிடுவாக இவரு ராஜாராணி ஆட்டத்துல பெண் வேசம் (ராணி வேசம்) போட்டு ஆடுவாரு அப்ப ஒரு சீன்ல கட்டபொம்மன் நிகழ்ச்சிக்கு வெள்ளையம்மாள் வேசம் போட்டு நாயக்கமாரு பொம்பள மாதிரியே இருப்பாரு கலரு ரெம்ப செவத்த உடம்பு நாயக்கமாரு பொம்பளைக மாதிரி கோடாலி கொண்ட போட்டு வேசம் போட்டு வந்தா ஊரு சனங்க மூக்கு மேல வெரல வச்சு பாப்பாங்களாம் அதனால ஜில்லுன்னு கூப்பிடுவாங்களாம் நாயக்கரு ஊருக்கு ஆட்டத்துக்குப் போனா வெள்ளையம்மாள் பாட்டுக்கு ஜாக்கெட்டு புல்லா நோட்டுகளா குத்துவாங்கன்னு சொல்வாரு.

அவர செல ஊருகள்ல பொம்பள வேசம் கட்டி வந்தா எளந்தாரிக தூக்கிட்டுப் போயிடுவாங்களாம் நான் ஆம்பளடான்னு சொல்லிட்டு தப்பிப்பாராம் எங்க அப்பாவை தாத்தா உருமி வாசிக்கிற ஊருக்கெல்லாம் கூப்பிட்டு போவாரு சின்ன பிள்ளையிலருந்து கூப்பிட்டு போவாரு அங்க இவரும் சேர்ந்து உருமி அடிப்பாரு வூட்ல வேலை இல்லாதபோது ஆட்டம்பாட்டம்ன்னு சொல்லிக் கொடுப்பாரு அப்பாவுட முகம் பொம்பள முகம் மாதிரியே இருக்கும் அதனால தான் எங்க தாத்தா எங்க அப்பாவை பொம்பள வேசம் போடச் சொல்லுவாருன்னு எங்கிட்டச் சொன்னாரு.

எங்களுக்குக் காடு கரை கிடையாது எங்க அப்பா வேசம் கட்டி ஆடி வந்தாதான் எங்க வூட்ல ஒல பொங்கும் இல்லயென்னா புளிச்சுப் போன கேப்ப மாவு, கம்ப மாவுல ரொட்டிய சுட்டுச் சாப்பிடுவோம் ஆட்டத்துக்கு போயிட்டு வூட்டுக்கு வந்தா கடகப்புலர்ந்து நல்லது புல்லது வாங்கிட்டு வருவாரு அதை எங்களுக்குள்ள சண்ட போட்டுக்கிட்டு அடிச்சிக்கிட்டு புடிச்சிக்கிட்டு சாப்பிடுவோம்.

அந்தக் காலத்துல மள்ளப்புரம் ஆட்டமென்னா பக்கத்து கிராமத்துக்காரங்களெல்லாம் மாட்டுவண்டி பூட்டிக்கிட்டு வந்து ஆட்டம் பாப்பாங்களாம் அப்ப மள்ளப்புரம் பரமன் (ராஜாபார்ட்), நல்லு (குறவன் வேசம்), நாகன் (கோமாளி), எங்க அப்பா பெண்வேசம் (ராணி வேசம்), கருப்பையா (பெண்வேசம்) இவுக அஞ்சு பேர் தான் திருவிழாவுக்கு இறப்பு, காதுகுத்து, பொம்பளப்பிள்ள சடங்கானா இது மாதிரி நிகழ்ச்சிகளுக்கு ஆடப் போவாக அப்ப பஸ்சல்லாம் இல்லையாம் கால் நடையாய்ப் போய்த்தான் அந்த வூரு போய்ச் சேருவாங்க அப்பெல்லாம் ஆட்டத்துக்குண்டான டிரஸ்கள்லாம் மொத்தமா ஒரு பெட்டிக்குள்ள வச்சிருவாக அதை எங்க அப்பா தலையில வச்சிருவாக அதனால தான் தலையில முடி கூட கழிஞ்சிருச்சாம் அப்பா அடிக்கடி ஏன்கிட்ட சொல்வாரு இப்படி ஆள் மாத்தி ஆள் மாத்தி அந்த டிரஸ் பெட்டியை கொண்டு போவாங்களாம்.

ஆயிரத்து தொள்ளாயிரத்து தொண்ணூத்தாறு சனவரி மாசம் இருபத்தஞ்சாம் தேதி தான் எங்கப்பா பெருமாள் நைட்டு ரெண்டு மணிக்கு மாரடைப்புல எறந்துட்டாரு காலையில எங்க பகுதியில இருக்கிற ஆட்டக் கலைஞர்களும், மேளக் கலைஞர்களும் பல்வேறு மாவட்டத்தில உள்ள கலைஞர்களும் வந்து இறுதி சடங்குல கலந்துட்டாக வந்திருந்த கலைஞர்கள் எங்கப்பா பத்திப் பாட்டு பாடுனாக அவருடைய வரலாற பாடுனாக தாய்க்குத் தலமகன் தகப்பனுக்கு இளைய மகன்னு சொல்லுவாக அதனால எங்கப்பா எறந்ததுக்கு நான் தான கடசி பய்யன் நான்தான் மொட்ட போடனும் ஆனா மொட்ட போட்டா பொம்பள வேசத்துக்கு பாதிக்கும்ன்னு எங்கண்ணா மகாலிங்கம் மொட்ட போட்டாரு எங்கப்பா இல்லாத வூடு பாழடைஞ்ச கிணறு மாதிரி இருந்துச்சு.

எங்க அப்பா பொம்பள வேசம் கட்டி ஆடும்போது முகத்துக்கு சிகினா போடுவாக அந்த சிகினாவ கடையில வாங்க மாட்டாங்களாம் அதனால கிணறு வெட்டிப் போட்ட மண்ணுகள்ல இந்த காக்காப் பொட்டு கல்லு கெடைக்குமாம் அந்த காக்காப் பொட்டு வெயிலுக்க தகதகன்னு மின்னுமாம் அத எங்கப்பா அந்த கல்லை எடுத்து வந்து வூட்டுல உரல்லப் போட்டு இடிச்சு

அத சலிச்சு வெள்ளைத் துணியில காதி துணியில பொட்டலமா போட்டு கட்டி வச்சிருவாரு முகத்துல பவுடர் பூசனதுக்கப்புறம் கட்டி வச்ச அந்த சிகினாப் பொட்டலத்தை முகத்துல போட்டு ரெண்டு தட்டுத் தட்டுவாங்களாம் முகமெல்லாம் சிகினாவா மின்னுமாம் இப்படித் தான் அந்தக் காலத்துல சிகினாவுக்குப் பதிலா காக்காப் பொட்டை கையாண்டாங்க

எங்கப்பாவும் அவரோட நண்பரு முதல்ல குறவன் குறத்தி ஆட்டத்த ஆடி வந்தாங்களாம்.

ஆயிரத்தி தொள்ளாயிரத்தி நாற்பதுகள்ல எங்கப்பா ஆத்தாங் கரைப்பட்டி இராமநாதன் தாத்தா, மள்ளப்புரம் பரமன், திருமாணிக்கம் அழகர் தாத்தா, இவுகயெல்லாம் சொக்கலால் பீடி கம்பெனி, போயளை கம்பெனி, மங்கல்ரவு (அத்திப்பட்டி) சினிமாகொட்டகை இந்த மாதிரி விளம்பரத்துக்கு ஆடுவாங்களாம் செல நாள்ல தொழில்ல இல்லாம கறிக்கொழம்பு சாப்பாட்டுக்கு ஆட்டம் ஆடி வந்திருக்காக இப்படியெல்லாம் கஷ்டப்பட்டு வாழ்க்கையை நகர்த்திட்டு வந்தாரு.

இந்த ஆட்டத்தை ஆரம்பக் காலகட்டத்துல கோயிலுக்கு மட்டுந்தான் ஆடி வந்தாக அது கோயிலுக்கு நேர்த்திக்கடனா இருக்கலாம் இல்லையன்னா எங்காளுகதான் வூருக் கோயிலுக்கு மேளம் தாளம் வாசிப்பாக அந்தத் தொழில் அடிப்படையிலகூட இந்த ஆர்வம் வந்திருக்கலாம் இத கோயில் சடங்குக்கு மட்டும் தான் ஆடுவாங்களாம்.

குறவன் குறத்தி ஆட்டம்ன்னு இருந்துச்சு ஆனா சமீப காலத்துல குறவன் குறத்தி இந்த மாதிரியான வார்த்தையை பயன்படுத்தக் கூடாதுங்கிறதுக்காக ஏதாவது பொதுவான பேரை வைத்துக் கொள்ளலாம்ன்னு வந்ததுக்கு அப்புறமா குறவன் குறத்தி ஆட்டத்தை பேரை மாத்தி ராஜாராணி ஆட்டமா பேரு வந்துச்சுன்னு ஆட்டக்காரவுக சொன்னாக ஆனா என்னதான் பேரு மாத்துனாலும் ஆடியன்ஸ் குறவன் குறத்தி ஆட்டம்தான்ன்னு செல வூர்கள்ல எங்கள கூப்பிடுறாங்க.

இப்போ கிராமிய டான்ஸ்க்குள்ளேயே பல பிரிவாகிப் போச்சு சாதி இயக்கங்கள் தோன்றதுக்கு அப்புறமா அவக

அவக சாதிக்காரவுக ஆடக்கூடிய ஆட்களை மட்டும்தான் ஆடக் கூப்பிடுறாக.

எங்கப்பா ஆடுன காலகட்டத்துலயிருந்து பொம்பளை வேசம் கட்டி ஆடுவாரு அவருகூட ஆத்தாங்கரைப்பட்டி இராமநாதன் தாத்தா, திருமாணிக்கம் அழகர் தாத்தா, தாடையம்பட்டி நாகன் தாத்தா, உசிலம்பட்டி பகுதிகள்ல மொக்கையன் தாத்தா, இவுகளெல்லாம் எங்க அப்பா கூட ராஜபார்ட் வேசம் போட்டவுக இப்ப திருமாணிக்கம் அழகர் தாத்தா செக்காணூரணியில இருக்காரு அவரை ஒரு நா சந்திச்சு என்னங்க தாத்தா பென்சன் வாங்குறீங்களான்னு கேட்டேன் அதுக்கு நானும் ராஜாராணி ஆட்டத்துல அம்பது வருசமா ஆடியிருக்கேன் இப்ப என்னால நிக்க முடியல நைட்டு பத்து மணிக்கு மேக்கப் போட்டு நிண்டா காலையில ஏழு மணி வரைக்கும் ஆடிக்கிட்டே இருக்கணும் மான் போல துள்ளி குதிச்சிக்கிட்டே இருக்கனும் ஆனா எப்படியெல்லாம் ஆடுன காலு இப்ப என்னால அஞ்சு நிமிசம் கூட நின்னு பேச முடியல ஏதோ ஒரு நோய் இருக்குன்னு சொன்னாரு அவர தொட்டுப் பாத்து எனக்கு இந்த மாதிரி நோய் வருமான்னு நினைச்சு கவலைப்பட்டேன் அப்புறமா எனக்கு வயசு அறுபத்தி நாலு ஆகுது நானும் அஞ்சு ஆறு வருசம் பென்சனுக்கு எழுதி போட்டேன் தாசில்தாருக்கு பணம் கொடுத்தேன் வி.ஏ.ஓக்கு பணம் கொடுத்தேன் பென்சன் கெடைச்சதுக்கு அப்புறம் ஒரு நிம்மதியா அன்றாட வாழ்வுக்கு ஏதோ பொழுதை கழிச்சிடுவேன் ஆனா எல்லாத்துக்கும் வாக்கரிசி போட்டுக் கூட பென்சன் கெடக்கல ரெம்ப வருத்தப்பட்டு சொன்னாரு.

எங்கப்பா சீசன் இல்லாத நேரத்துல நாயனத்தை தண்ணி ஊத்தி அலசுவாரு அப்ப தென்னை கீத்த வச்சு நாயனத்துக்குள்ள விட்டு அலசுவாரு இப்படிப் பல தடவை அலசிட்டு தேங்காய் எண்ணெய்ய தேச்சு வச்சுருவாரு அப்படியே பளபளன்னு இருக்கும் அப்ப உள்ள சினிமாப் பாட்டுகள வாசிச்சு பார்ப்பாரு பல்லவிய வாசிச்சுடுவரு அனுபல்லவி தெரியலன்னா எங்கண்ண மூத்தவரு மகாலிங்கத்துகிட்ட கேட்பாரு அப்ப மூத்த அண்ணே பொம்பள வேசம் கட்டி ஆடுவாரு நல்லாவும் பாடுவாரு அப்ப புதுப்பாட்டெல்லாம் அண்ணேகிட்ட கேட்டு வாசிப்பாரு

அண்ணே பாட்டு வரிகள பாடிக்காட்டுவாரு ஏன்னா புதுப்பாட்டு பழகும்போது கடையில பாட்டுப் புத்தகம் வாங்கி ரேடியோவில பாட்டைக் கேட்டு அத பல தடவைக் கேட்டு மனப்பாடம் பண்ணித்தான் கூட்டத்தில ஆடும் போது பாடுவாரு ரெம்ப நா எங்கப்பா புதுப்பாட்டுகள வாசிச்சு பழகனுமின்னா மூத்த அண்ணேகிட்ட கேட்டு வாசிச்சு பழகுவாரு அப்பயெல்லாம் நான் ஆறாவது படிச்சிட்டு இருந்தேன் அப்புறம் ரெண்டு மூனு வருசம் கழிச்சு நானும் அண்ணே பாண்டியும் பொம்பள வேசம் போட ஆரம்பிச்சோம் எங்கம்மா இல்லயன்ன எங்க அக்கா எங்க மூனு பேத்து தலைமுடி நல்லா வளரனுங்கிறதுக்காக கடையில சீயக்காய், பாசிப்பயறு, எலுமிச்சம்பழம் தோல் இதயெல்லாம் சேத்து தண்ணியில ஊற வச்சு உரல்ல அரைச்சு குளிக்க கொடுப்பாக ஈறு, பேனும் பிடிச்சுன்னா அத வாரத்துல ஒரு நா ஈருவலி வச்சு ஈறு பேனும் உருவி விடுவாக.

4

எங்க வூட்ல மொத்தம் பத்து பேராம் அதுல நாலு பிள்ளைக பிறந்துடனே எறந்துடுச்சாம் இப்ப இருக்குறது ஆறு பேரு மூத்தது அக்கா சுந்தரம்மாள் ரெண்டாவது அண்ணன் மகாலிங்கம் மூணவாது அண்ணன் பிலாவடி நாலாவது அக்கா வள்ளி அஞ்சாவது அண்ணன் பாண்டி ஆறாவது நான் நான் எங்க அம்மா வகுத்தில கர்ப்பமாய் இருக்கும்போது தெருவுல இருக்கிறவுக சொன்னாங்களாம் - ஏ மாரி இவ்வுடே நிக்கு அஞ்சு பிண்டுளு உடுவேற மோசினுண்டேவு நீ மகுடு ஜில்லு ஆட்டங்கங்கு போத்தேதா வருமானம் தீத்த பெண்டி எல்ல பதுகு ஒட்ட போவு - அதனால எங்க அம்மா என்னை கர்ப்பத்தில கலைக்க கரிமருந்து சாப்பிட்டாங்களாம் அதனை மீறி பெறந்திட்டேனாம் அதனால நான் கருப்பாயிட்டனாம் எல்லாரும் எங்க வூட்ல நல்ல சிகப்புக் கலரு.

மொத ஆடிக்கு எங்க தெருவுல தடபுடலா இருக்கும் ஆடிக்கு மொத நாளே பன்னிக் கறி போடுறவரு தெருவில் வந்து பேரை எழுதிக்கிருவாரு வழக்கமா எங்க தெருவுல உலைப்பட்டியிலிருக்கிற பள்ளர்க குடும்ப அப்பச்சி பன்னிக் காலைக் கட்டி சைக்கிள்ல கொண்டு வருவாரு அப்ப வூரையே மெரட்டுறது மாதிரி உர் உர்ன்னு கத்திக்கிட்டிருக்கும் தெருவுக்கு கொண்டு வந்து போட்டுருவாரு அது நைட்லயெல்லாம் தெருவாக்கள தூங்க விடாம கத்தும் காலையில அஞ்சு மணிக்கு பன்னிய அறுத்து ஓலையில போட்டு வாட்டுவாக அப்புறம் செங்கல் எடுத்துத் தோலைச் சுரண்டுவாக அப்புறம் மஞ்சள் பொடியைப் போட்டுத் தடவுனா பச்சப்புள்ள உடம்பு மாதிரி இருக்கும் கூறு போடுவாக எங்க அண்ணன்தான் தூக்குச் சட்டியை எடுத்துட்டுப் போய் கறி எடுத்துட்டு வந்து எங்கப்பாகிட்ட கொடுப்பாரு எங்க அப்பா அத அறுத்துக்கிட்டே சின்ன

சின்ன கறியை வாயில போட்டு சாப்பிடுவாரு நான் அதையே பார்த்துக்கிட்டுருப்பேன் என் வாயில வச்சு திணிப்பாரு கடிச்சு சாப்பிடுவேன் தேங்காய் சில்லு மாதிரி இருக்கும்.

எங்க அம்மா பெறந்த வூரு சாப்டூரு எங்க வூருலயிருந்து சுமார் பத்து கிலோமீட்டர் இருக்கும் அப்ப சுதா பஸ்சுன்னு எழுமலையிலருந்து சாப்டூர் வழியா போகும் அத விட்டுட்டோ மின்னா சாயங்காலம் அதே பஸ் அஞ்சு மணிக்கு மதியம் ஒரு மணிக்கு கோகுலம் பஸ் வண்டப்புலி வழியா போகும் வண்டப்புலியிலருந்து சாப்டூருக்கு தெக்கமன்ன மூணு கிலோ மீட்டர் நடந்தே போகணும் அப்ப நான் மூணாவது படிச்சிக் கிட்டிருக்கேன் நான் கடைசி பய்யன் எங்கிறதுனால என்னை கூட வச்சிக்கிருவாக அம்மா கூட பெறந்தவக மொத்தம் ஆறு பேரு மூத்தவரு மாமா குச்சிப்பிரி (மாரியப்பா) ன்னு கூப்பிடுவாக ரெண்டாவது எங்க அம்மா மூணவாது மாமா கந்தன் நாலாவது மாமா காளியப்பன் அஞ்சாவது மாமா முருகன் ஆறாவது சித்தி லெட்சுமி, ஏழாவது மாமா ராமர் இப்படி எங்க வூட்ல இருந்த மாதிரி அங்கும் கஜகஜன்னு இருக்கும் அம்மாவைப் பெத்த அப்பா பேரு காளியப்பன், அம்மா பேரு மூக்கம்மா சாப்டூர்ல எங்க தாத்தா பூசாரி அருவாள்ல ஏறி ஆடுவாரு நாக்குல கற்பூரத்தைக் கொளுத்தி ஆடுவாரு அப்ப எங்க அம்மா அழுகும் கூட்டமெல்லாம் கை தட்டி விசில் அடிப்பாக பொம்பளைக கொலவை சத்தம் போடுவாக சாப்டூர்ல எங்கண்ணே மூத்தவரு மகாலிங்கம் இளையவரு பிலாவடி மூணாவது அண்ணே பாண்டி மூணு பேருமே இந்த தாத்தா வூட்ல நெறைய வருசக்கணக்கா இருந்தாக இங்க வூரு மாடு மேய்ச்சாக எங்க அம்மாவோட தாய்மாமாவும் வூரு மாடு மேய்ச்சாக நான் மட்டும் அப்ப அப்ப எங்க அப்பா அம்மா கூட வந்து போவேன்.

சூலப்புரத்திலிருந்து கோகுலம் பஸ்சுக்கு அம்மா, அப்பா, நானும் மூணு பேரும் போவோம் வண்டப்புலியில் எறங்கி, என்னைய எங்கப்பா தலையில தூக்கி வச்சிக்கிருவாரு அந்தக் கரிசக்காட்டுக்கு ரெண்டு பக்கமும் கருவேல முள்ளா இருக்கும் வெயிலு மண்டைய பொளக்கும் போற வழியில நாயக்கரு தோட்டத்துல வாய்க்கால்ல தண்ணி போய்க்கிட்டிருக்கும் அதுல

என்னைய குளிப்பாட்டி அப்பாவும் உடம்ப நனைச்சிக்கிட்டு, நனைஞ்ச துண்டை என் மேல போட்டுக்கிட்டு நடையைக் கட்டுவாரு.

பேரையூர் - சாப்டூர்ல நாயக்கரு, தேவரு, மணியாரு, அம்பட்டையர், செட்டியார், முஸ்லீம், பள்ளர், பறையர், சக்கிலியர்ன்னு எல்லா சாதிக்காரவுகளும் இருக்காக, ஆறுக்கு தெக்குட்டு மாந்தோப்பு, புளியந்தோப்பு அங்க அதிகமா இருக்கும் ஊருக்கு தெக்குட்டு ஈசான மூலையில சுந்தர மகாலிங்க கோயில் இருக்கு மழைக்காலத்துல அங்க பேயுற தண்ணி சக்கிலிய வூட்டுக்கு கெழக்கு பக்கமா இருக்கிற ஓடைய வழிய வந்து ஊருக்கு வடக்கிருக்கிற கண்மாயிக்கு போகும் ஓடையில ரெண்டு பக்கமும் புளிய மரமா இருக்கும்.

அம்மாவைப் பெத்த பாட்டி நாங்க போயிட்ட ஊருக்குள்ள போயி தோசை, இட்லியின்னு வாங்கிட்டு வரும் எங்க வூட்ல தான் வறுமை என்ற கொடுமையின்னா எங்க பாட்டி வூட்லயும் வறுமை கொடுமை கொடுமையின்னு கோயிலுக்குப் போனா அங்க ரெண்டு கொடுமை தண்டமானம் போட்டுச்சாம்.

நானும் மாப்ள கருப்பசாமியும் வூருக்கு தெக்கிட்டு ஜமீன் வூட்டு பக்கம் போவோம் கேட்டிலிருந்து நின்டு அரண்மனையைப் பார்ப்போம் உள்ள குதிரை வண்டி, கட்ட வண்டி உள்ள கிடக்கும் பத்து காவலாளிக வேலை பார்த்துக்கிட்டிருப்பாக குதிரைக ஒரு பக்கம் கட்டிக் கிடக்கும் உள்ள நந்தவனச் சோல மாதிரி இருக்கும் அதுக்கப்புறம் தெக்கே அழகாபுரி வூருக்கு பக்கம் போவோம் ரோட்டு நெடுக புளியமரம் நாங்க கல்லெடுத்து புளியங்காயை எறிஞ்சு விழ வச்சு எடுத்து தின்னுக்கிட்டே அழகாபுரி பக்கம் போவோம் அரண்மனையில ரெம்பப் பேரு சக்கிலியர்கள் தோட்டத்து வேலை செய்றது, மாடு மேய்க்கிறது.

அரண்மனையில ரெண்டு மாடு செத்துப் போச்சு அத எங்க தாத்தாதான் தெரு ஆட்களோடு சேர்ந்து தெருவுக்கு தூக்கிட்டு வந்து உறிச்சாக எலும்புகளை வெட்டுறதுக்கு தாத்தா வூட்ல இருக்கிற கதவை மாப்ளயும் நானும் தூக்கிட்டுப் போனோம் அதுல தான் எலும்புகளை வச்சி வெட்டினாரு வூடு தவறாம கூறு

போட்டு முடிச்சதுக்கு அப்புறம் இந்த கதவை எடுத்து கண்மா கலுங்குத் தண்ணியில அலசிட்டு வாங்கடான்னாரு மாப்ளயும் நானும் கதவை தூக்கிட்டுப் போய் கலுங்குத் தண்ணியில அலசப் போனோம் அந்த கலுங்குல சரியான ஆழமா இருந்திச்சு கதவைப் போட்டோம் அது உள்ளே போயிருச்சு எங்களுக்குன்னா பயமா போச்சு வூட்ல வந்து தாத்தாகிட்ட சொன்னோம் எங்கள அடிச்சு வாங்கடா அந்த கதவைப் போட்ட எடத்தக் காட்டச் சொன்னாரு அப்புறம் எங்க மாமாமாருக சேர்ந்து கதவைத் தூக்கினாக.

சாப்டூர்ல சினிமா கொட்டகை இருக்கு பகலெல்லாம் சினிமா ஓடாது நைட்டு மட்டும் தான் சினிமா ஓடும் ஒரு நாளைக்கு ரெண்டு ஷோதான் நானு எங்க அப்பாவோட வரும்போதெல்லாம் தாத்தாவோட படம் பார்க்குறது வழக்கம் நாங்க தாத்தா வூட்டுக்கு விருந்தாடியா போனா கேப்ப களியோட, காயவச்ச மாட்டுக்கறி கொழம்பு கொடுப்பாரு எங்க தாத்தா முத சோவுக்கு போக மாட்டோம் படம் போடறதுக்கு முன்னாடி ரேடியோ படிக்கும் ரேடியோ ஆப் ஆயிருச்சின்னா படம் போட்டாகன்னு தெரிஞ்சிக்கிடுவோம் செகண்ட் சோவுக்கு ரேடியோ பாடும் அப்பத்தான் நாங்க சினிமாவுக்குப் போவோம் அப்பெல்லாம் டிக்கெட் 50 பைசா தான் உள்ள மணல் தரை, பெஞ்சுக்கு 75 பைசா நாங்க வழக்கமா மணல் தரையில் உக்காருவோம் கால் நீட்டிப் படுத்துக்கிட்டு பார்ப்போம் சில பெரியாளுக தலைக்கு மணலை ஒண்ணாச் சேத்து அதுக்கு மேல துண்டைப் போட்டுப் பார்ப்பாக.

சக்கிலிய வூடு நுழையுற எடத்துலதான் முஸ்லீம் வீடுக இருக்கு. அங்கனெயே அல்லாக் கோயில் இருக்கு காலையில அஞ்சு மணிக்கெல்லாம் அல்லா அக்பர் பாடத் தொடங்கிடுவாங்க ஒரு சில நாள்ல இந்த பாட்டை நைட்ல கேட்கும்போது எங்க அம்மாவை கட்டிப்புடிச்சு தூங்கிடுவேன் அழுகிற மாதிரியே கேட்கும் பக்கத்துல ஓடையில இருக்கிற புளியமரத்திலிருந்து காலை நேரத்துல பறவக சத்தம் அதிகமா கேட்கும் பிறகு கொஞ்ச நேரம் கழிச்சு கமல சத்தம் கிச்சடி கிச்சடி கிச்சடியின்னு சவுண்டு கேட்கும்.

எங்க வூருல தேவரு ஒருத்தரு எறந்துட்டாரு அங்க எங்கண்ண மகாலிங்கம், பெண்வேடம் ரெண்டாவது அண்ணன் பிலாவடி கோமாளி வேசம் பெரியப்பா மகன் அண்ணன் காளியப்பன் பெண் வேசம் ஆத்தாங்கரைப்பட்டியிலருந்து மாமா ராமர் ராஜபார்ட் உத்தப்புரத்திலிருந்து மாமா அய்யப்பன் ராஜபார்ட் இவுக ராஜா ராணி வேசம் போட்டு தேவமாரு தெருவுல ஆடிக்கிட்டு இருந்தாக இந்த ஆட்டத்துக்கு பக்க மேளமா எங்க அப்பா நாதஸ்வரம், தவில் மாமா பாண்டி, மாமா பிச்சை, உருமிக்கு சித்தப்பா, பம்பைக்கு பழனி, சித்தப்பா மாரியப்பன் இவகளெல்லாம் இந்த ஆட்டத்துக்கு நையாண்டி மேளம் வாசிச்சிக்கிட்டு இருந்தாக நானும், எங்க தெருவு பசங்களோடு பள்ளிக்கூட மதிய டைத்தில ஆட்டம் பாக்க போனோம் அவங்க ஆடுற எடத்துல அந்த பாட்டு இந்த பாட்டு பாடுறான்னு ஒரே கரச்சலா இருந்தது ஆட்டக்காரக, மேளக்காரக சாப்பிடறதுக்குப் போனாக நானும் பசங்களும் அவுக கூட போயி மாட்டுக் கொட்டத்துல சாப்பாடு போட்டாக ஒரு பக்கம் குப்பையைக் கூட்டியும் கூட்டாமலும் கிடந்தது ஒரு பக்கம் சாணியா கிடந்தது மோத்திர வாட கப்புன்னு அடிக்குது அங்க தான் அவுகளுக்கு சாப்பாடு போட்டாக நானும் பசங்களும் அங்க தான் சாப்பிட்டு கொஞ்ச நேரம் ஆட்டம் பார்த்துட்டு மதியம் ரெண்டு மணிக்கு மேல பள்ளிக்கூடத்துக்கு வந்திட்டோம் அப்ப நான் அஞ்சாவது படிச்சிக்கிட்டு இருக்கேன்.

மூணாவது அண்ணே பாண்டிக்கு இடுப்புக்கு கீழ வலது காலுல தொடையில ஆப்பரேசன் பண்ணினாக இன்னும் அந்த தழும்பு இருக்கு இப்படி ஒவ்வொரு ஆளுக்கும் மாறி மாறி பிரச்சனைக்கு மேல் பிரச்சனை வந்தது இந்த சூழ்நிலையில எங்க அக்கா வள்ளியை சாப்டூர்ல கட்டிக் கொடுத்தோம் அவுக குடும்பத்துல பிரச்சனைன்னு சொல்லி சாப்பாடுல பீங்கான அரைச்சு குடிச்சிருச்சு அத தூக்கிட்டுவந்து எழுமலை ஆஸ்பத்திரியில பாத்து காப்பாத்துனாரு அப்பா ஊருல கடன் மேல கடன் வாங்கி இத்தனை பிரச்சனைக்குத் தீர்வு கண்டாரு எங்கப்பா ஆட்டத்துக்குப் போன சம்பளத்தை சரியா சாப்பிடாம கொள்ளாம கடன் வாங்கினவருகிட்ட கொடுப்பாரு அதனால எங்கப்பாவுக்கு தெருவுல நல்ல பேரு மரியாதை இருந்து

கிட்டுயிருக்கு எங்கப்பா எறந்ததுக்கு அப்புறமா மூத்த அண்ணன் மகாலிங்கம் தான் குடும்பப் பொறுப்பை கவனிச்சுக் கிட்டு வந்தாரு.

ஆயிரத்து தொள்ளாயிரத்து தொண்ணூத்தி ஏழில் விருதுநகர் மாவட்டம் கிருஷ்ணன் கோயில் பக்கத்துல கூனம்பட்டிக்கு பள்ளத் தெருவுக்கு ஆடப் போனோம் அப்ப இப்ப இருக்கிற மாதிரி பஸ் கெடையாது நாங்க போயிருந்தப்ப கிருஷ்ண கோயில்ல எறங்கி டீ சாப்பிட்டோம் அங்ஙன ரோட்டுக்கு மேக்கு பக்கமா நாயக்கரு சைக்கிள் கடை வச்சிருக்காரு நாங்க வெளியிடத்துக்கு ஆட்டத்துக்கு போயிட்டு வந்தா அந்த கடைக்கு முன்னாடி தூங்குவோம் அப்பெல்லாம் இப்ப இருக்கிற ஆள் புழக்கம் இல்ல அங்க தூங்கிட்டு நாயக்கரு கடையில ஆளுக்கொரு சைக்கிள எடுத்துக்கிட்டு அவுக அவுக பேக்குகளை சைக்கிள்ல வச்சிக்கிட்டு கிருஷ்ணன் கோயிலுக்கு கெழக்கே ரோட்டு வழியா இருட்டுல போனோம் கண்ணு மூக்கு தெரியல வேற வூரு போயி சேர்ந்து, அங்க இல்லன்னு சொல்லிட்டாக அங்ஙன இருக்கிற ஆளுககிட்ட வூரைக்கேட்டு கூனம்பட்டிக்கு போய் சேர்ந்தோம் ஆடி முடிச்சிட்டு சைக்கிள் எடுத்துட்டு கிருஷ்ண கோயில்ல விட்டுட்டு பஸ் ஏறி வூருக்கு வந்தோம்.

எங்கப்பா தாத்தாகிட்டேயிருந்து கத்துக்கிட்ட ஆட்டத்தை எனது மூத்த அண்ணன் மகாலிங்கம், இளைய அண்ணன் பிலாவிடியனுக்குக் கத்துக் கொடுத்தாரு மூத்த அண்ணன் மகாலிங்கம் பெண் வேடமாக ஆடினார் இவருக்கு தலைமுடியை சீர் படுத்துவது, பேனை உருவி விடுவது, தலைமுடிக்கு சீயக்காயை அரைச்சு குளிப்பாட்டி விடுறது எங்க அம்மாவும் அப்பாவும்தான் தலையில் வெள்ளைக் கலரு துண்டுகட்டி தலைமுடியை மறைச்சிக்கிடுவாங்க பெண் வேடத்துல அசல் பொம்பள மாதிரியே இருப்பாராம் நிறைய இளந்தாரிகளெல்லாம் எங்க அண்ணனைப் பார்த்து சைட் அடிப்பாங்களாம்.

அதே மாதிரிதான் சின்ன அண்ணன் பிலாவடியன் கோமாளி வேடம் போட்டார் ஒரு முறை அத்திப்பட்டி மாரியம்மன் கோவில் திருவிழாவில் தனி திறமையைக் காட்டணும்ங்கிறதுக்காக

தலையில் கொஞ்சம் போல் முடியை விட்டு மொட்டையடித்து அசத்தி காட்டினராம்.

கிட்டதட்ட 10 ஆண்டுகளாக ஆடினாக அப்புறமாக அந்தக் கலையை எனக்கும், என் அண்ணன் பாண்டிக்கும் கத்துக் கொடுத்தாங்க நாங்க ரெண்டு பேரும் பெண் வேடமா போட்டோம் ஊருக்குள்ள எங்களைப் பார்த்து குடும்பத்தைப் பார்த்து கேலியாக பேசினாங்க ஒரு குடும்பமே ஆடுது, இவங்க என்ன படிச்சு என்ன கிழிக்க போறாங்கன்னு எங்களைப் பார்த்து மனசு நோகும்படி பேசுனாங்க நாமெல்லாம் தெருவில ஆடுறதனாலதான் நம்மையெல்லாம் கேலிக்கூத்தா பார்க்கிறாங்க.

5

எங்க வூட்ல அப்பாவுக்கும் மொத மாதிரி ஆட்டம் இல்லாம போச்சு மேச்சாதி ஆளுக கிட்டதான் கடன் வாங்கி என்னையும் எங்க அண்ணன் பாண்டியையும் படிக்க வச்சாரு அப்ப அவன் எட்டாவது எழுமல ஸ்கூல்ல படிச்சான் வூட்ல வறுமை தல விரிச்சாடிச்சு அதனால நானும், அண்ணனும் ஆட்டத்துக்கு ஆடப் பழகினோம் ரெண்டு பேருமே சின்ன வயசுல நல்லா பாடுவோம் ரெண்டு பேரு முகமும் முத்தாலம்மன்னை செஞ்ச செல மாதிரின்னு வூருக்குள்ள பேசிக்கிருவாக ஆயிரத்து தொள்ளாயிரத்து தொண்ணூத்தி ரெண்டு எங்கப்பாகிட்ட ஆட்டம் பழகினோம்.

சாயங்காலம் ஆனா எட்டு ஒன்பது மணிக்கு மேல வூட்டுக்கு கெழக்க இருக்கிற கருப்பாயி தோட்டத்துல ஆட்டம் பழகினோம் அப்ப ஆடுற எடத்துல மட்டும் முள்ளு இல்லாம செதுக்கிவுட்டு களமாக்கிட்டு காலையில ஸ்கூலுக்கு போவோம் ஒன்பது மணிக்கு மேலே நானும் அண்ணே வாசி, கோணய்யன்னு நாலு பேர் ஆட்டம் பழகினோம் மொத நாள்ல பாட்டு கீட்டு பாடச் சொல்வாரு நல்லா கத்தச் சொல்வாரு எது வரைக்கு கத்திப்பாட முடியுமோ அது வரைக்கும் கத்தி பாடுறானு சொல்வாரு அப்புறம் நாளாக ஆட்டம், கதை, அப்புறம் ஒரு நடிகன் எப்படி கூட்டத்தில் பேசணும் அடவு முறைகளை எடுத்து வைக்கணும் இப்ப ராஜா பாட்டுன்னா ஆடும்போது கை நீட்டி பேசும்போது ஒரு ராஜாவுக்குண்டான தோரணை, பாவனை நடிப்பு இருக்கணும்ன்னு சொல்லிக் கொடுப்பாரு.

நான் பொம்பள வேசம், அண்ணே பாண்டி பொம்பள வேசம், வாசி ராஜபார்ட், கோணய்யன் கோமாளி ஆளுக மூஞ்சியைப் பார்த்து செலக்ட் பண்ணினாரு பொம்பள வேசம் போடுறவுக முடி வளர்க்கணும்னு சொன்னாரு அதிலிருந்து நானும், அண்ணனும் பொம்பள வேசம் போடுறவுக முடி வெட்டவேயில்லை ஸ்கூலுக்குப் போனேன் சுந்தரபாண்டி கெட் மாஸ்டர் எங்க வகுப்புல ஒரு தடவை ஏன் இவ்வளவு முடியை வளர்க்கிறீன்னு கேட்டாரு அதுக்கு நான் ஆட்டம் பழகுறேன் எங்கண்ண ஆட்டம் ஆடுறாக அப்பா ஆடுவாருன்னு சொன்னேன் சரி நல்லாப் பண்ணுங்கன்னாரு அத கேட்ட பக்கத்துல இருந்த பிள்ளைக அடுத்த நாள் என்கிட்ட சரியா பேசலை.

செல நாள் எங்கப்பா நாயனத்துக்குப் போயிடுவாரு அப்போ காலையில ஸ்கூலுக்கு போயிட்டு சாயங்காலம் அஞ்சரைக்கு வூட்டுக்கு வருவோம் எங்கம்மா களம் பெடைக்க போயிருவாக நைட்டு ஒன்பதரைக்கு வருவாக வூட்ல சாப்பாடு நாங்க காய்ச்சி வைப்போம் கொழம்பு எங்க அம்மாவுக வந்து தான் வைப்பாக சாயங்காலம் ஆறு மணிக்கு வூரிலிருந்து செல்லாயிபுரம் காட்டு வழியா சுப்பிரமணி கோயில் வழியா ஆத்தங்கரைப்பட்டிக்கு வந்து ராமநாதன் வாத்தியார்கிட்ட ஆட்டம் பழகுவோம் செல்லாயிபுரத்துக்கு வடக்குட்டு வெறும் சோளக்காடு தான் இருக்கும் லைட்டா இருட்டிரும் வரப்பு பாதை தெரியாது நாலு பக்கம் எற எடுக்கப் போன பறவ சவுண்டு கீச்கீச்சின்னு இருக்கும் வரப்புல பாம்பு இருந்தா தெரியாது சோளக்காட்டுக்குள்ளதான் அந்த வூருக்கு போற பாதை அந்த வழியா வந்து எழுமலையிலயிருந்து இராமநாதபுரத்துக்கு போற ரோட்டுல ஜாயிண்டாகி ஆத்தாங்கரைப்பட்டிக்கு வந்து சேருவோம் ரெம்ப இருட்டிரும் ராமநாதன் வாத்தியார் எங்கப்பா பொம்பளை வேசம் திருமாணிக்கம் அழகர் தாத்தா இவுகல்லாம் ஒரு செட் அந்த காலத்துல ஒரு கலக்கு கலக்குன ஆளுக இப்படித்தான் ராமநாதன் வாத்தியார் வண்டாரி பக்கம் ஆட்டத்துக்கு போயிருந்தாரு அப்ப நல்ல பருவம் தேர் தூக்கி ஆடி வரும் போது வேட்டு போடுவாக இவர் கையில பட்டு கையில இருக்கிற நரம்பெல்லாம் அத்துப் போச்சு அதிலிருந்து ஆட்டத்துக்கு போக முடியாம வூட்ல இருந்துட்டாரு நானும்,

பாண்டி அண்ணே வாசிமலை கோணய்யன் (முனியாண்டி) நாங்க நாலு பேரும் எங்க அப்பா வேலைக்கு போன நேரத்துல இவர்கிட்டதான் பழகுவோம்.

ஆத்தாங்கரைப்பட்டியில பள்ளர்க வூடு அதிகம் கொஞ்ச சக்கிலிய வூடு இருக்கு இங்க பள்ளர்க மேச்சாதி மாதிரி அவுக குழாயில சக்கிலிய ஆளுகல தண்ணி பிடிக்க விடமாட்டாக வூருக்கு கெழக்க நாயக்கருக இருக்காக அந்த வூருக்கு பேரு சுப்புலாபுரம்.

வாத்தியார் வூட்டுக்கு முன்னாடி நைட்டு பத்து மணியிலிருந்து பன்னண்டு மணி வரைக்கு ஆட்ட ஒத்திகை பார்ப்போம் அப்புறம் நைட்டுல தூங்கிட்டுக் காலையில ஆறு மணிக்குப் பெறப்பட்டு சூலப்புரத்துக்கு வந்து ஸ்கூலுக்குப் போவோம்.

ஆத்தாங்கரைப்பட்டியில ஆட்டம் பழகுற போது செல நாள்ல எட்டு எட்ரைக்கு ஆடத் துவங்கிடுவோம் ராஜபார்ட் கோமாளி, ரெண்டு பெண் வேசம் எதிர எதிர நிண்டு அவர்களது பாணியில நிண்டுக்கிட்டுருப்போம் அங்க அந்த தெருவுல அத்தவுக அதிகம் இப்படித்தான் ஒரு நாள் ஒத்திகை பார்க்கும்போது.

கோமாளி : ஏம்மா பாப்பம்மா ஏம்மா பாப்பம்மா

பெண்வேசம் : யோவ் என்னத்தையா பாப்பமா, பாப்பமான்னு சொல்ற

கோமாளி : ஊரைப் பாரு, உலகத்தைப் பாரு, நாட்டைப் பாரு, நகரத்தைப் பாரு

அப்ப கோமாளி வேசம் போட்டவ சத்தமா பேசாம மெதுவா பேசினான் அப்ப வாத்தியாரு டேய் கோமாளி இங்க வாடா கோமாளி வேசம் போட்டா துருதுருன்னு இருக்கணும் அதனால ஒரைச்சு நல்லா சவுண்டா பேசனும்ன்ட்டு சொல்லிட்டு உட்கார்ந்துட்டாரு மீண்டும் மேல சொன்ன வசனம் வரும்போது

அப்ப பொம்பள வேசக்காரங்க நாட்டைப் பாரு நகரத்தைப் பாருன்னு பொம்பள மாதிரி கை மேல கைவெச்சு ஒவ்வொரு வசனத்துக்கும் ஒரு அடி கையில அடிச்சு பேசணும் அடுத்த வசனம் கோமாளி பேசணும் நல்ல சவுண்ட்டா பேசணும்கிறதுக்காக

பேச வேண்டிய வசனத்தை விட்டுப்புட்டு யே நொக்கா, நோத்தான்னு வாய்க்கு வந்த படியே பேசினான் வாத்தியார் டே டே ன்னு நிறுத்துடான்னு சொன்னாரு அப்ப வேடிக்க பார்த்த அத்தவுக, பள்ளவீட்டு பொம்பளைக வாயில துணிய வச்சிக்கிட்டு எந்திரிச்சுட்டாக அப்புறம் வாத்தியார் அவனை சத்தம் போட்டாக நாங்களும் கேட்டோம் ஏண்டா இப்படி பேசினேன்னு வாத்தியாரு சவுண்டா பேசச் சொன்னாரு, சவுண்டா பேசணும்ங்கிறதுக்காக பேச வேண்டிய வசனத்தை விட்டுப் புட்டு இப்படி பேசிட்டியே அப்புறம் என்ன நாங்களும் ஒத்திகை முடிச்சிட்டு அவரு வூட்ல படுத்திட்டோம் காலையில எந்திரிச்சு வூருக்கு புறப்படும் நேரத்துல அத்தைவுக - ஏ தம்புடு ஏமியா நைட்டுன அசிங்கா திட்டித்திரி - ன்னு கேட்டாக நாங்க நாலுபேரும் காது கேட்காத மாதிரி நடந்துக்கிட்டு வூருக்கு புறப்பட்டோம் இப்படியே செல மாசம் ஆச்சு.

அரங்கேற்றம் பண்றதுக்கு ஒரு மாசம் முன்கூட்டியே எங்க வூரு நாயக்கருக்கிட்ட கடன் வாங்கினாரு எங்கப்பா அந்த பணத்த ஆட்ட டிரெஸ் எடுத்து எழுமலை புல்லுக்கடைத் தெருவுல பாலு டெய்லர் கடையில கொடுத்து தைக்க கொடுத்தாரு கூட நானும், பாண்டி, வாசி, கோணய்யன் நாலு பேரும் போயிருந்தோம் நேரா ஆசாரிகிட்ட போயி நாலு பேரும் காது குத்திட்டு சிதம்பரம் தியேட்டர்ல படம் பார்த்துட்டு, கண்மா வழியா நடந்து வூட்டுக்கு வந்தோம் ரெண்டு நாள் கழிச்சு ஜாக்கெட், பாவாடை, பாடி, குண்டிச்சட்டி எல்லாத்தையும் கடையிலிருந்து வாங்கி பாட்டி குப்பாயி கருமாதிக்கு ஆடினோம் முதமுதல்ல ஆடப்போறோம்னு ஒரு சந்தோஷம் இருந்தாலும் ஒரு பக்கம் காலு கையி எல்லாம் பதட்டமா இருந்தது அப்ப மேக்கப் எங்க வூட்ல போட்டோம் அந்த நேரத்துல ராஜபார்ட் டிரஸ்சுக்கு மதுரை வீரன், எம்.ஜி.ஆர் போட்ட சட்டை மாதிரி போடுவாக இப்பயும் ராஜா ராணி ஆட்டத்துல ராஜா வேசம் போடுறவரு மதுரைவீரன் டிரெஸ் மாதிரியே போடுவாரு வாசியொ ன் ராஜா வேசம் மேக்கப்பை போட்டிட்டு அடுத்ததா டாக்னிசு போடனும் ஆனா எழுமலை ஜவுளிக்கடையிலிருந்து டாக்னிசு வாங்க மறந்துட்டாக அந்த நேரத்துல எங்கப்பா நாயனம் வாசிக்கப் போகும் போது வெள்ளைக்கலர் வேஷ்டி முழுக்கை சட்டை போட்டுக்கிட்டு

நாயனம் வாசிக்கப் போவாரு வூட்டுக்குள்ள இருந்த முழுக்கைச் சட்டையை எடுத்துக் கை மாட்டுறது மட்டுமே கிழிச்சு ரெண்டு காலுல மாட்டிவிட்டாரு அதே போல் அவனும் மாட்டிட்டான் அதுக்கு மேல கால் டவுசரை போட்டு கால்ல மணிச்சலங்கை கால் பாதத்திலிருந்து கொஞ்ச மேல வரைக்கும் சாக்ஸ் போட்டு சலங்கை கட்டுனதுல முழுக்கை சட்டை போட்டது மாதிரி தெரியல கருமாதிக்கு வத்ராப் கவணம்பட்டி ஆளுக மாமாமார்க வந்து அஞ்சு பத்து அன்பளிப்பு கொடுத்தாக முதமுதல் ஆடும் போது எங்கப்பா, தாத்தா இராமநாதன், அண்ணன் மகாலிங்கம், பிலாவடிகிட்ட காலுக்கு விழுந்து ஆசிர்வாதம் வாங்கினதுக்கு அப்புறமா ஆடக்கூடிய எடத்துக்கு போயி ஆடத் துவங்கினோம் கால், கையெல்லாம் நடுங்கிச்சு செல நேரத்துல சொல்லிக் கொடுத்த வசனங்களெல்லாம் உளற ஆரம்பிடுச்சு அதை மாமாவுக காலையில சொல்லிச் சொல்லி சிரிச்சாக.

அந்த நேரத்துல எங்கண்ண செட்டு ஆத்தாங்கரைப்பட்டி பவுனு இந்த ரெண்டு செட்டு தான் இருந்துச்சு மூணாவது நாங்க புதுசா செட் உருவாக்கினோம்.

இப்படியே ஆறு மாசமா வேலை இல்லாம இருந்தோம் பள்ளிக்கூடத்துக்கு போக முடியல்ல அரையாண்டு பரீட்சை எழுதிட்டு எங்களுக்கு வேற வழியும் தெரியலை நாங்க வூட்ல இருக்கும் போது அப்ப உள்ள திரையிசைப் பாடல்களை ரேடியோவுல கேட்டு கேட்டு பாடிப் பழகுவோம் பெருமாள் கரட்டு பக்கமா போயி உரக்கப் பாடிக் கத்துவோம் சுதிமதி தெரியலயண்ணா எங்கப்பா அண்ணன் கிட்ட கேட்டு தெரிஞ்சிக்கிடுவோம் அப்பதான் இந்த பாட்டு ரிலீஸ் வானமே எல்லை என்ற திரைப்படத்துல,

> கம்பங் காடு கம்பங் காடு
>
> காளை யிருக்கு பசியோடு
>
> ஓடி வந்து உறவாடு
>
> ....
>
> அழுக்கு தீர்ந்திட குளிப்பாயா
>
> ஆசை தீர்ந்திட அணைப்பாயா

தர்மதுரை என்ற திரைப்படத்துல இந்தப் பாட்டு

சந்தைக்கு வந்த கிளி

ஜாடை சொல்லி பேசுதடி

முத்தம்மா முத்தம்மா

இந்த படத்து பாட்டுகளெல்லாம் ஆண் பாடக்கூடிய வரிகளை ராஜா வேசம் போடுறவரு பாட பெண் பாடக் கூடிய வரிகளை நாங்க பாடுவோம் பாடி வச்ச பாட்டுகள ஒரு நாளைக்கு மொத்தமா தவில்காரரை வச்சு பாடுவோம் தாளம், கீளம் விடாம பாடுறோமான்னு பாடி ஒத்திகை பார்ப்போம்.

அப்புறம் முத முதல்ல பொங்கலுக்கு போன வூரு வத்ராப் பக்கம் கவணம்பட்டி எங்க ஆளுக்கு ஆடப் போனோம் மூணாவது வூரு கூ.கல்லுப்பட்டிக்கு பக்கம் கொல்லவீரன்பட்டி தேவமார்க்கு போனோம் அப்ப ஆட்டத்துக்கு மட்டும் ரூ750 பேசினார் வாத்தியாரு கொல்லவீரன்பட்டி ஊருல முழுக்க தேவமாரு ஆளுக சக்கிலிய வூடுக விருதுநகர் போற ரோட்டுல தெக்குப் பக்கமா பத்து வீடு இருக்கு தேவமாரு ஒரு ஆள் இறந்துட்டாரு அதுக்கு நைட்டுல மட்டும் ஆடினோம் அப்ப கோமாளி தெளிவான ஆளு வேணுங்கிறதுக்கு என்னுடைய மூத்த அண்ணன் பிலாவடி கோமாளிக்கு வேசம் போட்டாரு அன்னைக்கு லைட்டா சாரல் வேற பெஞ்சிச்சு தூங்காம இருப்பதற்கு ரெண்டு, மூணு வாட்டி கடுங்காப்பி கொடுத்தாக அப்பெல்லாம் மிலிட்டரி கதை வைப்போம் அந்த கதை தான் நிகழ்த்திக்கிட்டு இருந்தோம் அப்ப நான் கோமாளி வேசத்தைப் பார்த்து ஏ மச்சான் ஒங்க அண்ணன் அண்ணிக நீங்க மிலிட்டரிக்கு போயிட்டீங்க எனக்கு செலவுக்கு காசு இல்லாம குழந்தைக்கு கூட பாலு வாங்கி தர முடியாம இருந்தப்போ அவுக யாருமே கவனிக்லையா எனக்கு ரெம்ப வேதனையாயிருச்சு

இந்த வசனம் பேசும் போது சில எடத்துல உண்மையில ஒரு குடும்பத்துல இந்த சூழ்நிலை நடந்துச்சுன்னா எப்படி இருக்குமோ அப்படி பேசணும் ஆனா நான்தான் அப்படி பேசலை ஏதோ டூர் போறது மாதிரி பேசினேன் எங்கண்ணா கோமாளி அவருடைய

வசனத்தை பேசி முடிச்சிட்டு அப்புறம் ராஜாபார்ட்டுக்காரக அந்த ஸ்ட்சுவேசனுக்கு ஏற்றவாறு பாட்டு

முத்துக்கு முத்தாக சொத்துக்கு சொத்தாக
அண்ணன் தம்பி பெறந்து வந்தோம்
கண்ணுக்கு கண்ணாக
அன்பாலே பெறந்து வந்தோம்
கண்ணுக்கு கண்ணாக

அப்படின்னு பாட்டு போட்டுக்கிட்டிருந்தாக அப்ப எங் கண்ணா என்னைய வஞ்சாரு எனக்கு கண்ணீர் வந்திருச்சு அப்புறம் வேசத்தை முடிச்சிட்டு காலையில பஸ் ஏறும்போது வாத்தியாரு ஏன் நைட்டு ஒரு மாதிரி பேசினியே ஏன் என்ன ஆச்சு உனக்கு இப்படியெல்லாம் பேசக் கூடாதுன்னு சொன்னாரு வராத வசனத்தை காட்டுப்பக்கம் பேசிப் பேசிப் பார்ப்பேன் மீண்டும் மறுநாள் நிகழ்ச்சியை நல்லா பேசணும் நல்லா ஆடணும் மனசுக்குள்ளே நினைச்சு பண்ணுவேன்.

இப்படித் தான் ஆயிரத்து தொள்ளாயிரத்து தொண்ணூற்று நாலு தொண்ணூத்தைஞ்சு விருதுநகர் மாவட்டம் ஸ்ரீவில்லிபுத்தூர் தாலூகா ராஜபாளையத்துக்கு போற ரோட்டுல வன்னியம்பட்டி ஊரு இருக்கு அந்த ஊருக்கு பள்ளர் தெருவுக்கு ஆட்டத்துக்கு பேசியிருந்தார் வாத்தியார் முதல் நாள் நைட்டு ஸ்ரீவில்லிபுத்தூர் பக்கத்து ஊருல நிகழ்ச்சிய முடிச்சிட்டு, காலையில வன்னியம்பட்டி விலக்குல எறங்கி தென்னந்தோப்புல படுத்திருந்தோம் மதியம் பசிச்சா விலக்குல இருக்கிற கடையில சாப்பிட்டுப் படுப்போம் சீசன் நேரத்துல படுத்தா எந்திரிக்க மாட்டோம் அண்ணே மூத்தவர் மகாலிங்கம் ராஜபார்ட் ரெண்டாவது அண்ணன் பிலாவடி கோமாளி மூணாவது அண்ணன் பாண்டி பொம்பள வேசம் நானும் சித்தப்பா பையன் ராஜபார்ட் வாசிமலை வாத்தியாரு எல்லாருமே தென்னந்தோப்புல வெயில் வராத எடத்தைப் பார்த்து தூங்கினோம்.

காஞ்ச மட்டைக விழுந்திடுமோன்னு ஒரு பயம் எல்லாருமே அசந்து தூங்கிட்டோம் அப்ப ஏஞ் சட்டையை யாரோ எடுத்துக்கிட்டு போயிட்டாக சாயங்காலம் ஆறு மணிக்கு

தடாகம் | 47

எந்திரிச்சோம் என் சட்டையைக் காணலை வேஷ்டியும் தலையில துண்டு மட்டும் கட்டி இருந்தேன் அந்த தோட்டத்திலிருந்து வன்னியம்பட்டிக்கு பஸ் கிடையாது நடந்துதான் போகணும் சுமார் மூணு கிலோ மீட்டர் இருக்கும் அந்த ஊரு அப்புறம் வாத்தியார் துண்டைப் போத்திக்கிட்டு வான்னு சொன்னார் நான் என்னுடைய பேக்கை எடுத்துக்கிட்டு சட்டையில்லாம துண்டை போத்திக்கிட்டு நடந்து வந்தோம் ரோட்டுல அந்த ஊருக்குப் போற உள்ளூர்காரக என்னப்பா ஆட்டக்காரக இன்னைக்கு என்ன ஆட்டமான்னு கேட்டாக ஆமாங்கய்யான்னு சொன்னாரு வாத்தியாரு அப்படியே நடையைக் கட்டினோம் ஊருக்குள்ள நுழையுற எடத்துல ஒரு வண்ணார் வீடு இருந்தது அவுக ஊருக்குள்ள போடுற ஆட்டத்தை எல்லாம் தவறாம பார்ப்பாராம் அந்த வூட்டுக்காரக என்னைப் பார்த்து எந்த ஊரு ஆட்டச்செட்ன்னு கேட்டாரு அதுக்கு வாத்தியாரு பேரையூர் பக்கத்துல எழுமலை சூலப்புரம் செட் இன்னைக்கு இங்க ஆடப் போறோம்ன்னு சொன்னார் அப்புறம் சட்டையை காணாமப் போன விசயத்தைச் சொன்னோம் அவரு ஒரு பழைய சட்டையைக் கொடுத்தாரு அந்த சட்டையைப் போட்டுக்கிட்டு ரயில்வே கேட்டைத் தாண்டி ஊருக்குள்ள விழாக் கமிட்டித் தலைவர் நாட்டாமையைப் பார்த்தோம் மேக்கப் போடுறதுக்கு வூடு கொடுத்தாரு ஊரு சனங்க சின்னப் பிள்ளையிலிருந்து, பெரியாள்கள் வரைக்கும் பலாப் பழத்தில ஈ மொய்ச்சது மாதிரி மொச்சிட்டாக அப்புறமா சாப்பிட்டு மேக்கப் போட்டு காளியம்மன் கோயிலுக்கு முன்னாடி ரோட்டுல ஆடினோம் அப்பெல்லாம் அந்த ஊருல சாராயத்த காட்டிலும் பனங்கள்ளு தான் புழக்கத்தில் இருந்துச்சு எளவட்டங்க கள்ளைக் குடிச்சிப்புட்டு அவுகளும் சேர்ந்து ஆட ஆரம்பிச்சாக நைட்டு ரெண்டு மணிக்கு நானும், வாசிமலையும் குறவன் குறத்தி வேசம் போட்டோம் நான் குறத்திக்கு அவன் குறவனுக்கு வேசம் போட்டு ஆடுற போது.

குறவன்: ரூ பாலன காணி கத்தேன்னு

கோபமா பேசி கையில வச்சிருக்கிற டப்பாவை கீழ போடுறது மாதிரி ஒரு சீன் வரும் அந்த வசனத்த பண்றபோது அவன் வச்சிருக்கிற டப்பாவை கீழ போடுற போது ஏன் தலையில

சட்டென்று அடிச்சிட்டான் எனக்குன்னா வலி தாங்க முடியலை பொடப்பா வீங்கிடுச்சு பத்து நிமிசம் என்னால ஆட முடியல அவன் மட்டும்தான்

“நாங்க புதுசா கட்டிக்கிட்ட ஜோடி தானுங்க”

இந்த பாட்டுக்கு நையாண்டி மேளத்துல வாசிக்க அவெ மட்டும் ஆடிக்கிட்டு இருந்தான் அப்புறம் காலையில நிகழ்ச்சியை முடிச்சிட்டு அந்த வூருக்கு பக்கத்து ஊரு பாட்டக்குளத்துக்கு உடனே அட்வான்ஸ் கொடுத்தாக ஆணும் பெண்ணும் காலையில ரெம்ப பேரு வாழ்த்துனாக பார்க்க சின்னப்பிள்ளையா இருக்கிறீங்க ஆனா நல்லா ஆடினீங்கன்னு சொன்னாக நாட்டாமை காலையில கோயில்ல தேங்காய்பழம் வச்சு நூறு ரூவா எஸ்டாவே கொடுத்தாரு அப்ப எங்களுக்கு ரெம்ப சந்தோசமா இருந்தது நாங்க பெட்டி பேக்கெல்லாம் தூக்கிக்கிட்டே நடந்தே முத நாள் தூங்கின தென்னந்தோப்புக்கு வந்திட்டோம் தென்னந்தோப்புல தூங்கும் போது நைட்டுல என் தலையில டப்பா விழுந்தது பத்தி வாத்தியார் எதம் பதம் வேணும் மின்னாரு இனிமேல் பாத்து பண்ணனும்னு சொல்லிட்டு என் தலையில தேச்சி விட்டாரு தூங்கிட்டு சாயங்காலம் பாட்டக்குளத்துக்கு நிகழ்ச்சிக்கு போயி சிறப்பா பண்ணினோம் நிகழ்ச்சி முடிச்சிட்டு வூருக்கு வந்தோம் பேரையூர்ல சாப்பிட்டு பஸ்டாண்டில சம்பளம் பகிர்ந்திட்டு வூருக்கு வந்தோம்.

ஆயிரத்து தொள்ளாயிரத்து தொண்ணூத்தாறில மதுரை மாவட்டம் திருமங்கலம் வட்டம் கப்பலூர் உச்சப்பட்டின்னு கிராமம் இருக்கு இங்க நாயக்கரு அதிகமா இருக்காக எங்க வூரு நாயக்கரும் உச்சப்பட்டி நாயக்கர்களும் பொண்ணு கொடுத்து பொண்ணு எடுத்துக்கிருவாக அதனால எங்க வூரு நாயக்கரு எங்கள உச்சப்பட்டி நாயக்கரு பொங்கலுக்கு ஆட்டத்துக்குக் கூட்டிட்டுப் போனாக அந்த வூர்ல ரெண்டாவது நாள் திருவிழாவுக்குப் போனோம் நானும் அண்ணே மகாலிங்கம், அண்ணே பிலாவடி, அண்ணே பாண்டி எங்கப்பா பெருமாள், சித்தப்பா பையன் வாசிமலை, குறவனுக்கு காளியப்ப மாமா நல்லதங்காள் வேசத்துக்கு மகாதேவன் நாங்க போயிருந்தோம் நாயக்கருக சாதி வித்தியாசம் பாத்தாக ஆட்டக்காரங்களுக்கு,

மேளக்காரங்களுக்கு ஒவ்வொரு வூட்ல மாட்டுக் கொட்டகையில சாப்பாடு போட்டாக ஆட்டுக்கறி கொழம்பு வெறும் கொழுப்பா இருந்துச்சு சாப்பிட்டு வேசம் போட்டுகிட்டு இருந்தோம் அப்ப எங்கப்பா பெருமாள் சொன்னாரு - இந்துண்ட நாயக்கருக கண்ணு பெட்டுத்துறு தானி நிச்சி கண்ணத்தின டேது காலுன கருப்புத் தடவியண்டா - நாங்க அப்படியே கருப்பத் தடவி வேசம் போட்டுக்கிட்டு ஆடுனோம் நைட்டுல ரெண்டு மணிக்கு மேல எங்கப்பா பெருமாள் குறத்தியாகவும், மாமா காளியப்பன் குறவனுக்கு வேசம் போட்டுக்கிட்டு வந்து உள்ளே எறங்கி ஒரு கலக்கு கலக்கினாக எங்க வூரு நாயக்கருக - ஒரே ஜில்லு இந்தாரேன்னு - பத்து ரூபா நோட்டை ஜாக்கெட்டுல குத்தினாக அப்ப எனக்கு கறிக்கொழம்பு வவுத்துக்குச் சேரல பெண் வேசம் போட்ட மென்னிக்கு மகாதேவன் அண்ணனை கூப்பிட்டு வூருக்கு வெளியே போயிட்டு காலு கழுவிட்டு ஆடுற எடத்துக்கு போயி நிகழ்ச்சிக்கு பண்ற எடத்துல உட்கார்ந்து கவனிச்சிக்கிட்டு இருந்தேன் எங்கப்பா பெருமாள் எங்கண்ணே மகாலிங்கம் மாமா காளியப்பன் மூணு பேரும் கட்டபொம்மன் பாட்டை பாடுனாக வசூல் கொட்டியிருச்சு காலையில நாயக்கமாருக ஆளுக ரெம்ப வாழ்த்துனாங்க ஆட்டம், பாட்டு நல்லாயிருக்குன்னு சொன்னாக அப்புறம் திருமங்கலம் வந்து கண்ணாத்தா பஸ்சுல ஏறி வூட்டுக்கு வந்து சேர்ந்தோம்.

ஆயிரத்து தொள்ளாயிரத்து தொண்ணூத்தைஞ்சுல எங்களை முத முதல்ல தூத்துக்குடி பக்கம் கூப்பிட்டு போன போது தொழிலதிபர் பரஞ்சோதியும் பந்தல் அமைப்பாளர் நயினாரும் இவுக ரெண்டு பேரும் நல்ல நண்பர்க கழுகுமலை வேலாயுதபுரம் நாதஸ்வரக் கலைஞர் எம்எஸ் முத்தையா இவுகளுக்கு நல்ல பழக்கம் அதனால பரஞ்சோதியும், நயினாரும் ராஜா ராணி ஆட்டம் வேணுமின்னு முத்தையா கிட்ட கேட்டிருக்காக அவரு நல்ல செட் பொடி பொடிப் பசங்களா இருப்பாங்க நல்ல ஆடுவாக சூலப்புரம் பெருமாள் செட்டுன்னு சொல்லி பரஞ்சோதி, நயினாரு சூலப்புரத்திற்கு வந்தாக ஒரு லெட்டரும் கையோட கொண்டு வந்தாக எம்.எஸ். முத்தையா எங்களை அனுப்பி வச்சாருன்னுட்டு பரஞ்சோதியும், நயினாரும் சொன்னாக வந்தவர்களுக்கு கலர் வாங்கிக் கொடுத்தோம் தூத்துக்குடிக்குப்

பக்கம் புதுக்கோட்டைக்குப் பக்கத்தில பரஞ்சோதி வூரு அந்த வூருக்கு அட்வான்ஸ் கொடுத்துட்டுப் போனாக அந்த தேதிக்கு நான் முதமுதல்ல தூத்துக்குடி பக்கம் போனது இவுகளால தான் அதுவரைக்கும் சங்கரன்கோயில் வரைக்கும் பட்டிதொட்டியெல்லாம் ஆடியிருக்கேன் சங்கரன்கோயிலுக்கு அடுத்து தெக்கமன்னா திருநெல்வேலிக்குப் போனது இது தான் மொத தடவ நான் புது எடத்துக்கு போறமுன்னா பஸ்ல ஜன்னல் ஓரத்தில ஒட்காந்துகிடுவேன் பஸ் விட்டு எறங்குற வரைக்கும் பட்டிதொட்டிகளெல்லாம் பாத்துக்கிட்டே போவேன் அப்புறம் திருநெல்வேலியிலிருந்து தூத்துக்குடி போற பஸ்ல ஏறினோம் வல்லநாடு வழியா கரட்டைத் தாண்டி பஸ் போச்சு வல்ல நாட்டுப் பக்கம் கண்ணுக்குப் பசுமையா இருந்தது வயற்காடு தாமிரபரணி தண்ணி பாயுற எடம் அது குளுகுளுன்னு இருந்துச்சு புதுக்கோட்டை ஸ்டாப்புல எறங்கினோம் அங்க பரஞ்சோதியும், நயினாரும் அம்பாஸிடர் காரை ரெடியா வச்சிருந்தாக டீ சாப்பிட்டு அவுக வூருக்கு காருல போனோம் அவுக ஏரியாவுல ராஜா ராணி ஆட்டம்ன்னா என்னான்னே தெரியாதாம் கும்பாட்டம், கணியான் ஆட்டம்தான் நிகழ்த்து வாங்களாம் நாங்க புதுக்கோட்டையில நயினார் வூட்ல மேக்கப் போட்டு காருல ஏறி பரஞ்சோதி வூருக்கு போனோம் அங்க மாடசாமி கோயில் கொடை விழாவுக்கு எம்.எஸ். முத்தையா மாமா நையாண்டி மேளம் நடந்தது நாங்க கோயில்ல சாமியைக் கும்பிட்டு உள்ள ஆடப் போனோம் வூரு சனமே ஏய் ஆட்டக்காரங்கன்னு சொல்லி ஆரவாரம் பண்ணினாங்க அப்ப நைட்டு பத்தரை ஆயிடுச்சு அப்புறம் பன்னிரெண்டு மணிக்கு மாடசாமி வேட்டைக்கு போகுமாம் அப்ப ஒரு மணி நேரம் ரெஸ்ட் அந்த வூரு மக்களோடு மக்களா ஒக்கார்ந்து பேசினோம் அவுக அங்க நடந்த விசயங்கள், பிரச்சனைகள் எல்லாத்தையும் சொன்னாக அப்புறம் வேட்டைக்கு போன மாடசாமி கையில மொசக்குட்டியை கொண்டு வந்தார் அப்புறமா நாங்க ஆட்டத்தை ஆரம்பிச்சோம் காலையில நல்ல பேரு வாங்கினோம் அப்புறம் தூத்துக்குடி பக்கம் புதுக்கோட்டை, ஆறுமுகனேரி, நாங்குநேரி, திருச்செந்தூர், ஸ்ரீவைகுண்டம் பல ஊர்கள்ல வாய்ப்பு கிடச்சது அந்த பக்கம் வூருல நிகழ்ச்சிக்குப் போகும்போதெல்லாம் இந்த

புதுக்கோட்டை ஊரும் பரஞ்சோதியும், நயினார் இவுக ஞாபகம் தான் வந்தது.

ஒரு தடவை தூத்துக்குடி புது பஸ்டாண்டிலிருந்து திருச்செந்தூர் போற வழியில ஒரு ஊர்ல நைட்டு ஆடி முடிச்சிட்டுக் காலையில சம்பளம் வாங்குற போது அட்வான்ஸ்காரரு தூத்துக்குடி புது பஸ்டாண்டுக்கு போயி இருங்க வந்திருவேன்னு சொன்னாரு நாங்களும் பேக்கு, பெட்டிகளைத் தூக்கிக்கிட்டு பஸ்டாண்டுக்கு காலையில ஆறு மணிக்கு வந்திட்டோம் அட்வான்ஸ்காரரு பஸ்டாண்டுக்கு வரவே இல்லை நாங்களும் பன்னிரண்டு மணி வரைக்கும் எதிர்பார்த்தோம் வரவே இல்லை அட்வான்ஸ் வெறும் நானூரு ரூபாய் தான் வாங்கி இருந்தோம் அது ஊருலயிருந்து அந்த ஊருக்கு போகவும் காலையில டிபன் சாப்பிடவும் சரியா போயிடுச்சு கையில அஞ்சு பைசா கூட பணம் கெடையாது மதிய சாப்பாட்டுக்கு வேற பைசா இல்லை அனாத பிள்ளையாட்டம் உக்காந்து இருந்தோம் அப்புறம் பரஞ்சோதி அவர்களுக்கு போன் பண்ணி நடந்த விசயத்தைச் சொன்னோம் அவரு உடனே காரு எடுத்து நாங்க இருக்கிற பஸ்டாண்டுக்கு வந்தாரு அண்ணே மகாலிங்கம் பரஞ்சோதி நல்லு மாமா ராமர் மாமா இவுக மூனு பேரும் நிகழ்ச்சி நடந்த ஊருக்கு போயி அட்வான்ஸ்காரருகிட்ட பரஞ்சோதி பேசி சம்பளத்தை வாங்கிக் கொடுத்தாரு அன்னைக்கு பரஞ்சோதி மட்டும் இல்லையன்னா சாப்பாடு தண்ணி இல்லாம கெடந்திருப்போம்.

ஒரு மாசம் கழிச்சு தூத்துக்குடி கடலோரப் பகுதிக்கு ஆடப் போனோம் சாயங்காலம் ஏழு மணிக்கு ஊருக்குள்ள போயிட்டோம் கடலோரமா இருந்ததனால ஜில்லுன்னு காத்தடிச்சுச்சு கூரை வூடுகளா இருந்தது அன்னைக்கு சாப்பாடு மீன் குழம்பு தான் நான் இது வரைக்கும் அந்த மாதிரி மீன் குழம்பு சாப்பிட்டதே இல்லை அந்த மீன்ல முள்ளே இல்லை தெருவு முழுக்க மணலா இருந்ததால கடல் ஓசை மனசுக்கு இதமா இருந்தது ஒவ்வொரு வூட்டுக்கு முன்னாடி மீன் பிடிக்கிற வலை இருந்தது சில பேரு மறுநாள் காலையில மீன் பிடிக்க வலையை செம பண்ணிக்கிட்டு இருந்தாக ஒன்பது மணிக்கு மேக்கப் போட்டு பத்து மணிக்கு கோயிலுக்கு முன்னாடி

வந்தோம் ஆடுற எடத்துல மணலா இருந்தது அத விழா கமிட்டியாளர்கிட்ட சொல்லி மண்ண மம்பட்டியால வழுச்சி எடுங்கன்னு சொன்னோம் அதே மாதிரி விழா கமிட்டியாளர்கள் மம்பட்டியில மணல வாரி எடுத்துட்டாக அதுக்கப்புறமா நிகழ்ச்சிய ஆரம்பிச்சோம் அந்த வூர்ல திருவிழாவிற்கு மேளச் செட்டு அவுக வேலைய முடிச்சிட்டு போயிட்டாக ஞாயிறு திங்கள் தான் கொடை விழா எங்க ஆட்ட செட்டுக்கு இந்த ரெண்டு நாள் எடம் கெடைக்கல அதனால அந்த வூர்க்காரக எங்க ஆட்டத்த செவ்வாய்க்கிழமை வச்சாக அதனால மேளக்காரக இல்லாம எங்க ஆட்டச் செட்டுல இருக்கிற ஒரு தவில் வச்சு அன்னைக்கு ஆடினோம் ஆட்டத்த ஆரம்பிச்சு ஒரு மணி நேரம் கழிச்சு அந்த வூர்ல நாலு விதமான கட்சிகளா இருந்திருப்பாக போலிருக்கு கூட்டத்துல ஒரு ஆள் எந்திரிச்சு ஜான் பாண்டியனைப் பத்திப் பாடுன்னு சொன்னாக இன்னொரு ஆள் எந்திரிச்சு இமானுவேல் சேகரனைப் பத்தி பாடுன்னு சொன்னாக அதுக்கு முன்னாடி கூட்டம் நல்லா அமைதியா ஒக்காந்து பார்த்திட்டு இருந்தாக இந்த கரச்சலைப் பாத்துட்டு பொம்பளைக கூட்டம் லேசா எந்திரிக்க ஆரம்பிச்சாக அப்புறம் வூர்ல பிரச்சனை வர்ற மாதிரி இருந்துச்சு எங்க புரோகிராம் ஒரு மணி நேரம் கட் ஆயிடுச்சு குதிரைக்கு கடிவாளம் மாதிரி எங்க ஆட்டத்துக்கு பார்வையாளர்க அவுக சொன்னது மாதிரி தான் பாடணும் இல்லையன்னா அடிப்பாக இல்லையன்னா காலையில சம்பளம் வாங்கும் போது ஆட்டம் சரியில்லை பாட்டு சரியில்லைனு ஏதாவது காரணத்தைச் சொல்லி பணத்தை பிடிப்பாக அவுகள எதிர்த்து எதுவும் செய்ய முடியாது செஞ்சா ஆடவும் முடியாது இப்படித்தான் தொண்ணூத்தி எட்டுல அண்ணன் மகாலிங்கம், பிலாவடி, காளியப்பன், ராமர், மகாதேவன் இவுக ராஜபாளையம் பக்கத்துல வேலாயுதபுரம் ஆட்டத்துக்கு போயிருக்காக அங்க நைட்டு ஆடிக்கிட்டிருக்கும் போது ஒரு ஆள் எந்திரிச்சு எங்க ஜாதிப்பாட்டை பாடுன்னு சொன்னாரு அதுக்கு ராஜா பாட்டு பாடுறங்கய்யானு சொல்லிட்டு நிகழ்ச்சியில இருக்கிற கதையில போயிருக்காரு அத சொன்ன ஆளு சட்டைக்கு பின்னாடி மம்பட்டி கணைய ஒழிச்சி வச்சிட்டு வந்திருக்காரு இவுக பேயாட்டம் ஆடுறதுக்கு உடுக்கை வச்சு ஒட்கார்ந்து பேயாட்டத்துக்குண்டான கதைகளை பேசிக்கிட்டு

இருந்தாங்க அங்க அந்த மம்பட்டிக்கணைய வச்ச ஆளு ஆடுற எடத்துக்கு வந்து மம்பட்டிகணைய வச்சு ரெண்டு மூனு அடி அடிச்சிட்டாரு அந்த எடத்துல ரத்தக்காடா போச்சு உடனே ஆட்டம் பாத்த ஆளுக அந்த ஆளப் பிடிச்சு வெளிய கொண்டு வந்திட்டாக ராஜா பாட்டுக்காரரு அடி பட்ட மயக்கத்துல விழுந்திட்டாரு அப்ப மணி ஆறு இருக்கும் கால நேரத்துல ரத்தம் குபுகுபுன்னு கொட்டிடுச்சி அவருடைய சட்டை, பேண்ட் எல்லாமே ரத்தம் பக்கத்திலிருந்த ஆட்டக்காரக மிரண்டு போயிட்டாக அப்புறம் ஆஸ்பத்திரிக்கு கொண்டு போக ரெண்டு மணி நேரம் கழிச்சு நாட்டாமை ஊர்க்காரக ஆட்டோவைக் கொண்டு வந்து ராஜபாளையம் ஆஸ்பத்திரிக்கு கொண்டு போயி குளுக்கோஸ் ஏத்தி உயிர்க்கு போராடிக்கிட்டுருந்தாரு ஒரு சாதிப்பாட்டை பாடாதனால ஒரு ஆட்டக் கலைஞனுடைய நிலைமை என்னாச்சு? அடிபட்டதுதான் மிச்சம் எனக்கு அந்த சம்பவம் தான் ஞாபகத்துக்கு வந்துச்சு அப்புறம் ஒரு மணி நேரம் கழிச்சு ஆட்டத்தை ஆரம்பிச்சோம் ஆட்டத்தை பாக்க முத வந்த கூட்டம் மாதிரி இல்ல அதோட அன்னைக்கு நைட்டுல ஆடிட்டு ஊரு வந்து சேர்ந்தோம்.

அவுக என்ன சாதியோ அந்த சாதித் தலைவர் பத்தி பாடணும் அப்படித் தான் ஆட்டத்துக்கு அட்வான்ஸ் கொடுக்கும் போது சொல்லித்தான் கொடுப்பாக.

பள்ளர்க தெருவுக்க போனா கிருஷ்ணசாமி பாட்டு, ஜான் பாண்டியன் பாட்டு, இமானுவேல் சேகரன் பாட்டு, தேவ மாருகளுக்குப் போனா முத்துராமலிங்கத் தேவர் பாட்டு, தென்மாவட்டங்களுக்குப் போனா கட்டத்துரை பாண்டியன் பாட்டு, மதுரை பகுதிகள்ல கருவாயத் தேவரு பாட்டு, பறைய தெருவுக்கு போனா திருமாவளவன் பாட்டு, நாயக்கரு போனா வீரபாண்டி கட்டபொம்மன் பாட்டு பாடச் சொல்வாக இப்படி அவுக அவுக தலைவர் பத்தி பாடச் சொல்வாக.

எங்களுக்கு சீசன் பங்குனி, சித்திரை, வைகாசி, ஆனி, ஆடி மாசம் வரைக்கும் தான் ஆட்டம் நடக்கும் அப்புறம் மத்த மாசங்கள்ல தோட்டத்து வேலைக்கு கூட கூப்பிட மாட்டாக

மத்த மாசங்கல எங்க பகுதிகள்ல செத்த வூட்டுக்கு ஆடுவோம் உசிலம்பட்டி பகுதியில செத்த வூட்டு நிகழ்ச்சி அடிக்கடி வரும்.

தமிழ்நாட்டில குக்கிராமம் பேரூராட்சி, நகராட்சி, வட்டம், மாவட்டம்ன்னு பல மாவட்டங்கள்ல நாங்க ஆடியிருக்கோம் அதனால எல்லா எடங்களிலும் சூலப்புரம் செட்டுன்னா நல்ல மரியாதை இருக்கும் சங்கரன்கோயில் இடையன்குளம் பாலமுருகன், புளியங்குடி முனியசாமி, திருநெல்வேலி ராசுக்குட்டி, கழுகுமலை வேலாயுதபுரம் எம்.எஸ். முத்தையா, தென்மாவட்டங்கள்ல நல்ல பேரு இவுக எங்க செட்டைப் பத்தி போற வூர்கள்ல எல்லாம் சொல்லுவாக இவுக நேத்து இன்னைக்கு பழக்கம் கெடையாது எங்க அப்பாவுக காலத்திலருந்து அந்த அந்த மாவட்டங்கள்ல ஆட்டக் கலைஞர், மேளக் கலைஞர் பழக்கம் இருந்துக்கிட்டே இருக்கு.

தேனி பக்கம் வாழையூத்துப்பட்டி பாலு (தவிலு) சின்னமனூர், அனுமந்தப்பட்டி பாண்டி, காமாட்சிபுரம் பெருமாள், அல்லி நகரம் அன்னஞ்சி இந்த மாதிரி மேளக்காரக பழக்கம் இருக்கு மதுரை பகுதிகள்ல நெடுங்குளம் பாண்டி சாத்தக்குடி பக்கம் முத்து, காரியாபட்டி சண்முகம், ஏழாயிரம் பண்ணை எம்.ஆர். கணேசன், தேவிபட்டினம் போஸ், விருதுநகர் போத்த நதி குமார், விருதுநகர் படந்தால் மாரியப்பன், விருதுநகர் வெங்கடாசலபுரம் ஆறுமுகம், இராஜபாளையம் வீரணாபுரம் பாலு, ஒட்டன்சத்திரம் தண்டபாணி, பழனி லிங்கம் (நாதஸ்வரம்), ஸ்ரீவில்லிபுத்தூர் முனியசாமி, கடலாடி தங்கவேல் (நாதஸ்வரம்) இத்தனை மேளச் செட்டு நாங்க ஒவ்வொரு வூர்ல ஆடப் போயிருந்தப்ப எங்கள மாதிரி அவுகளும் மேளத்துக்கு வந்திருந்தாக அதனால எங்களுக்குள்ள பழக்கம் ஏற்பட்டுச்சு தாளம் இல்லாம பாட்டு கிடையாது அது மாதிரி மேளச் செட்டு இல்லாம ஆட்டம் கெடையாதுன்னு சொல்லலாம் ஆட்டம் பேச வர்ற ஆளுக எங்ககிட்ட நல்ல மேளச் செட்டு வேணுமின்னு கேட்பாக நாங்க இந்த ஏரியாவுல இந்த மேளச்செட்டு இருக்குன்னு சொல்லி காண்டக்ட் பண்ணி விடுவோம் அதே மாதிரி மேளக்காரக கிட்ட அட்வான்ஸ் பேசுறப்ப நல்ல ஆட்டம் வேணுமின்னு கேட்பாக அப்ப சூலப்புரம் மகாலிங்க செட் நல்ல செட்டு

ஆட்டம், பாட்டு, நகைச்சுவை நல்லாயிருக்கும்ன்னு சொல்லி காண்டக்ட் பண்ணி விடுவாக செல நேரங்கள்ல இந்த மேளக் கலைஞர்கள் வீட்ல சடங்கு, காதுகுத்து, கல்யாணம், இறப்பு இந்த மாதிரி நிகழ்ச்சி போய் ஆடுவோம் அதே மாதிரி எங்க வூட்டு விசேசத்துக்கு நையாண்டி மேளம் வாசிக்க வருவாக மூனு தலைமுறையா இந்த ஆட்டத்தை ஆடி வந்ததுனால தமிழ்நாட்டுல எல்லா எடங்கள்லயும் இருக்கிற மேளச்செட்டு ஆட்டச் செட்டுக எல்லாமே தெரியும்.

ரெண்டாயிரத்து ஏழுல சீசன்ல ஆட்டத்துக்கு போன வூரு ஆலங்குளம், ராமதேவன்பட்டி, பேரையூர், நல்லூர்பட்டி, வாடிப் பட்டி, டி.மேட்டுப்பட்டி, ஆண்டிப்பட்டி, இராமலிங்கபுரம், வத்தலக்குண்டு, எம்.வாடிப்பட்டி, சங்கரன்கோயில், பட்டடை கட்டி, சங்கரன்கோயில் புதுகிராமம், சிவகாசி சிவகாந்தி நகர், விருதுநகர் குப்பம்பட்டி, திண்டுக்கல் அணைப்பட்டி, மேட்டுப்பட்டி, ஆண்டிப்பட்டி, மேக்கலார்பட்டி, ஸ்ரீவில்லி புத்தூர் தொட்டியப்பட்டி காலனி, தேனி மயிலாடும்பாறை பக்கம் சோலத்தேவன்பட்டி, கோவில்பட்டி, இராமலிங்காபுரம், கோவில்பட்டி பக்கம் வணம்பட்டி, தேனி வேப்பம்பட்டி, தேனி செங்கோட்டைப்பட்டி, இராஜபாளையம் முகவூர், தேனி பாலர்பட்டி, திருத்தங்கல் பக்கம் வடமலாபுரம், விருதுநகர் ஆமத்தூர், தேனி ஓடைப்பட்டி பக்கம் சீப்பாலக்கோட்டை, சங்கரன்கோயில் பக்கம் கள்ளிக்குளம் கடையநல்லூர் அச்சம் புதூர், ஆண்டிப்பட்டி பக்கம் முத்துசங்கிலிப்பட்டி, ஆண்டிப் பட்டி பக்கம் பிச்சம்பட்டி, சின்னமனூர் பக்கம் சுக்காங்கல்பட்டி (மூர்த்தி நாயக்கன்பட்டி), குச்சனூர் பக்கம் துரைச்சாமிபுரம், கமுதி பக்கம் பேரையூர், பெரியகுளம் பக்கம் வேல்நகர், ஸ்ரீவில்லிபுத்தூர் பக்கம் மம்சாபுரம், கோவில்பட்டி பக்கம் அய்யநேரி, போடி இந்திரா நகர், ஸ்ரீவில்லிபுத்தூர் பக்கம் சென்னாகுளம், ராஜபாளையம் பக்கம் முத்துநதி, திருத்தங்கல் (அருந்ததியர் தெரு), எரிச்சநத்தம் பக்கம் காளையார் குறிச்சி, அருப்புக்கோட்டை பக்கம் மண்டபசாலை, போடி தர்மத்துப்பட்டி, திருத்தங்கல் செங்கமலைப்பட்டி, இராஜபாளையம் பக்கம் மலையடிப்பட்டி, ராஜபாளையும் கம்மாபட்டி, தென்காசி இடையக்கல் பக்கம் செம்பூர், ராஜபாளையம் களங்காப்பிரி புதூர், எட்டயாபுரம்

பக்கம் காட்டுநாயக்கன்பட்டி, வாசுதேவநல்லூர் நெற்கட்டும் சேவல் (ஒண்டி வீரன் பிறந்த ஊர்), எரிச்சநத்தம் பக்கம் மூளிப்பட்டி, தம்பிபட்டி, ரெங்கபாளையம், திருமங்கலம் பக்கம் கண்டுகுளம், கடையநல்லூர் பக்கம் மங்களபுரம், சாப்டூர் பக்கம் கணவாப்பட்டி, தேனி கைலாசப்பட்டி, இராஜபாளையம் பக்கம் பேயம்பட்டி, மதுரை சத்தியமூர்த்தி நகர், ஸ்ரீவில்லிபுத்தூர் பக்கம் எம்.துரைச்சாமிபுரம், திருமங்கலம் சின்ன உடைப்பு, விருதுநகர் செவல்பட்டி, இராஜபாளையம் பக்கம் முதுகுடி, டி.கல்லுப்பட்டி, குன்னத்தூர், மங்கல்ரேவு, அப்பக்கரை, டி.கல்லுப்பட்டி, தென்னமநல்லூர், இராஜபாளையம், தேவ தானம், சங்கரன்கோயில் பக்கம் தங்கம்மாள்புரம், இராஜ பாளையம் சோலபுரம், வத்ராப் கவணம்பட்டி, வத்ராப் அர்ச்சனாபுரம் (நல்லதங்காள் கோயில்), இராஜபாளையம் பக்கம் நக்கனேரி, வத்ராப் பக்கம் இராமசாமிபுரம், டி.கல்லுப்பட்டி பக்கம் சின்னரெட்டியபட்டி, வாசுதேவன்நல்லூர் பக்கம் தும்மாமேடு, வத்ராப் பக்கம் புதுப்பட்டி, இராஜபாளையம் பக்கம் செந்திட்டியாபுரம், விருதுநகர் பக்கம் வள்ளிக்குளம், விருதுநகர் எண்டப்புலி, சங்கரன்கோயில் பக்கம் ஊத்து மலை, திருவேங்கடம் ஆவுடையாபுரம், சிவகாசி பக்கம் தேவர்குளம், சிவகாசி ப.துரைச்சாமிபுரம், மதுரை ஆரப் பாளையம், கரிவலம்வந்தநல்லூர் இந்திரா நகர், தேனி பக்கம் வாழையூத்துப்பட்டி, கரிவலம்வந்தநல்லூர் பக்கம் கீழகரிசல்குளம், சிவகிரி பக்கம் இராயகிரி, கரிவலம்வந்தநல்லூர் பக்கம் சொக்கலிங்கபுரம், உசிலம்பட்டி பக்கம் கொடிக்குளம், ஸ்ரீவில்லிபுத்தூர் பெருமாள்சேரி, இராஜபாளையம் பக்கம் கொக்கலம் புதூர், கொடைக்கானல் பக்கம் சீமை பூலத்தூர், சிவகாசி பக்கம் தையல்பட்டி, திருமங்கலம் பக்கம் தோப்பூர், சிவகாசி பக்கம் பள்ளபட்டி, மதுரை அண்ணாத்தோப்பு, விருதுநகர் பக்கம் செவல்பட்டி, சங்கரன் கோயில் பக்கம் ஆண்டார்குளம் இப்படி இந்த வருச சீசன்ல ஆட்டத்துக்குப் போன வூருக ஒவ்வொரு கிராமத்திலும் மக்களோடு மக்களா ஒக்காந்து பேசி அந்த வூர்ல நடந்த சம்பவங்களை கேட்போம்.

திருநெல்வேலி மாவட்டம் சிவகிரியிலிருந்து கொத்தாடப் பட்டி விஸ்வநாதப் பேரி, இராயகிரி, வழியா வந்த கூடலூருக்கு

வரலாம் சிவகிரியிலிருந்து கூடலூருக்குச் சுமார் பன்னிரண்டு கிலோமீட்டர் இருக்கும் சிவகிரியிலிருந்து சங்கரன் கோயிலுக்குப் போற பஸ்தான் அந்த வூர் வழியாப் போகும் அங்க பறையர்க்கு ஆட்டத்துக்குப் போனோம் அந்த வூரு ஆட்டத்துக்குப் போறதுக்கு முன்னாடி நாலு அஞ்சு வருசமா இராயகிரி சக்கிலிய, பறைய தெருவுக்கும் ஆட்டத்துக்கு வந்திருக்கோம் அப்ப கூடலூரிலிருந்து ஆட்டத்தை பாக்க வந்திருக்காக அதுல விளம்பரம் ஆச்சு அதனால கூடலூருக்கு வாய்ப்பு கெடைச்சிச்சு அந்த வூர்க்கு மேக்குட்டு பெரிய காடு இருக்கு அதுக்கு கொஞ்சம் தள்ளி ஒரு சின்ன கரட்டுல முருகன் கோயில் இருக்கு கரட்டுக்கு அடிவாரத்துல இருக்கிற ஊருனால ஆந்தை சத்தம், ஒநாய் சத்தம் அதிகமா கேட்டிச்சு அந்த வூர்ல பறைய வீடு சுமார் ஐம்பது வீடுதான் முக்காவாசி தேவமாரு வீடுகதான் அப்ப நாங்க கோயிலுக்கு முன்னாடி ஆடிக்கிட்டு இருந்தோம் வூருக்குள்ளயிருந்து தேவமாரு ஆளுக கையில கத்தி, அருவா, கம்பு வச்சுக்கிட்டு ஆட்டம் பாக்க வந்தாக இவுகள பாத்துட்டு ஆட்டம் வரல பாட்டு வரல எல்லாருக்கும் காலு கை நடுங்க ஆரம்பிடுச்சிருச்சு நான் பதினைஞ்சு வருசம் அனுபவத்தில இந்த மாதிரி வூரை நான் பாத்ததில்ல எங்களுக்கு விடியற வரைக்கும் ஒரு மனசு இல்லை மனசை சுதந்திரமா வச்சு ஆட முடியல பாட முடியல கையில திருப்பாச்சி அருவா மாதிரி மீசையும் அருவாளையும் ஒன்னு போல வச்சிருந்தாரு தலையில துண்டை கட்டியிருந்தாரு கையில அருவா வேட்டிய ரெம்ப மேல ஏத்திக்கட்டியிருந்தாரு அவரு கோமாளியைப் பார்த்து ஏலே இங்க வா எந்த வூர்லே உமக்குன்னு கேட்டாரு அதுக்கு கோமாளி ஐயா பேரையூர் பக்கம் சூலப்புரம் ங்கய்யா சரி இந்தாலே எங்க சாதிப்பாட்டு பாடுலேன்னு ஐம்பது ரூபாய் நோட்டை கொடுத்தாரு சரிங்கய்யா வாங்கிட்டு “எரிக்கிளம் பூ ஏகமா பூத்துட்டாலும் மரிக்கொழுந்து உண்டான வாசனை போகுமா அந்த மரிக்கொழுந்து வாசனை போல யாரைச் சொல்லலாம்ன்னா எங்கய்யா சீமான்”ன்னு நம்முடைய ஆட்டத்தைப் பாராட்டி ஐம்பது ரூபாயை ஐம்பது லட்சமாக கொடுத்திருக்காரு அவர்க்கு ஆதிபராசக்தி கிராமியக் கலைக்குழு சார்பாக நன்றியைத் தெரிவித்துக் கொள்கிறோம்ன்னு சொல்லிட்டு அவர் கேட்ட பாட்டை

பாடினோம் அப்ப நைட்டு மூன்றரை மணிக்கு நல்லதங்காள் வேசம் போட அண்ணன் பாண்டி மேக்கப் போட வூட்டுக்கு போயிருக்கான் வேசத்த மாத்துவாகன்னு தெரிஞ்சுக்கிட்டு அந்த வூட்டுக்காரரு மேக்கப் போட்ட வூட்ல கதவுக்கு பின்னாடி ஒளிஞ்சிருந்தாரு இவன் கதவை திறந்து உள்ளே போன உடனே இந்த வூட்டுக்காரரு கதவை லேசா அடைச்சு ஒரு மாதிரியா பாத்தானாம் உனக்கு என்ன வேணும் வாங்கித் தாரேன் இந்த ஐம்பது ரூபாயை வச்சிக்கோ என் ஆசையை தீர்த்துக்கிறேன்ட்டு உறுப்பை வெடக்க வச்சிக்கிட்டு வந்தானாம் அப்ப இவன் நான் உங்க தம்பி மாதிரி இல்லையா உங்க வூரு விழாவுக்கு வந்த ஆட்டக்காரவுகள இப்படித்தான் பேசுவீங்களான்னு கோபமா பேசினான் அப்ப திடீரென அவனுடைய கூடப் பெறந்த அக்கா வந்திருச்சு என்ன சத்தம் கேட்டிருக்கு அதுக்கு இவரு ஐம்பது ரூபாய் கேட்டு அசிங்கமா பேசுறாருன்னு சொல்லிட்டான் அவுக அக்கா வெளக்கமாத்த எடுத்து நாலு சாத்து சாத்திச்சு அங்க ஆடுற எடத்துல கோமாளி மைக்ல நல்லதங்காள் அம்மா உடனே வரவும் வரவும் என அனௌன்ஸ் பண்றாரு இங்க நடந்த விசயம் அவுகளுக்கு தெரியாதுல்ல அப்புறம் நல்லதங்காள் வேசம் போட்டு லேட்டா வந்து பாடுனான் காலையில மேக்கப் அவுக்கும் போது நடந்த விசயத்தைச் சொன்னான் எங்களுக்கு ரெம்ப மனசு கஷ்டமாப் போச்சு.

எங்க வூர்ல தேவமாரு தெருவுல ஒரு வயசான பெரியவரு எறந்துட்டராரு எங்காளுகதான் எழவு சொல்லிப் போனாக, தேரு கட்டுனாக, தொடர்ந்து அஞ்சு நாள் நைட்டு முழிச்சிட்டு ஒரு நாள் ரெஸ்ட்டுக்கு வூட்டுக்கு வந்தோம் இப்ப எல்லோருக்கும் தொண்டை கட்டியிருக்கு சக்கையா புழிஞ்சது மாதிரி உடம்பு அலுப்பு அப்ப தேவமாரு ஆள் எறந்ததுக்கு ஆட்டத்துக்குக் கூப்பிட்டாக இல்லங்கய்யா இன்னைக்கு நைட்டு ராஜபாளையம் பக்கம் ஆட்டத்துக்குப் போறோம்ன்னு சொன்னார் அண்ணன் மகாலிங்கம் ஏய் கொஞ்ச நேரம் ஆடிட்டுப் போங்கடான்னு தேவமாரு ஆளுக சொல்ல ஒரே காலுல முடியாதுன்னு சொல்லிட்டாரு அப்ப அந்த தேவமாரு ஆளுக ஆத்தாங்கரைப்பட்டி பவுன்ராஜ் ஆட்டத்தைக் கூப்பிட்டு வந்தாக ஆட விட்டாக நான் நைட்டுல படுத்தவன்தான்

காலையில பன்னிரண்டு மணிக்கு எந்திரிச்சேன் கொஞ்ச சாப்பிட்டு தேவமாரு தெருவுல ஆட்டம் நடக்குதல்ல அப்படியே போய்ட்டு வருவோம்னு எங்க வூடு சாவடியை கடந்து வடக்குத் தெருவுக்குப் போனேன் அப்ப பனங்கள்ளு எறக்குவாரு அந்த தேவரு ஏண்டா ஜில்லு மகனே, ஏண்டா ஆட்டத்துக்கு வல்லைன்னு நடுத்தெருவுல சப்புன்னு கன்னத்துல அரைஞ்சாரு பனைமரம் ஏறின கையி கைய்யெல்லாம் காப்பு காஞ்சிருந்தது அப்படியே கன்னத்துல கைய வச்சிக்கிட்டு வூட்டுக்கு வந்து அம்மா கிட்ட காட்டினேன் நைட்டுல முழிச்சதுக்கும் காப்பு காச்சின கையால வாங்குன அடிக்கும் கண்ணு முழி செவந்திடுச்சி எங்கப்பா எண்ணெய் தடவி விட்டு துணிய வாயில வச்சு வச்சு ஊதி அத கன்னத்துல கண்ணுல வச்சாரு எங்கப்பா சம்சாரிக எதுவும் சொன்னாங்கண்ணா கேட்டுத்தான் ஆகணும் எதிர்த்துப் பேசக்கூடாதுன்னு சொல்லி என்னைப் படுக்க வச்சாரு தலைக்கு பலகை வச்சு சாஞ்சு படுத்துக்கிட்டுருக்கேன் கண்ணீர் சொட்டு சொட்டா விழுந்துச்சு. எங்க வூர்லயிருந்து தென்காசி புளியங்குடி நாகர்கோயிலுக்கு ஆட்டத்துக்கு போகணுமின்னா கரைக்டா ஒரு மணி கோகுல பஸ் எழுமலையிருந்து விருதுநகருக்கு போகும் அந்த பஸ்ல ஏறி டி.கல்லுப்பட்டியில எறங்கி மதுரையிலிருந்து செங்கோட்டை தென்காசி போற பஸ்ல போவோம்.

விருதுநகர், சிவகாசி, சாத்தூர், அருப்புக்கோட்டை இந்த மாதிரி வூர்களுக்கு சாயங்காலம் நாலர மணிக்குத் தேனியிலிருந்து விருதுநகருக்கு அருள் முருகன் பஸ் ஏறிப் போவோம் எங்க ளுடைய முக்கா பங்கு வாழ்க்கை பஸ் பயணத்துல போயிடுச்சு.

இப்படித்தான் ஒரு தடவ எங்கப்பா, மாமா பிச்சை தவில்காரர், தவில்காரரு மாமா பாண்டி, சித்தப்பா உருமிக்காரரு பழனி, பேரையம்பட்டி மாமா பம்பைக்காரரு (பவுணு) இவுக வத்ராப் பக்கம் கூமாப்பட்டி பொங்கலுக்கு மேளம் வாசிக்க பேரையூரிலிருந்து வத்ராப் போற சுபா பஸ்ல ஏறிப் போயிருக்காங்க கூட்டம் செம கூட்டமா ஆயிடுச்சு அதனால கொட்டு, மேளத்தை வச்சு, பஸ்டாப்புல ஏறி ஒக்காந்துட்டாக லட்சுமியாபுரம் வந்து வளையங்குளம் வழியா ஆயர் தர்மத்திற்கு வர்ற வழியில வண்டி சாய்ஞ்சிடுச்சு டாப்புல ஒட்கார்ந்த

மேளக்காரக, கொட்டுக சேதமாகிப் போச்சு மேளக்காரருக கையில காலுல காயம் ஏற்பட்டிடுச்சு அப்புறமா வத்ராப் ஆஸ்பத்திரியில ரெண்டு நாள் இருந்து கொணப்படுத்தினாக விசயம் தெரிஞ்ச பொங்க ஊருக்காரக நிகழ்ச்சியை மறு வருசம் வச்சிட்டாக நாகர்கோயில்ல நைட்டுல ஆடிட்டு திருச்சி பக்கம் ஏதாவது ஒரு கிராமத்துப் பக்கம் ஆட வேண்டியதா இருக்கும் நாகர்கோயில்ல காலையில ஆறு மணிக்கு பஸ்ல ஏறி ஒக்காந்தமுன்னா சாயங்காலம் நாலு மணிக்குத் தான் திருச்சி வரும் அப்ப ஏற்கனவே நைட்டுல முழிச்சிட்டு பஸ்சிலேயே தூங்கிட்டு வரணும் திருச்சியில எறங்கி அந்த கிராமத்து ஊருக்கு போக எட்டு மணி ஆயிடும் அப்படியே சாப்பிட்டு பவுடர் போட்டு ஆட ஆரம்பிச்சிடுவோம் அங்க ஆடிட்டு திருச்சியிலிருந்து ராஜபாளையம் பக்கம் கிராமத்து ஊருக்கு ஆட்டத்துக்கு வர வேண்டியதா இருக்கும் இப்படி பஸ்சிலே தான் தூக்கம் பஸ்சிலே பயணம் செய்யுறதுனால உடம்பெல்லாம் புளியம்பழமா இருக்கும் நைட்டுல முழிச்சதுக்கும் அதுக்கும் பசி எடுக்காது களைப்பா இருக்கும் இப்படித் தான் ஆட்டக்காரக வாழ்க்கை போய்க்கிட்டு இருக்கு நாட்டுப்புற ஆட்டம் விடிய விடிய குதிக்கனும் சில ஊர்கள்ல பஸ் இல்லையன்னா பெட்டி, பைகளை தூக்கி செமந்துக்கிட்டு போகணும் பரதநாட்டியம் ஆடறவுகளுக்கு ஒரு நாளைக்கு ஆயிரம் ரெண்டாயிரம் சம்பளம் இங்க நாட்டுப்புற ஆட்டக்காரவுகளுக்கு ராவெல்லாம் முழிச்சிருந்து ஆடினாலும் வெறும் 200, 300 கூடுனா 500 தான்.

சீசன் இல்லாத நேரத்துல எங்க பகுதியில இருக்கிற எல்லா ஆட்டக்காரர்களும் எழவு வூட்டுக்கு ஆடப்போறது வழக்கம் அத மட்டை வேலைன்னு சொல்வோம் உசிலம்பட்டி பக்கம் பாப்பாபட்டி, கீரிப்பட்டி, அய்யனார்குளம், சின்னகுறவகுடி, விக்கிரமங்கலம், மேலக்கால், சோழவந்தான், வாலாந்தூர், கருமாத்தூர், செல்லம்பட்டி, இப்படி பட்டி தொட்டி ஊருக்கு மட்டை வேலைக வரும் இங்க பூராவும் கள்ளத் தேவமாருக ஆளுக நெறைய இருக்காக அதனால தொடர்ந்து பதினைஞ்சு வருசம் எங்கண்ணன்களோடு ஆடப் போயிருக்கோம் இப்படித் தான் அய்யனார்குளம் ஊருக்கு மட்டை வேலக்கு போனோம் இந்தப் பகுதியில நைட்டுல ஆடிட்டுப் பகல்ல தேரு தூக்கற

வரைக்கும் ஆடணும் அத நாங்க நைட்டு பகலும் வேலையுன்னு சொல்லுவோம் இங்கிட்டு எழவு வீடு மாதிரி இருக்காது பொங்க ஊடு மாதிரி இருக்கும் பந்தல்ல பூவுல சோடனை பண்ணி யிருந்தாக தேரு மட்டும் பதினைஞ்சாயிரம் சீரு வரிசை மட்டும் ஒரு லட்சம் வரைக்கு வருமாம் அண்ணகிட்ட அட்வான்ஸ் கொடுக்கும்போது எம்.எஸ். தேவரு ஏன்ட பயலே ஆத்தா எறந்து போச்சு வாங்கடா ஆட்டத்துக்கனு சொல்லி அட்வான்ஸ் கொடுத்தாரு நாங்க நைட் ஏழரையிலயிருந்து எட்டு மணி ராஜா ராணி பஸ்ல பொறப்பட்டு கருமாத்தூர்ல எறங்கி ஆட்டோவுல போயி அய்யனார் குளத்தில் எறங்கி எழவு வூட்டுக்கு போனோம் அங்க மாட்டுக் கொட்டகையில மேக்கப் போட கொடுத்தாக நாங்க மேக்கப் போட ஆரம்பிச்சோம் அப்ப மைக்ல என்னடா ஆட்டக்கார கூதி மக்கா என்னடா இவ்வளவு நேரமாச்சு வாங்கடா சீக்கிரமான்னு ஒரு தேவரு மைக்ல பேசினாரு நாங்களும் அவசர அவசரமாக மேக்கப் போட்டு எழவு வூட்டுக்கு முன்னாடி ஆடினோம் பெணத்தை சுத்தி பொம்பளைக ஒரு கூட்டம் ஆம்பிளைக ஒரு கூட்டமா ஒட்கார்ந்திருந்தாக பொம்பளை அப்பே ஆத்தேன்னு சொல்லி அழுதாக பத்திக்கெட்டு எறிஞ்சிக்கிட்டு இருந்துச்சு அடிக்கடி பன்னீர் பாட்டிலை பெணத்து மேல தெளிச்சு விட்டாக ஆம்பளைக ஒரு பக்கம் தண்ணிய அடிச்சிப்புட்டு ஆடிக்கிட்டு இருந்தாக இன்னொரு பக்கம் சீட்டு விளையாண்டுக்கிட்டு கரெச்சல கொடுத்துட்டு இருந்தாக இதுக்கு மத்தியில ஆடினோம் அப்ப ராஜாபார்ட்டுக்காரக பாட்டைப் பாடுனாக.

எட்டுக் கால் நடந்து வரும்
ரெண்டு கால் நீண்டு வரும்
பத்துக் கால் மனிதருக்கு
பார்வையே கெடையாது
கொட்டு வரும் கொழவி வரும்
கோவிந்தன் பெயரும் வரும்
சட்டியில தீயும் வரும்
சாதிசனம் கூட வரும்
(எட்டுக்கால நடந்து வரும்)

பாட்டைப்பாடி ஆடிட்டுகிட்டு யிருந்தோம் நைட்டுல தூக்க முழிப்பு கடுங்காப்பி கொடுத்தாக.

ஏய் இந்தாரப்பா நல்லா பாட்டுப்பாடி ஆத்தாவை சந்தோசமா அடக்கம் பண்ணனும்னு சொல்லிட்டு ஒப்பு வைக்கிடா சாமிக என்னண்டு பாட்டுப் படிக்கிறீகன்னு சொல்லி சத்தம் போட்டு கடுங்காப்பியை கொடுத்தாக குடிச்சிட்டு ஒப்பாரிப் பாட்டு பாட ஆரம்பிச்சோம்.

இன்னைக்கு சங்க முள்ளு கல்கோட்டை

ஆத்தா சங்க முள்ளு கல்கோட்டை

இன்னைக்கு சனம் பெருத்த நன்னாடு

இன்னைக்கு சங்க முள்ளு குத்துறதும்

சனத்தாரும் ஏசுறதும் சந்திரர்க்கோ சம்மதமோ

இன்னைக்கு பச்ச நெல்லு அரிசி குத்தி

ஆத்தா பச்ச நெல்லு அரிசி குத்தி

இன்னைக்கு பக்குவமா சோறு சமைச்சு

இன்னைக்கு பச்ச நெல்லு சோறு திங்க ஆத்தா

பச்ச நெல்லு சோறு திங்க

மதுர பட்டணமெல்லாம் தேடுறனே

இப்படி ஒப்புப் பாட்டு பாடினோம் மணி கெரக்டா மூனரை ஆயிடுச்சு மாட்டுக் கொட்டகையில மேக்கப்பை அழிச்சுட்டுப் படுத்துத் தூங்கினோம் ஒரு பக்கம் கொசுக்கடியும் சாணியும் மூத்திர வாட அடிச்சது சரியா தூங்க முடியல அப்புறம் காலையில எந்திரிச்சு ஒன்பது மணிக்கு மேக்கப் போட்டு நைட்டுல ஆடுன எடத்துக்குப் போயி ஆடினோம் தெம்மாங்குப் பாட்டு, கம்மாக்கரைப்பாட்டு, திருப்பரங்குன்றம் முருகன் கோயில் பாட்டு இப்படி கதைகள வச்சு பாடினோம் நல்ல பாட்டா பாடுங்கடா சாமிகன்னு ஒப்பாரியா பாடிக்கிட்டு இருக்கிக தேவரு பாட்டை பாடுறான்னு நொக்கா நோத்தான்னு வஞ்சாரு அப்புறம் நாங்க எங்க கதயை விட்டுட்டு தேவரு பாட்டை

பாட அப்படித்தான் அப்படித்தான்டான்னு அவரும் எங்களோட சேர்ந்து ஒக்காந்து ஒக்காந்து ஆடினாரு அப்புறம் எழவுக்கு வந்த ஆளுக அவரை தள்ளிட்டு போயிட்டாக அப்புறம் ரெண்டு மணிக்கு அங்காளி பங்காளி வந்தாக கூட்டமா வேட்டும் கீட்டுமா போட்டு வந்து ஆடுற எடத்துல வந்து ஒரே கரைச்சல் அவுகளா அடிச்சு மல்லுக்கட்டினாக மரக்கால்ல கொண்டு வந்த நெல்லெல்லாம் பறந்துச்சு மைக்செட்காரரு மைக் ஆப் பண்ணிட்டாரு நாங்க போயி ஆடினோம் அப்புறம் நாலு மணி இருக்கும் தேருக்கு முன்னாடியே ஆடிப் போயி கொடம் உடைக்கிற எடம் வர ஆடிப் போனோம் அதுக்கப்புறம் மேக்கப் அவுத்துட்டு சம்பளம் வாங்க சுடுகாட்டுக்கு போனோம் உள்ளூர் தோட்டி குழி தோண்டி வைக்கிறதுக்கு சம்பளம் பந்தக்காரரு, ரேடியோ செட்டுக்காரருக்கு சம்பளம் முடிச்சிட்டு கடைசியா எங்களுக்கு சம்பளத்தை கொடுத்தாக அப்ப கூட ஆட்டம் பாட்டம் சரியில்லையன்னு பணத்தைப் புடிச்சாக நாங்களும் என்னமோ சொல்லிப் பாத்தோம் அவுக கேட்கிற மாதிரி இல்லை அப்புறம் கொடுத்த சம்பளத்தை வாங்கிட்டு வந்து சின்னக்குறவகுடி வரைக்கும் நடந்து வந்து உசிலம்பட்டி பஸ்ல ஏறி வூட்டுக்கு வந்துட்டோம்.

ஒரு தடவை மள்ளப்புரத்திற்கு மேக்கிட்டு கோணாங்கிப்பட்டி வூருக்கு ஆட்டத்துக்குப் போயிருந்தோம் அந்த வூரும், வூருக்கு மேக்கிட்டு இருக்கிற மலையும் பக்க பக்கமா இருக்கும் அந்த வூருல பத்து, பதினைஞ்சு வூடுகதான் இருக்கும் எல்லாமே குடிசை வூடுக அந்த வூருக்கு வடக்குட்டு எழுமலை மேலப்பட்டி, கீழப்பட்டி வூரு வரைக்கும் கிட்டத்தட்ட எட்டு கிலோ மீட்டர் தூரம் வரைக்கும் பனங்காடுகதான் வெறும் மணல் மேடாத்தான் இருக்கும் அந்த ஏரியால கல்லை, கரும்பு, தட்டாம்பயறு இந்த மாதிரி விவசாயம் தான் பண்ணுவாக அதனால அந்த வூரு ரெம்ப பச்சபசேல்னு இருந்துச்சு இன்னைக்கும் அந்த வூருக்கு பஸ் வசதி கெடையாது நாங்க அந்த வூருக்கு போக மள்ளப்புரம் வெலக்குல எறங்கினோம் மள்ளப்புரம் எங்க வூருக்கும் ஒரு கிலோ மீட்டர் தூரம் வித்தியாசம் வூருக்குள்ள இருக்கிற கடையில சாப்பிட்டு அப்படியே மேக்கிட்டு நடந்து கோணங்கிபட்டி வூருக்கு வர்ற வழியில செக் போஸ்ட் இருக்கு அந்த ரோடு மலையைக் கடந்து

கீழ எறங்கினா சோலைத்தேவன்பட்டி, மயிலாடும்பாறை, வருச நாட்டுக்குப் போகலாம் அந்தக் காலத்துல அந்தப் பகுதிக்கு போகனுமின்னா கழுதப்பாதை வழியாத்தான் போகனுமாம்.

செக் போஸ்ட்டிலிருந்து வடக்கே நடந்தே வந்தோம் வர்ற வழியில ரோட்டுக்கு ரெண்டு பக்கமும் எழந்தப்பழம் சரம் சரமா வானத்துல பூத்த வெள்ளி மாதிரி காய்ச்சி இருந்தது நாங்க எங்க பெட்டிகளை வச்சிப்புட்டு எழந்தப்பழம் பொறுக்கிப் பையில போட்டுக்கிட்டு அத ஒவ்வொண்ணா எடுத்து வாயில போட்டுக்கிட்டு தலையில எங்க பெட்டியை சுமந்துகிட்டு நடந்தே வந்தோம் கொஞ்சந் தள்ளி வந்துடனே பனம்பழம் வாசனை சும்மா கும்முன்னு இருந்துச்சு கல்ல நல்லா வெளைஞ்சு போயி இருந்துச்சு அதயும் ரெண்டு மூனு செடிகள புடுங்கி அதப் பக்கத்துல வாய்க்கால் தண்ணியில அலசி கையில வச்சிக்கிட்டு இப்படியே ஒவ்வொன்னையும் வாயில போட்டுக்கிட்டே நடையைக் கட்டினோம் எழவு வூட்டுக்குப் போயி சேர்ந்துட்டோம்.

அங்க எங்களுக்குன்னு மேக்கப் போட வூடு கொடுத்தாக சின்ன வூடு தகரம் போட்டது ஆறு பேரு ஒக்காந்து மேக்கப் போட முடியல சமாளிச்சுத்தான் ஒக்காந்து மேக்கப் போட்டோம் நா மேக்கப் போட்டுட்டு மூக்குல மூக்குத்தி வைக்க எங்களுக்கு அட்வான்ஸ் கொடுத்தவருக்கிட்ட ஒரு வாழைப்பழம் வேணு மின்னு கேட்டேன் ஏன்னா வாழைப்பழத்துல கண்மை போடுற தீக்குச்சியில கொஞ்சம் போல வாழைப்பழத்த உருட்டி மூக்குத்தி வக்கிற எடத்துல வச்சிக்கிட்டு அதுக்கு மேல சிகப்பு சிகினாப் பொட்டை மேல வச்சிடுவோம் அதுக்கப்புறம் அதச் சுத்தி வெள்ளை பொட்டு வச்சிடுவோம் இது நைட்டு நேரத்துல உண்மையான மூக்குத்திப் போல பளப்பளன்னு தெரியும் அதுக்காகத் தான் வாழைப்பழம் கேட்டேன்.

சின்ன வூரு இங்க அதெல்லாம் இருக்காது அரை கிலோமீட்டர் தூரம் மள்ளப்புரம் போயி தான் இதெல்லாம் வாங்கனும்ன்னு அட்வான்ஸ்காரரு சொன்னாரு நா வேணாங்க, ரெம்ப லேட்டா ஆயிடும் மைக்கில ஆட்டக்காரவுக வரணும்னு சொல்லிக்கிட்டு இருக்காக வேணாம் கொஞ்சம் போல கூழு மட்டும் கொண்டு

வாங்கன்னு சொல்லி அன்னைக்கு வாழைப்பழத்துக்கு பதிலா கூழைத் தான் மூக்குத்திக்கு பயன்படுத்தினேன் பல வூருகள்ல இந்த மாதிரி சம்பவம் நடந்துச்சு.

எனக்கு எட்டு வயசு இருக்கும்னு நினைக்கிறேன் அப்போ எங்கப்பா பொம்பளை வேசம் கட்டி ஆடுறத விட்டுப்புட்டு நாயனம்தான் வாசிச்சாரு தொழில் இல்லாத அன்னைக்கு பகல்ல மேட்னி ஷோவுக்கு எங்கப்பா என்னய்ய கல்லுப்பட்டி பழனியப்பா தியேட்டருக்கு படம் பாக்க கூப்பிட்டுப் போவாரு அப்ப டிக்கெட் எழுபத்தஞ்சு பைசாதான் தரை டிக்கெட்டு தான் எடுத்து உட்காருவோம் படம் பாக்கறதுக்கு முன்னாடி, தியேட்டர்ல முதப்பாட்டு விநாயகனே விண்ணுக்கும் மண்ணுக்கும் நாதனுமாய் இந்த பாட்டு சீர்காழிப் பாட்டை போட்டுட்டுத்தான் மத்த பாட்டை போடுவாக ஒரு செல நாள்கள்ல எங்க அப்பா, அம்மா, நானும் மூனு பேரும் படம் பார்க்க வருவோம் அப்போ எங்க அம்மா கூட டிக்கெட் எடுக்கிற வழியில போவேன் இடைவெளி விடும் போது தேங்காய் மிட்டாய், கல்ல மிட்டாய்ன்னு தட்டுல கொண்டு வந்து விப்பாக தேங்காய் மிட்டாய் காலு ரூபா தான் அப்பயெல்லாம் தியேட்டர்ல கூட்டம் குமுஞ்சிப் போயி கெடக்கும்.

எங்கப்பா கூட நான் தான் அதிகமா இருந்திருக்கேன் ஏன்னா நான் தான் கடைசி பையயன் எங்கிறதுனால அப்ப சின்ன வயசுல ஏன் காலுல எலும்பு நோய் வந்து அதுல புண்ணு விழுந்து அதிலிருந்து ரத்தமாத்தான் வடிஞ்சிக்கிட்டு இருக்குமாம் ஆபரேசனுக்க பணம் இல்லாம வூருக்குள்ள இருக்கிற பெரிய சாதிக்காரங்ககிட்ட கடனை வாங்கி என்னைய்ய தூக்கிட்டு டி.கல்லுப்பட்டியில ஒரு டாக்டர்கிட்ட காட்டி, ஆபரேசன் பண்ணுனாக கொஞ்ச கொஞ்சமாய் புண்ணு ஆறிப் போய்டுச்சு ஆனா தழும்பு மட்டும் இன்னும் மாறல.

விக்கிரமங்கலம் பக்கம் கல்புளிச்சான்பட்டியில எழவு வூட்ல நைட்டுல ஆடிட்டு, பகல்ல ஆடினோம் அப்போ கோமாளி ஜோக்க பார்த்துட்டு கூட்டத்திலிருந்து வந்த பெரியவர், கோமாளிக்கு அன்பளிப்பு கொடுக்க எந்திரிச்சாரு அப்போ அவருடைய வேட்டி அவிந்திடுச்சு உள்ளே டவுசர்

போட்டிருந்தாரு அங்ஙன உக்காந்த அவுக சொந்தக்காரவுக பொம்பளைக சில பேரு கையில மணலை அள்ளி அவரு மேல எறிஞ்சாக சில பேரு அவரு மேல சின்ன சின்ன கல்லெடுத்து எறிஞ்சாக அந்தப் பெரியவரு ஏய் கொக்கா, கொத்தான்னு பேசினாரு இதெல்லாம் நாங்க ஆடுற பக்கத்துல நடக்குது பொம்பளைக எல்லாருமே அவரைப் பார்த்து சிரிச்சுக்கிட்டே இருந்தாக அந்தப் பெரியவரு ஒரு கையில வேட்டியை வச்சிக்கிட்டு இன்னொரு கையில பத்து ரூபாயை வச்சிக்கிட்டு நாங்க ஆடுற எடத்தை நோக்கி வந்து கோமாளிகிட்ட இந்தாட பயலே நல்ல பாட்டு பாடுன்னு சொல்லிட்டு கிளம்புனாரு நாங்க பாட்டுப் பாடி ஆடிக்கிட்டிருந்தோம் நாங்க ஆடுற பக்கத்து எடத்துல சின்ன சந்துல நாலு பேரு கூட்டத்தில நிகழ்ச்சி பார்த்த ஒருத்தரு சூலப்புரம் செட் ஒரு செட்டுக்குத்தான் அட்வான்ஸ் கொடுத்தோம் ரெண்டு செட் வந்திருக்காங்களேன்னு சொன்னாரு அந்த நாலு பேருல ஒருத்தரு கோமாளிக்கு சரடுல கத்தரிக்காய், கேரட், பீன்ஸ், பீடி, சிகரெட், ஒரு பெரிய பொட்டணம் கட்டி கோமாளி கழுத்துல போட்டாரு கோமாளியும் எனக்கு காய்கறி மாலையை அன்பளிப்பு செய்த ஐயா அவர்களுக்கு நன்றியை தெரிவிச்சிக்கிட்டு, பொட்டணத்தை மெல்லத் திறந்தாரு பொட்டணத்திலிருந்து ஒரு பாம்பு வெளியே பொறப்பட்டுச்சு கோமாளி பெப்பப்பேன்னுனாரு நாங்க ஆடுறத விட்டுப்புட்டு ஆச்சரியமா பார்த்தோம் அது தண்ணிப்பாம்பு போலிருக்கு உயிரோட இருந்துச்சு கூட்டத்துல இருக்கிற ஆம்பிளைக பொம்பளைக கெக்க கெக்கன்னு சிரிச்சாக என் வாழ்க்கையில மறக்க முடியாத மாலை எத்தனையோ வூர்கள்ல எனக்கு மாலைப் போட்டிருக்காக ஆனா இந்த மாதிரி மாலையெல்லாம் போட்டதே இல்லை மாலையைப் போட்ட சாமிக்கு கோடி கும்பிடுய்யான்னு மைக்குல சொன்னாரு நாங்க வேலை முடியறவரைக்கும் இதைப்பத்தி தான் பேசினோம் வூட்டுக்கு வந்த பிறகும்கூட அதப்பத்தி மத்த ஆளுககிட்ட சொல்லி சிரிச்சிக்கத்தான் முடிஞ்சது.

தென் மாவட்டங்கள்ல மதுரை, தேனி, விருதுநகர், திருநெல்வேலி, கன்னியாகுமரி, திண்டுக்கல், இராமநாதபுரம் இந்த மாதிரி மாவட்டங்கள்ல திருவிழா, திருமணவிழா,

பூப்புனித நீராட்டு விழா இது சம்மந்தமா நிகழ்ச்சிக்கு ஆடி வருவோம் சீசன் இல்லாத நேரங்கள்ல எங்க வூரைச் சுத்தி இருபது இல்லையென்னா முப்பது கிலோமீட்டர்குள்ள எழவு வூட்ல ஆடுவோம் எழவு வூட்ல ஆடுறது தெரிஞ்சா செல வூர்கள்ல கோயில் விழாவுக்கு ஆட்டத்துக்கு கூப்பிட மாட்டாங்க அதனால ரெம்ப தூரத்துக்கெல்லாம் எழவு வூட்டு விசேசத்துக்கு கூப்பிட்டா போறதும் கெடையாது.

நாங்க ஆடுற ராஜாராணி ஆட்டத்தை மதுரை, தேனி, விருதுநகர் இந்த மாதிரி பகுதிகள்ல நரிகுறத்தி ஆட்டம், குறவன் குறத்தி ஆட்டமுன்னு கூப்பிடுவாக திருநெல்வேலிப் பகுதிகள்ல கதம்ப நிகழ்ச்சி தெருக்கூத்துன்னு கூப்பிடுவாக திண்டுக்கல் மாவட்டம் பூலத்தூர், பண்ணைக்காடு பகுதிகள்ல நாலுபேர் ஆட்டம், பல வேசம்ன்னு இப்படி ஒவ்வொரு இடத்துக்கு தக்கனவாறு கூப்பிடுவாக.

இப்படித் தான் வத்தலக்குண்டு பக்கம் கொடைக்கானலுக்கு கீழே பூலத்தூர் எஸ்டேட்டுக்கு ஸ்ரீராமஜெயம் கோயிலுக்கு ஆட்டத்துக்கு போனோம் நா ஆடுறதுக்கு முன்னாடி எங்க அப்பா, அந்தக் கோயிலுக்குப் பத்து பதினைஞ்சு வருசமா ஆடியிருக்காரு அப்புறமா எங்க மூத்தவுக மகாலிங்கமும், பிலாவடியும் சுமார் பத்து வருசமா ஆடியிருக்காக நா கிட்டத்தட்ட ஆறு ஏழு வருசமா ஆடியிருக்கேன் கொடைக்கானலுக்குக் கீழே தெக்கமென்ன ஒரு ரோடு பிரியும் அதுலயிருந்து உள்ளே வந்தா சுமார் ஆறு கிலோமீட்டர் தூரம் இருக்கும்னு நினைக்கிறேன் அங்கே எல்லா சாதிக்காரவுக இருக்காக ஆனா இருபத்தி நாலு மனை தெலுங்கு செட்டியாருக தான் அதிகமா இருக்காக நாங்க ஆட்டத்துக்குப் போனது செட்டியார் கோயிலுக்கு அந்த வூரைச் சுத்தி மலைகளாத்தான் சூழ்ந்து இருக்கு சாயங்காலம் நாலு மணியானா மழைப் புடிச்சு பின்னி எடுக்கும் தேயிலை, ஆரஞ்சு, வாழை, சொச்சக்காதான் நிறையா போட்டிருந்தாக.

நாங்க எங்க செட்டோட போயிருந்தோம் அந்த ராமர் கோயில்ல எங்க பெட்டிகளை வச்சிட்டு கோயில்ல சாப்பிட ஆரம்பிச்சோம் நாங்க அந்த வூருக்கு கிட்டத்தட்ட அப்பா காலத்திலருந்து போனதுனால எங்க செட்டுக்கு அந்த வூரு முழுக்க நல்ல

மரியாதை கொடுப்பாக சிறுசலயிருந்து பெரியாட்கள் வரைக்கும் ஆணும், பெண்ணுமாக எங்கள அன்பா வச்சிக்கிருவாக கோயில்ல எங்ககூட கரகாட்டக்காரவுக மேளச் செட்டுக்காரவுக, கோயிலுக்கு லைட்டு சுமக்கிறவுக இவுககூட சேர்ந்துதான் சாப்பிட்டோம் அப்போ சாயங்கால நேரம் சடசடன்னு மழை பேஞ்சது வாடைக்காத்து லேசா அடிச்சது குளிரு ரெம்ப ஓவரா அடிக்க ஆரம்பிச்சது அங்க பச்சத்தண்ணிய்ய குடிக்க முடியாது சுடுதண்ணியதான் கொடுத்தாக நாங்க எல்லாரும் சாப்பிட்டு மேக்கப் போட போயிட்டோம்.

கரெக்டா ஒன்பதரை இருக்கும் கோயில் சப்பரம் ரெடியாயிடுச்சு அங்கே கரகாட்டமும் ஆட ஆரம்பிச்சிட்டாக எங்களுக்கு அட்வான்ஸ் கொடுத்தவரு எங்களை அவசரப்படுத்துனாரு நாங்களும் அவசர அவசரமா மேக்கப் போட்டுக்கிட்டு கோயிலுக்கு ஆட வந்தோம் எங்களுக்கு நையாண்டி மேளக்காரவுக வாசிச்சாக கரகாட்டக்காரவுகளுக்கு பேண்ட் செட் வாசிச்சாக பத்து பத்தரை இருக்கும் சப்பரத்துக்கு முன்னாடி ஆடினோம் குளிரு ரெம்ப அடிக்க ஆரம்பிச்சிச்சு என்னால குளிரு பொறுக்க முடியல வாயைத் தொறந்தா புகையாத்தான் வருது வேடிக்கை பார்த்தவுக எல்லாரும் தலையில மப்புலரும், சால்வையும் போத்திக்கிட்டு பார்த்தாக அதுல சில பேரு சப்பரம் பொறப்படத் தயாரானதுனால கன்னத்துல போட்டுக்கிட்டாக பொறி வாணம் போட்டாக நாங்க ஆடுற எடத்துல விழா கமிட்டியாளரு விசில் ஊதுவாரு அப்ப நாங்க அந்த ஆடுற எடத்துலயிருந்து அடுத்த எடத்துல ஆடனும் எங்களுக்க முன்னாடி கரகாட்டக்காரவுக ஆடுவாக ரெண்டு நா புரோகிராமுன்னா முத நா சப்பரத்துக்கு முன்னாடி நையாண்டி மேளத்தோட ஆடனும் ரெண்டாவது நாள்ன்னா பேண்ட் செட்டோட ஆடனும் இதுதான் அங்குள்ள விதிமுறை ஒவ்வொரு எடத்திலேயும் நாப்பத்தஞ்சு நிமிசம் இல்லையன்னா ஒரு மணி நேரம் சப்பரம் நிக்கும் அதுக்கப்புறம் விசிலடிப்பாரு தெரிஞ்சவுக அந்த ஊருக்காரரு ஆக கொஞ்ச முன் கூட்டியே அடுத்த ஆடுற எடத்துல இடம் போட்டு ஒக்காந்துக்கிருவாக.

கோயில்லருந்து பொறப்பட்ட சப்பரம் ஒவ்வொரு எடத்திலேயும் நிண்டு நிண்டு வரும் இப்படி பத்து பதினைஞ்சு

எடங்கள்ல இருக்க ஒரே தெருவு தான் சும்மா அரை கிலோமீட்டர்கூட அதிகம்தான் கடைசி எடத்துக்கு வரும்போது விடிஞ்சுரும் இதுதான் அங்குள்ள பழக்கம்.

இப்படி எட்டாவது எடத்துல ஆடும் போது பெரிய மழை பிடிச்சிருச்சிச்சு நாங்கெல்லாம் ஆடுற வூட்டு பக்கத்துல வூட்டுல ஒக்காந்துகிட்டோம் அரை மணி நேரமா மழை பேய்ஞ்சது அதுக்கப்புறமா லேசான மழைத்தூறல் விழுந்தது அப்போ பேண்ட் செட்டுக்காரவுக பழைய பாட்டு,

அனுபவம் புதுமை நான் அவரிடம் கண்டேன்

அந்நாளில் இல்லாத பொல்லாத எண்ணங்களே

ஓஹோ ஓஹோ (அனுபவம்)

இந்த பாட்டை கிளாரிநெட்டுல வாசிச்சாரு, இந்தப் பாட்டுக்கும் வெளியில மழை பேய்றதுக்கும் மனசுக்கு ரெம்ப இதமா இருந்தது தூறல் நிண்ட உடன் கரகாட்டக்காரவுக ஆடுனாக அப்புறமா நையாண்டி மேளத்துல நாங்க ஆட ரெடியா இருந்தோம் எங்களுக்கு நாயனம் வாசிக்க வந்தவரு வயசுல பெரியவரு அவரு தன்னுடைய நாயனத்துல

ஊரு சனம் தூங்கிடிச்சு

ஊதக் காத்தும் அடிச்சிருச்சு

பாவி மனம் தூங்கலியே

அதுவும் ஏனோ தெரியலையே

ன்னு மெல்ல திறந்தது கதவு படத்திலிருந்து அந்தப் பாட்டை அந்த பெரியவரு வாசிச்சாரு அந்த லேசான தூறலுக்கும் அடிக்கிற வாடைக் காத்துக்கும், இந்த பாட்டை கேட்கும் போது ஆடுறதை விட்டுப்புட்டு தன்னையே மறந்து கேட்கணும் போல் இருந்தது இந்த பாட்டு முடிஞ்சது அந்த பெரியவரைப் பார்த்து கோமாளி, ஏண்டி உனக்கு ஏழு கழுதை வயசாகிப் போச்சு ஊருசனம் தூங்கிடுச்சு, ஊதக்காத்து அடிக்குதா வாடி வா பாட்டிகிட்ட சொல்லி, வாயில சூடு போடச் சொல்றேன்னு நக்கலடிச்சாரு வேடிக்கை பார்த்த ஆணும், பெண்ணும் அந்த கிழவரைப் பார்த்து சிரிக்க ஆரம்பிச்சாக.

காலையில ஆறு மணிக்குத்தான் சப்பரம் கீழ வந்து சேந்துச்சு கீழ ஒரு கோயில் இருக்கு அங்க வந்து சப்பரம் திரும்பும் அங்கன கரகாட்டத்தையும், ராஜாராணி ஆட்டத்தையும் மொத்தமா ஆட விட்டுருவாக கோமாளி கரகாட்ட பொம்பளைகளோட சேர்ந்து ஆடும்போது ஹேய்ன்னு சவுண்ட் விட்டாக அப்புறம் சப்பரம் மேல உள்ள கோயில்ல சப்பரம் புறப்பட்ட எடத்துக்குப் போய்ச் சேர எட்டு மணி ஆயிடும் அதுக்கப்புறமாத்தான் நாங்க எங்க மேக்கப்பை அழிச்சோம்.

அன்னைக்கு நைட்டு சப்பரம் வந்ததுக்கு லைட் சுமக்க வந்த ஆளுக எங்க ஆளுக தான் அந்த பழக்கத்துல எங்களை அவுக வூட்டுக்குக் கூப்பிட்டுப் போனாக டீ, காப்பின்னு கொடுத்தாக அந்த வூரோடா அருமை பெருமையெல்லாம் சொன்னாக இவுக வூடுக யெல்லாம் நாங்க தங்கியிருக்கிற எடத்திலருந்து சுமார் அரை கிலோமீட்டர் தூரம் இருக்கும் ஆனா அது பள்ளத்துல இருக்கு.

பூலத்தூர் எஸ்டேட்ல ரெண்டு நா ஆடுவோம் தொடர்ந்து மூனு நாளைக்குக் கூப்பிடுவாக நாங்க மூனு நா ஆடுனா, ஜனங்க ஆர்வமா பாக்கமாட்டாக ரெண்டு நாளுனா சும்மா நச்சுன்னு இருக்கணும் அதுதான் எங்களுக்கு பிடிக்கும்னு சொல்லி அண்ணே மகாலிங்கம் அட்வான்ஸ் வாங்குவாரு நாங்க அந்த வூருல ஆடும்போது பொம்பளைக தான் எங்கள அதிகமா பாப்பாக ஆம்பளைக, எளந்தாரிக இவுகயெல்லாம் கரகாட்டப் பொம்பளைக ஆடுறத பாப்பாக அங்கே ரெண்டு நாளும் பக்திப் பாட்டாத்தான் ரேடியோவுல போடுவாக வேற காதல் பாட்டு, சினிமாப் பாட்டயெல்லாம் அங்க போடமாட்டாக.

தொடர்ந்து ரெண்டாவது நா ஆடிட்டுக் காலையில பத்தரை பஸ்சுக்கு அனுப்புவாக பணத்தை கொடுக்கும்போது ராமர் கோயில்ல வச்சு தேங்காய், வாழைப்பழத்தோட சாமியக் கும்பிட்டுக் கொடுப்பாக பல வருசமா ஆடுறதைப் பாராட்டி பீரோ ஒன்னு அன்பளிப்பா கொடுத்தாக செல பழக்கமான வூடுகளிலிருந்து ஆரஞ்சுப்பழம் ரெண்டு மூனு சாக்குகளில்ல கொடுத்தாக அதயெல்லாம் மொத்தமா கொண்டு வந்து வத்தலக்குண்டு பஸ்ஸாண்டுல வச்சு எட்டு பேத்துக்கும் பகிர்ந்துக்கிருவோம்.

ரெண்டாயிரத்து மூனுல சின்னாளப்பட்டி பக்கமா ஒரு வூருக்கு ஆட்டத்துக்குப் போனோம் அந்த வூருல மறக்கமுடியாத சம்பவம் நடந்துச்சு நாங்க மேக்கப் போட்டு ஆடிக்கிட்டு இருந்தோம் நைட்டு ரெண்டு மணி இருக்கும் அங்க காமன் எரிப்பு சம்பவம் நடந்துச்சு காமன் எரிப்பு சம்பவம்ன்னா சிவன் கடுந்தவம் செஞ்சிக்கிட்டு இருக்கும்போது தன் மகளைக் கட்டுன புருஷன் சிவனோட மருமகன் அடிக்கடி தொல்லை பண்ணினாராம் அந்த தொல்லையை பொறுக்க முடியாம, மருமகனை சிவன் கொண்டுறுவாராம் இந்த விசயத்தை கேள்விப்பட்டு சிவனோட மக தன் அப்பாகிட்ட என் வூட்டுக்கார உயிரோட வரனுங்கிறதுக்காக, அப்பாகிட்ட மக கடுந்தவம் செய்வாளாம் இதுதான் காமன் எரிப்பாம் இந்த சடங்க அந்த வூருல வருசா வருசம் நடக்குமாம் நைட்டு ஒரு மணிக்கு இந்த சடங்க ஆரம்பிப்பாங்க நாங்க ஆடக்கூடிய எடத்துப் பக்கத்துல வடக்கே தள்ளி மூங்கி கம்பங்களை ஊண்டி ஒரு மாடி வூடு உயரமா கம்புகளைப் போட்டு அதுக்கு மேல பலகை அடைச்சு உட்கார்ந்து தவம் பண்ணறதுக்கு பலகையைப் போட்டு அடைச்சு வச்சிருந்தாக.

அந்த சடங்குல பங்கு எடுக்கிறவுரு விரதமிருந்து காவி உடை அணிஞ்சிருந்தாரு அவரு மேல ஏறிப்போயி விளக்கைப் பொருத்தி தவம் பண்ண ஆரம்பிச்சாரு.

மேல மின் விளக்குக கெடையாது வெறும் தீப விளக்கு மட்டும் தான் எறிஞ்சிச்சு அவரு முகம் மட்டும்தான் லேசா தெரியும் மத்த பகுதியெல்லாம் இருட்டு அப்ப எங்க ஆட்டத்தை நிப்பாட்டச் சொல்லிட்டாக விழாக்கமிட்டியாளர் வேடிக்கை பார்த்தவுக எல்லாருமே ரெம்ப பய பக்தியா கும்பிட ஆரம்பிச்சாக சுமார் முக்கா மணி நேரம் இருக்கும் இந்த சடங்கு நடந்துக்கிட்டு இருக்கு அந்த தவம் பண்ற காட்சியைப் பாக்கும்போது இப்பக்கூட ஏதோ மனசுல ஒரு பயம் வந்திட்டுப் போகுது அப்புறம் கொஞ்ச நேரம் கழிச்சு எந்த பொங்க வூர்லயும் பாடக் கூடாத பாட்டை பாடச் சொன்னாக அது என்னாப் பாட்டுன்னா, மருமகன் மீண்டும் உயிரோட வரனும் எங்கிறதுக்காக அதனால எங்களை ஆடக்கூடிய எடத்துல ஒப்பாரிப் பாட்டு பாடச்

சொன்னாக பொம்பள வேசம் போட்டவுக ஆளுக்கு ரெண்டு ஒப்பாரிப் பாட்டு பாடினோம்.

இந்த சடங்கு முடிஞ்சதுக்கு அப்புறமா வழக்கமா நாங்க பாடுற கதைகளை வச்சு ஆடிப்பாடுனோம் ஏன்னா எந்த பொங்க ஊருலயும் இந்த மாதிரி ஒப்புப் பாட்டு பாடுனதே கெடையாது இந்த ஊருல தான் முத தடவை பொங்க ஊருக்கு ஒப்புப் பாட்டு பாடினோம் மறக்க முடியாத சம்பவம்தான்.

நாங்க சீசன் நேரத்துல ஆடக்கூடிய டிரஸ்க ஆட்டத்துக் குண்டான பொருட்கள் என்ன என்ன தேவைப்படுதோ அதை யெல்லாம் பாதுகாப்பா பத்திரமா வச்சிக்கிருவோம் எந்த பொருள் இல்லையோ, அத ஆடுறதுக்கு முன்கூட்டியே வாங்கி வச்சிக்கிருவோம் ஒரு சில பொருள்க எல்லாம் ஆடிக்கிட்டு இருக்கும்போதே விழுந்துரும்.

ரெம்ப துரித நடையில ஆடிக்கிட்டு இருப்போம் மணிக்கயிறு அந்திடும் கால்ல இருக்கிற மணி தெறிச்சி விழுந்திடும் அப்படியே ஆடுற எடத்திலேயே ஓரமா ஒக்காந்து சரடு இல்லையன்னா நூல், அதுவுமில்லையன்னா ஒரு செல ஊருகள்ல ஆடுற எடத்துல பந்தல் போட்டு அதுல வாழைமரம் ஊண்டி இருப்பாக அந்த வாழை நாரை எடுத்து அந்து போன மணியைக் கட்டிக்கிருவோம் குறிப்பா பொம்பளை வேசக்காரவுக கால்ல கட்டின மணி அந்து போச்சுன்னா அவரு அந்த மணியைக் கழட்டி கால்லயிருந்து மணியைக் கழட்டி மேளக்காரவுக, இல்லையன்னா சிங்கி போடுறவக்கிட்ட கொடுத்துட்டு ஆடப்போயிருவோம் கூட்டம் ரெம்ப கம்மியா இருந்துச்சுன்னா அவுகளே அந்து போன மணியை ஜாயின்ட் பண்ணிக்கிட்டு அத கால்லுல கட்டிக்கிட்டு ஆட வருவாக கூட்டம் ஜெகஜோதியா இருக்கும் ஒரு ஆளு மட்டும் விடுபட்டு ஆடுற போது அது பாக்குற ஆளுக்கு விட்டுத்தெரியும்.

திருமங்கலம் பக்கம் ஒரு ஊருக்கு போயிருந்தோம் மேக்கப் போடுற போது கரண்ட் கட் ஆயிடுச்சு அன்னைக்கு நைட்டு மழை வேற ஓங்கி பேய்ஞ்சிக்கிட்டுருந்துச்சு மின்னல் வெட்டு கண்ணை பிடிங்கிப் போனது மாதிரி அடிச்சது நாங்க ஒரு சின்ன சாவடியில ஒக்காந்து மேக்கப் போட்டோம் அது சின்ன எடம்

அதுல தான் ரேடியோ செட் போடுறவங்களும், நையாண்டி மேளக்காரவங்களும் ஒத்தக் கொம்பு வாசிக்கிறவுகளும் அங்கே தான் இருந்தாக ஊர்க்காரவுகளும் சில பேர் இருந்தாக.

கிட்டத்தட்ட ரெண்டு மூனு மணி நேரம் கரண்ட் வல்ல அப்ப மணி பன்னிரெண்டரை ஒரு மணி ஆயிடுச்சு இப்படியெல்லாம் வரும்னு தெரிஞ்சுதான் எங்க பெட்டிகள்ல ரெண்டு மூனு மெழுகுவர்த்தியை போட்டிக்கிருவோம்.

அன்னைக்கு மெழுகுவர்த்தியை பொருத்திக்கிட்டு அதுல உள்ள வெளிச்சத்துல தான் மேக்கப் போட்டோம் மேக்கப் போடுறதுக்கான வெளிச்சம் கம்மியா இருந்துச்சு அதனால முத்து, வெள்ளை பவுடர்களை எல்லாம் நெறையப் போட்டுட்டோம் எவ்வளவு தான் மேக்கப் போட்டாலும் இருட்டு வீடு மாதிரிதான் இருந்துச்சு எங்களுக்கே மனத் திருப்தி இல்லாம மேக்கப் போட்டோம் எப்படியோ ஒரு வழியா வூருக்காரவுக திருமங்கலத்துக்கு போயி ஜெனரேட்டரை தூக்கிட்டு வந்து திருவிழாவை நடத்துனாக மழையும் பேஞ்சு ஓஞ்சிச்சு ஆடுற எடத்துல எதிர் எதிரே ரெண்டு போகஸ் லைட் கட்டியிருந்தாக அந்த எடம் பட்டப்பகல்ல வெயிலடிச்சது மாதிரி இருந்துச்சு.

நீங்கள் ஆவலுடன் எதிர்பார்த்த சூலப்புரம் ஸ்ரீஆதிபராசக்தி குழுவினர் மகாலிங்கம் குழுவினர் பெருமாள் அவர்களின் ஆசிர்வாதத்துடன் வழங்கும் ராஜாராணி ஆட்டம் இன்னும் சில மணித்துளிகளில் நடைபெற இருப்பதால் பொதுமக்கள் அனைவரும் விழாவினையும் நிகழ்ச்சியினையும் கண்டுகளித்துச் செல்லுமாறு மிகத் தாழ்மையுடன் கேட்டுக் கொள்கிறோம் இப்படிக்கு இவன் விழாக்கமிட்டியாளர்கள்னு மைக் செட்டுக்காரரு அனௌன்ஸ் பண்ணினாரு.

நாங்க எல்லாம் மேக்கப்பை முடிச்சிட்டு ஆடுற எடத்துக்குப் போனோம் எங்களுக்குள்ள ஒருத்தரை ஒருத்தர் பார்த்தோம் சிரிப்பு தன்னால வருது ஏன்னா மாவுல விழுந்த பூனை மாதிரி எங்க எல்லாருடைய முகத்துல மேக்கப் அதிகமாகவும், பவுடர்க திரளத் திரள நிக்குது என்னா செய்றது வெந்ததும் போதும் முந்தியில போடுன்னு சொன்னது மாதிரி அதோடதான் அன்னைக்கு ஆடி முடிச்சிட்டு ராஜபாளையம் பக்கம் சோழபுரம்

காலனிக்கு ஆட வந்தோம் அன்னைக்கு மேளச்செட்டு கிடையாது ஏன்னா அவுக செவ்வாய், புதன் மட்டும்தான் அந்த வூருக்கு அட்வான்ஸ் வாங்கியிருந்தாக வியாழக்கிழமை சாத்தூர் பக்கம் போயிட்டாக அதனால எங்களுக்கு அட்வான்ஸ் கொடுத்தவக உங்க ஆட்டச் செட்டுல இருக்கிற ஒரு தவுலை மட்டும் வச்சு ஆட்டத்தை நடத்துங்க இது சீசன் நேரம் வேற மேளச் செட்டுக கெடைக்காதுன்னு சொல்லி அட்வான்ஸ் கொடுத்திருந்தாரு அதே மாதிரித் தான் அந்த காலனித் தெருவுல மேளக்காரவுக கெடையாது நாங்க சீக்கிரமே ஆடனும் எங்கிறதுக்காக மேக்கப் போட்டுக்கிட்டு இருந்தோம் அப்பதான் தெரிஞ்சது அவரோட தவிலு வலந்தரைத் தட்டு சவ்வு கிழிஞ்சிடுச்சுன்னு ஏற்கனவே மூனு நா முன்னாடி வலந்தரைத் தட்டு கிழிஞ்சிடுச்சு அதனால தவில்காரர் சித்தப்பா ஆறுமுகத்துக்கு என்னா பண்றதுன்னு தெரியலை பக்கத்து வூருகளிலும் மேளக்காரவுக கெடையாது தெக்க போனா இடையன்குளம் பாலமுருகன் செட் இருக்கு ஆனா இங்கிருந்து இருபத்தஞ்சு கிலோ மீட்டர் அப்படியே வடக்கே வந்த ராஜபாளையத்துக்கு வந்து பத்து பதினைஞ்சு கிலோமீட்டர் என்னா பண்றதுன்னு தெரியலை சீக்கிரமா ஆடனும்ன்னு சொல்லி பெரியாளுக நச்சரிக்கிறாங்க எங்களுக்கு காலு, கை, ஓட மாட்டீங்கது என்னா பண்ணினாரு தெரியுமா சித்தப்பா ஆறுமுகம், வூட்டுல பிளாஸ்டிக் பேப்பரை வாங்குனாரு ஒரு மண்பானையை வாங்கி அந்த முகப்புல பிளாஸ்டிக் பேப்பரைச் சுறுங்கல் இல்லாமல் இழுத்துப் புடிச்சு கட்டி ஒரு விரலை தட்டிப் பார்த்தாரு சும்மா கும்கும்கும்ன்னு இருந்தது அத அப்படியே எடுத்துக்கிட்டு வந்து ஆடுற எடத்துல வச்சு மண்பானைத் தாளத்துக்கு ஸ்பெசலா மைக் போட்டு ஆடுற எடத்துக்கு நேரா ரேடியோ பாக்ஸை திருப்பி வச்சு உட்கார்ந்தாரு மேக்கப்பெல்லாம் முடிச்சிட்டு ஆடுற எடத்துக்கு வந்து நிகழ்ச்சியை ஆரம்பிச்சோம் நையாண்டி மேளம் இருந்துச்சுன்னா ரெண்டு, மூனு பாட்டுக்கு ஆடிட்டு எங்க நிகழ்ச்சியை ஆரம்பிப்போம் ஆனா, இங்க நையாண்டி மேளம் இல்லாம பானைத் தாளத்தை வச்சதுனால ஆட்டம் கீட்டம் ஆடாம, அப்படியே பாட்டைப் படிச்சு நிகழ்ச்சி ஆரம்பிச்சோம் விடிய விடிய இந்த மாதிரி தான் சமாளிச்சோம்.

அதே மாதிரி தொன்னுத்தி எட்டுல முதுகுடிக்கு எங்க ஆளுக ஆட்டத்துக்குப் போனோம் அப்போ நல்லு மாமா தவில்காரரு வந்திருந்தாரு இவரு எங்கப்பா காலக்கட்டத்துல மிகச் சிறந்த குறவ வேசக் கலைஞரு ராஜபார்ட் நல்ல தவில் கலைஞரு குறவன் குறத்தி வேசம் போடுறதுக்கு முன்னாடி பத்து மணியிலிருந்து ரெண்டு மணி வரைக்கும் ராஜாராணி ஆட்டம் நடக்கும் இந்த ராஜாராணி ஆட்டத்துக்கு எங்க ஆட்டத்துக்கு மட்டும் தவில் வாசிப்பார் விரல்ல கூடுபோட்டு வாசிப்பாரு ஒவ்வொரு தாள முறிவிலயும் பறவக படபடன்னு சவுண்ட் கேட்கறது மாதிரி விரல்ல உருட்டு இசையை எழுப்புவார் இவரு இறக்கறதுக்கு முன்னாடி எங்க செட்டுல தான் வேலை பாத்தாரு அப்போ முதுகுடி வூர்ல மேளக்காரவுக இல்லை மண்பானையை வாங்கி அதுல பிளாஸ்டிக் பேப்பரைக் கட்டி, ஐயப்ப சாமிக்கு மாலைப்போட்டு பஜனைப் பாட்டு பாடுறத மாதிரி தான் அன்னைக்கு பாடினோம்.

ரெண்டாயிரத்து எட்டுல உசிலம்பட்டி, ஆண்டிப்பட்டி பக்கமா ஏதோ ஒரு பந்த் நடந்ததுனால பஸ்சுகயெல்லாம் அந்த வழியா போகல நாங்க அன்னைக்கு நைட்டு தேனி ஓடைப்பட்டிக்கு ஆட்டத்துக்கு போகனும் எங்களுக்கு என்னாப் பண்றதுன்னே தெரியல அப்போ எங்க மூத்த அண்ணனுக்கு அட்வான்ஸ் கொடுத்தவரு ஒரு வண்டியை அனுப்பி வச்சிருக் கேன்னு அதுல ஊரு வந்து சேர்ந்திருங்கன்னு போன்ல சொல்லிட்டாரு நாங்க வண்டிக்காக எங்க வூர்ல காத்துக்கிட்டு இருந்தோம் வண்டியும் வந்துச்சு மினி டோர் வண்டி, காய்கறி ஏத்துறது வெறும் சாணியும், வக்கலுமா இருந்துச்சு என்னத்த சொல்றது வூரு போய் சேர்ந்துதான் ஆகனும் அந்த சாணியை வழுச்சி எறிஞ்சிட்டு வக்கல கூட்டி அள்ளிப் போட்டுட்டு வண்டியில ஒக்காந்தோம் வண்டியும் எங்க வூரை விட்டு மள்ளப்புரத்துக்கு மேக்க போகும்போது சாயங்காலம் நாலு மணி இருக்கும்.

வெயிலே இல்லே மேகமெல்லாம் கருப்பா ஒண்ணு திரண்டு இருந்துச்சு காத்து ஒரு மாதிரியா அடிக்க ஆரம்பிச்சுச்சு நாங்க போன வண்டியில மேல தார்பாய் போடல லேசா

புனுபுனுன்னு பேஞ்ச சாரலு ரெம்ப வேகமா மழை பெய்ய ஆரம்பிச்சிருச்சு வண்டியும் மள்ளப்புரத்த தாண்டி மேக்கட்டு போயிருச்சு எடையில பஸ் ஸ்டாப்பே கிடையாது மலையில மேஞ்சு ஆடுக நனைஞ்சிக்கிட்டே ரோட்டு ஓரமா தலைய்ய தலைய்ய ஒதறிக்கிட்டு வந்திச்சு தோட்டங்கள்ல வேலைக்குப் போன ஆணும், பெண்ணும் தலைய்ய துணியைப் போத்திட்டு வேகமா எட்டு வச்சு நடந்து வந்துக்கிட்டு இருந்தாக நாங்க கொண்டுவந்த பெட்டி மேளக்காரவுக வச்சிருந்த சாமான் ரெம்ப நனைய ஆரம்பிச்சிருச்சு அதனால டிரைவர் பக்கத்துலயிருக்கிற பஸ் ஸ்டாப்புல வண்டிய ஓரங்கட்டினாரு நாங்க எல்லாரும் எறங்கி பஸ் ஸ்டாப்புல மழைக்கு ஒதுங்கிக்கிட்டோம் அதுக்குப் பக்கத்துல களம் இருந்துச்சு அதுல கல்லைய்ய காயப்போட்டவுக ரெம்ப வேகமா அள்ளிக்கிட்டு இருந்தாக அரைமணி நேரம் கழிச்சு மழை விடவும் வண்டியில உக்காந்து புறப்பட்டோம்.

வண்டியும் சாயங்காலம் ஏழு மணிக்கு ஓடைப்பட்டிக்குப் போய் சேர்ந்துச்சு மெயின் ரோட்டுல இருந்து கோயில் வரைக்கும் பந்தலு போட்டுருந்தாக அதுல பலவிதமான கலர் சிகினாப் பேப்பர்ல ரெம்ப அழகுப் படுத்திருந்தாங்க வீதி முழுக்க சீரியல் பலுப்பு நாலு அடிக்கு ஒரு டியூப் லைட்டு ரெம்ப ஜெகஜோதியா இருந்துச்சு நாங்க எங்க பெட்டிகள சாவடிக்குள்ள வச்சிட்டு அட்வான்ஸ்காரருக்காக வெயிட் பண்ணிக்கிட்டு இருந்தோம்.

அப்போ வயசுல பெரியம்மா ஒருத்தங்க எங்களப் பாத்து ஏம்பா நீங்க தான் ஆட்டக்காரவுகளா நல்லா ஆடனும்ன்னு சொன்னாக நாங்களும் சரிங்கம்மான்னு சொன்னோம் நா அந்தக் கோயிலோட வரலாறக் கேட்டேன் அந்தம்மாகிட்ட அப்போ நீங்க எத்தனையோ வூருக்கு ஆட்டத்துக்கு போயிருப்பீங்க ஆனா இந்த சாமி வூரு தேனி மாவட்டம், ஆண்டிப்பட்டி பக்கத்துல சின்ன வூருக்கு பேரு ராஜஸ்தான் கோட்டையின்னு சொல்லுவாக அந்த கோட்டையில கம்பளத்து நாயக்கமார்களும், குறும்பக் கவுண்டமார்களும் இந்த ரெண்டு சாதியும் அந்த வூருல ஏழு தலைக்கு முன்னாடி வாழ்ந்தாங்களாம்.

அப்படி வாழ்ந்த காலகட்டத்துல பொம்மின்னு நாயக்கமாரு பொண்ணும், பெருமாளுன்னு கவுண்டமாரு பையனும்

தினமும் குமரிக்கல் ஏரியாவுக்கு ஆடு மாடுகள மேய்ச்சுக்கிட்டு வர்றது வழக்கம் அவுக ரெண்டு பேருமே ஒருத்தரு ஒருத்தர் புரிஞ்சிக்கிட்டு சந்தோசமா இருந்தாங்களாம்.

குமரிக்கல் பாறையை ஒட்டிக் கொஞ்சதூரம் இன்னொரு பாறை இருந்துச்சாம் ஒரு நா பொம்மி பெருமாளைப் பார்த்து இந்தக் குமரிக்கல் பாறை மேலிருந்து இந்த இடைவெளியைத் தாண்டி பக்கத்திலிருக்கிற பாறை மீது தாவணும், அப்படி தாவிட்டா, உன்னை நான் கல்யாணம் பண்ணிக்கிறேன்னு சத்திய வாக்குக் கொடுத்துச்சாம்.

பொம்மியின் சத்திய வாக்கை ஏத்துக்கிட்டு பெருமாள் அதே மாதிரி பாறையைத் தாண்டும் போது ரெண்டு பாறைக்கி இடையில கீழே விழுந்துட்டான் ரெம்ப ஒசரத்துலருந்து விழுந்ததுனால பெருமாளுக்கு ஒரு காலு ஒடிஞ்சிப் போச்சு அதோட கெடந்தான் என்னால் தானே அவருக்கு இப்படி ஆயிடுச்சுன்னு சொல்லி பெருமாள் இருக்கிற இடத்தை தேடி ஓடினா.

பொழுது ரெம்ப மசங்குனதுனால ஆடு, மாடுக அதோட நாய் எல்லாமே வூட்டுக்கு போயிருச்சு அதே மாதிரி பொம்மியோட ஆடு, மாடுக வூட்டுக்கு போயிருச்சு பொம்மியோட ஆடு மாடுக வர்றதப் பாத்துட்டு பொம்மிக்கு என்ன ஆச்சு, ஏதாச்சுன்னு சொல்லி பதறிப் போயி குமரிப் பாறை, அந்தப்பாறை, இந்தப்பாறைன்னு ரெம்ப எடத்துல தேடிப் பார்த்தாக கடைசியில பெருமாள் விழுந்த எடத்துல வந்து பார்த்தாக பெருமாள் எறந்து போயி கெடக்க அவன் மேல பொம்மியம்மா அழுது புலம்பிக்கிட்டு இருக்க இதப் பார்த்துட்டு பொம்மியம்மாவை அவுக அப்பா, அம்மா, சொந்தக்காரவுக எல்லாரும் அவ மனசை தேத்தி வூட்டுக்கு கூப்பிட்டுப் போனாக.

இங்க பெருமாள் உடம்பை எரிக்க ஆரம்பிச்சாக கட்டைகளை வச்சு அதுக்கு மேல தீ மூட்டிட்டாக ஆனா தீ எரியல என்ன ஆச்சு ஏது ஆச்சுன்னு திகைச்சிப் போய் இருந்தாங்களாம்.

அதுல சில பேரு பொம்மிய சந்திச்சு நடந்த விவரத்தைக் கேட்க நானும் பெருமாளும் சத்திய வாக்கு செஞ்சிக்கிட்டோம்

நீங்க எல்லாரும் மயானம் போங்க நா அங்க வர்றேன்னு சொல்லி எல்லாரையும் அனுப்பி வச்சுட்டு சுடுகாட்டுக்கு வர்றா பொம்மி.

பெருமாள் உடல் பக்கத்துல நிண்ட பொம்மி பச்ச வாழை மட்டையைக் கொண்டு வாங்கன்னு சொல்லி உத்தமி, பத்தினி, ஒரு சொல் ஒரு செயல்ன்னு சொல்லி கடவுளை பிரார்த்தனை செஞ்சிக்கிட்டு கையில வச்சிருந்த எலுமிச்சைப் பழத்தை நறுக்கி நாலு பக்கமும் வீசிட்டு அந்த பச்ச மட்டையை கையில எடுத்தா உடனே அது தீ பிடிச்சிருச்சாம் அந்த தீயை பெருமாள் உடல் மேல வச்சு சிதை மூட்டுனா அப்புறமா பெருமாள் உடலை மூனு தடவை சுத்தி வந்துட்டு எரியற தீயில பொம்மியும் விழுந்து உடன்கட்டை ஏறிட்டா.

டி.கல்லுப்பட்டி பக்கம் நாங்க ஆட்டத்துக்கு போனா அங்க கொட்டானிப்பட்டி பொன்னழகர் தாத்தா நையாண்டி மேளச்செட்டு சோலைப்பட்டி சுப்பையா மாமா செட் அதே ஊருல பிலாவடி செட்டும் நல்லமரம் சுருளியோட இவுகதான் எங்க ஆட்டத்துக்கு வாசிக்க வருவாக பேரையூர் பக்கம் சிலமலைப்பட்டி பாண்டி, முருகன், நையாண்டி மேளச் செட்டு கருப்பையா செட், சாப்டூர் பக்கம் கருப்பசாமி, கந்தசாமி, அழகிரி செட்டு வருவாக அதுல பொன்னழகர் தாத்தா வயசுல பெரியவரு எப்பவுமே வாயில நெறையா வெத்தலையைப் போட்டுக்கிட்டிருப்பாரு இவரோட நாயன சத்தமும் ரெம்ப இதமா இருக்கும் சுதிப்பெட்டி இல்லையன்னா ஒத்தூத குழல் இல்லாம வாசிக்க மாட்டாரு இப்படித் தான் ஒரு தடவை நா ஆட்டம் பழகி நாலாவது வருசம் இருக்கும் அப்போ டி.கல்லுப்பட்டி பக்கத்துல வில்லூர்ல எறங்கி அதுலயிருந்து மேக்குட்டு மூணு கிலோமீட்டர் தூரம் போனா தென்னமநல்லூர்னு ஊரு அந்த ஊருக்கு எழவு வூட்டுக்கு நைட்டு மட்டும்தான் ஆடுறதுக்கு அட்வான்ஸ் வாங்கியிருந்தோம் மறு நா காலையில பத்து மணிக்கு தேர் தூக்கிருவோம் அப்ப வரைக்கும் ஆட வேணாம் நீங்க நைட்டு மட்டும் ஆடுனா போதும்ன்னு சொல்லி அட்வான்ஸ் கொடுத்துட்டாக நாங்க வில்லூர்ல எறங்கி அங்க ஆளுக்கொரு சைக்கிளை எடுத்துக்கிட்டு தென்னமநல்லூர் ஊருக்குப் போறோம் அப்போ நெல் அறுவடை

சீசன் அந்த ஏரியாவும் எல்லாமே சில தோட்டங்கள்ல நெல்லை அறுத்துச் சூடு அடுச்சுக்கிட்டு இருந்தாக சில தோட்டங்கள்ல மாடுகளை வச்சு பெனையல்ல மிதிக்கவிட்டாக அங்கொன்னு இங்கொன்னுமா காதுல லேசான களத்துல வேலைபாத்த ஆட்களோட சத்தம் கேட்டுச்சு நாங்களும் இருட்டு நேரத்துல வூரைப் பார்த்து கரெக்டா போய் சேர்ந்திட்டோம்.

எழவு வூட்டுக்கு முன்னாடி எங்களோட பெட்டிகள வச்சிட்டு மேக்கப் போடுறதுக்கு ஒவ்வொரு வூடுகளா பார்த்துட்டு வந்தாரு அட்வான்ஸ்காரரு எங்களுக்கு அடுத்து தான் பொன்னழகர் தாத்தாவோட நையாண்டி மேளச் செட்டு, எழவு வூட்டுலயிருந்து நூறடி தூரமா இருந்து தவில், பம்பை, உருமி அடிச்சிட்டு

டும் டும் டும்டுனகட்டு டகுட்டு

டும் டும் டும்டுனகட்டு டகுட்டு

டும்டடகுட்டு டகுட்டு

இப்படி மேளத்தை வாசிச்சிட்டு வந்தாக எழவு வூட்டுக்கு முன்னாடி தார்பாய் போட்டிருந்தாக அங்க மேளக்காரவுக வந்தவுடனே இதே தாளத்தை ரெம்ப வேகமா வாசிச்சாக ஆனா இதுல ஒரு விசயம் எழுமலைல குறிப்பா உசிலம்பட்டி பகுதிகள்ல எழவு வூடுன்னா அங்க பொங்க வூடு மாதிரி இருக்கும் ராஜாராணி ஆட்டம், ஒத்தக் கொம்பு, கரகாட்டம் இப்படி ஒரே வூட்டு விசேசத்துக்கு இத்தனை செட்டு வந்து வாசிப்பாக கொஞ்சம் பணவசதி இல்லாதவக ஒரு நையாண்டி மேளச்செட்டும், ஒரு ராஜாராணி ஆட்டத்தையும் கூப்பிடுவாக ஆனா பேரையூர், டி.கல்லுப்பட்டி பக்கம் இந்த மாதிரி பரபரப்பு இருக்காது இத ஒரு பெரிய விசேசமா எடுத்துக்கிற மாட்டாக இப்படி இருக்கும் போது தென்னமநல்லூர் எழவு வூட்டுல பொன்னழகர் தாத்தாவோட செட்டு முதல்ல ரெம்ப வாசிட்டு நிப்பாட்டுனாக அதுக்கப்புறமா நாயனத்துல முதப்பாட்டு

பத்து மாதம் சுமந்திருந்து பெற்றாள்

பகல் இரவா விழித்திருந்து வளர்த்தாள்

வித்தகனாய்க் கல்வி பெறச் செய்திடுவாள்

மேதினியில் நாம் வாழ செய்திடுவாள்

ஆ ஆ ஆ

இப்படி வாசிக்கும் போது தவிலு எதுவும் தட்டக்கூடாது ஏன்னா இது தொகையறா, இதுக்குத் தாளம் போடக்கூடாது மேளக்காரவுக ரெம்ப அமைதியா இருக்கனும் ஆனா அது ஒரு தவில்காரரு சுதி பாக்கிறதுக்கு லேசா தட்டிப் பாத்தாரு தாத்தா வாசிக்கிறத விட்டுப்புட்டு அந்த தவில்காரரைப் பார்த்து பார்வையாளர்களுக்கு தெரியாம திட்டுராராம் வாயில இருந்த நாயனத்தை எடுத்து அவரைப் பார்த்துக்கிட்டு தலையை சாச்சுக்கிட்டு பல்லைக் கடிச்சிக்கிட்டு ஏய்யா உயிரை வாங்கறன்னு திட்டுனார் அத நாங்க உன்னிப்பா கவனிச்சுக்கிட்டே இருந்தோம் தாத்தா தவில்காரரை திட்டுறது நையாண்டி மேளத்தை பார்க்குற பார்வையாளர்களுக்கு தெரியாது அத நாங்க கவனிச்சிக்கிட்டு இருந்து சொல்லி சிரிச்சிச்சிட்டோம் ஏன்னா அடுத்த வரி

அன்னையைப் போல ஒரு தெய்வம் இல்லை

அவள் அடித்தொழ மறப்பவர் மனிதர் இல்லை

மனிதர் இல்லை, மண்ணில் மனிதர் இல்லை

இப்படி வாசிக்கும் போதுதான் தவில் வாசிக்கனும் தொகையறா வாசிக்கும் போது தவிலை வாசிக்கக்கூடாது அப்படி தவில்காரரு வாசிச்சதுனால, தாத்தா திட்டுனாரு நாங்க கொஞ்ச நேரம் வேடிக்கை பார்த்துட்டு வேசம் போட போயிட்டோம்.

மேக்கப்பை போட்டுட்டு ஆடுற எடத்துக்கு எழவு வூட்டுக்கு முன்னாடி வந்து ஆடினோம் எழவு வூட்டுல ஒப்பாரி சத்தம் எங்களுக்கு மைக் செட்டு கிடையாது எழவுக்கு வந்த சொந்தக்காரவுக, பக்கத்து வூட்டுக்காரவுக எல்லாருமே நாங்க ஆட ஆரம்பிக்கவும் ஒக்காந்து பார்த்தாக எழவு வூட்டுல ஆம்பளை இறந்தா,

"தந்தையைப் போல் உலகினில் தெய்வம் உண்டோ"

பொம்பளை இறந்தா

"பத்து மாதம் சுமந்திருந்து பெற்றாள்"

"அம்மா நீ சுமந்த பிள்ளை
சிறகொடிந்த கிள்ளை"

"அம்மா என்று அழைக்காத உயிரில்லையே"

இந்த மாதிரி பாட்டுகளைப் பாடுவோம் அம்மா, அப்பா இந்த மாதிரி வரிசையுள்ள பாடல்களை பாடினோம் எழவு வூட்டுக் காரவுகளுக்கு எங்க பாட்டு மூலமே ஆறுதல் சொல்லுவோம்.

மன்னவனே அழலாமா
கண்ணீரை விடலாமா
உன்னுயிராய் நானிருக்க
என்னுயிராய் நீயிருக்க
மன்னவா மன்னவா மன்னவா

இப்படி இந்த மாதிரி பாட்டுகளை பாடி பார்வையாளர்க்கு ஆறுதல் கொடுப்போம் அப்புறமா எங்க ஆட்டத்து பாட்டை பாடுவோம்.

கொட்டு வரும்
கொழவி வரும்
கோவிந்தன் பெயரும் வரும்
சட்டியில தீயும் வரும்
சாதிசனம் கூட வரும்

இப்படி இறந்து போனவரைப் பற்றிப் பாடுவோம் நேரம் ஆக ஆக ரெம்ப பனி விழுக ஆரம்பிச்சது பொம்பளைக தலைக்கு போத்திட்டாக இன்னொரு பக்கம் ஆம்பளைக சீட்டு விளையாடிக்கிட்டுயிருந்தாக எழவு வூட்டுலயிருந்து ரெண்டு மூனு வாட்டி கடுன் டீ கொடுத்தாக நாலு நாலரை ஆயிருச்சு நாங்களும் ஆடி முடிச்சிட்டு மேக்கப்பை அவித்துக்கிட்டு இருந்தோம் வேசத்தை அழிக்கும்போது தேங்காய் எண்ணெய்ய

கையில ஊத்தி அத அப்படியே முகத்துல வச்சு தேய்ச்சிக்கிட்டு நல்ல துணியை எடுத்து முகத்த தொடச்சா வேசமெல்லாம் அழிஞ்சு போகும்.

இப்பத்தான் அங்க பிரச்சனையே வருது அதெப்படி பெணத்தை தூக்காம ஆட்டக்காரவுக போக முடியும்னு சொல்லி பிரச்சனை பண்ணினாக நாங்களும் மேக்கப் அவித்திட்டோம் எழவு வூட்டுக்கு முன்னாடி இந்தப் பிரச்சனை நடக்குது அதுல ரெண்டு பெருசுக ஏப்பா இது உங்களுக்கே நாயமா இருக்கா? பெணத்தை அடக்கம் பண்ணுற வரைக்கும் ஆடனும் ஒங்க பாட்டுக்கு இப்பயே போனீங்கன்னா எப்படி? எப்படி சம்பளம் வாங்குவீங்கன்னு பார்ப்போம் இனி கொஞ்ச நேரம் மேக்கப் போட்டு பத்து மணிவரைக்கும் ஆடுங்கன்னு சொன்னாக வூருக்காரவுக எல்லாம் ஒன்னா சேர்ந்துட்டாக நாங்க என்னதான் பேசினாலும் எடுபட மாட்டீங்குது என்னாப் பண்றது "கழுதைக்கு வாக்கப்பட்டாச்சு ஒத பெத்துத்தானே ஆகனும்" இந்த மாதிரி யெல்லாம் வர்றது இருந்துச்சுன்னா நாங்க நைட்டு மூனு மணிக்கு ஆட்டத்தை முடிச்சிட்டு கொஞ்ச நேரம் கண் அசைந்துட்டு மீண்டும் காலையில மேக்கப் போட்டு ஆட ரெடியா இருப்போம் இப்போ நைட்டு புல்லா விடியற வரைக்கும் ஆடியாச்சு போயி கடையில டீ சாப்பிட்டு அப்படியே மேக்கப் போட்டு ஆட ஆரம்பிச்சோம் பகல் ரெண்டு மணி ஆயிடுச்சு அதுக்கப்புறமா நீர் மாலைக்கு போயிட்டு ஊரு பச்சைக்கு ஆடிட்டு, ஊரு பச்சையின்னா மேளக்காரவுக கூட அந்த வூரச் சுத்தி எல்லாத் தெருவுலயும் அவக அவக வூட்டுக்க முன்னாடி ஆடனும் ஒவ்வொரு வூட்டுலயிருந்து மரக்காலுல நெல், கம்பு, சோளம்ன்னு கொண்டு வருவாக அதோட சீலை, மாலையோட சில பேரு எழவு வூட்டுக்கு வருவாக இது தான் ஊரு பச்சையின்னு சொல்லுவாக.

இப்படி ஊரு பச்சைக்கு ஆடி வரும்போது சில பொம்பளைக தலைமுடியை விரிச்சுப் போட்டுக்கிட்டு அழுதுகிட்டு வருவாக சில பேரு எழவு வூட்டுல யாரு யாருக்கு எத்தனை சேலை போகுன்னு பேசிட்டு வருவாக ஆம்பளைக நாங்க ஆடிப் போறதுக்கு முன்னாடி பட்டாசு கொளுத்தி, அதோட அணு குண்டு வேட்டும் போட்டு அந்த எடத்தையே புகை மண்டலமா

ஆக்கிடுவாக அப்படியே ஆடிக்கிட்டே எழவு வூடு வரைக்கும் போகனும் எங்ககூட சேர்ந்து தண்ணி அடிச்ச ஆளுகளும், ஆடுவாக சில நேரங்கள்ல ஏன் கூட சேர்ந்து ஆடுன்னு வற்புறுத்துவாக அவரு கூட சேர்ந்து ஆடலியன்னா அங்க பிரச்சனை வரும் பக்கத்திலிருக்க ஆளுக அந்த ஆளை தள்ளிட்டு போயிருவாக.

அப்புறம் தேர்தூக்க ஆரம்பிச்சாக நாங்க தேருக்கு முன்னாடி ஆடுனோம் இப்பயெல்லாம் அமரர் ஊர்தியின்னு வண்டி வந்திடுச்சு இன்னும் சில கிராமங்கள்ல ஏணியை வச்சு பாடை கட்டுவாக உசிலம்பட்டி பகுதிகள்ல எல்லாம் தேருக்கு மட்டும் இருபதாயிரம் ரூபாய்ல எத்தனை வகை பூக்கள் இருக்கோ அத்தனை வகையும் அந்த தேருல இருக்கும் அந்த தேரு முத்தாலம்மன் சப்பரம் வர்ற மாதிரி இருக்கும் ஆனா தேர் தூக்கும் போது மேளக்காரவுக பெணத்தைப் பார்த்து கும்பிடற வழக்கம் இன்னைக்கும் இருக்கு இந்த பழக்கம் டி.கல்லுப்பட்டி பக்கம் இல்ல.

தேரை தூக்க ஆரம்பிச்சாக ஆணும், பெண்ணும் ஏய்மான்னு ரெம்ப அழ ஆரம்பிச்சாக தேரு நகரும் போது ஒவ்வொரு இடத்திலேயும் அஞ்சு அஞ்சு நிமிசம் நிப்பாட்டி ஆடச் சொல்லுவாக அந்த வூருல மெயின் வீதிகள்ல இந்த மாதிரி ஆடச் சொல்லுவாக தெருவுல இருக்கிற ஆணும், பெண்ணும் தேர்ல இருக்கிற பெணத்தைப் பார்ப்பாக சில பேரு அழுவாக ஒவ்வொரு வூட்டு வாசப்படிகள்ல ஒரு செம்பு தண்ணீரை தேரு போனதுக்கு அப்புறமா ஊத்துவாக ஏன்னா செத்துப் போனவரு ஆவியா வந்து தண்ணி கேட்பாராம் அதனால அப்படி செய்வாங்களாம்.

தேருக்கு முன்னாடி நாங்க ஆடிப் போய்க்கிட்டு இருக்கோம் அஞ்சு அஞ்சு நிமிசம் ஆடுற எடத்துல மட்டும் டப்பாங்குத்து அடி மட்டும் நையாண்டி மேளத்துல வாசிப்பாக

ஜிங்ச சக்கிட்ட சக்கிட்ட ஜின்ஜின்னு

ஜிங்ச சக்கிட்ட சக்கிட்ட ஜின்ஜின்னு

இப்படி வாசிக்கும் போது எங்க கூட சேர்ந்து வேடிக்கை பார்க்க வந்திடுவாக அப்புறம் ஆடிட்டு அடுத்த எடத்துக்கு போகும்போது நையாண்டி மேளத்துல

ஜிங்சா ஜினு ஜிங்சா ஜினுஜிங்சா

ஜிங்சா ஜினு ஜிங்சா ஜினுஜிங்சா

தேரு போகுற அறிகுறியை தவில்ல வாசிட்டு வருவாக நாங்க ஊரு எண்டர் வரைக்கும் ஆடி வந்தோம் அப்புறமா மேக்கப் போட்ட எடத்துக்கு வந்து ஒப்பனைகளை முடிச்சிட்டு சம்பளம் வாங்க வந்தோம் அப்போ மணி கிட்டத்தட்ட சாயங்காலம் மூனுமணி ஆயிடுச்சு நைட்டு புல்லா முடிச்சிட்டு பகல்ல ஆடுனது கண்ணெல்லாம் கோவம் பழம் மாதிரி செவந்து போயிடுச்சு சம்பளம் வாங்க வந்தா இங்க ஒரு பிரச்சனை நைட்டு ஆடுனதுக்கு மட்டுந்தான் சம்பளம் கொடுத்தாக பகல்ல மூனு மணி வரைக்கும் ஆடியிருக்கோம் அதுக்கு சேர்த்து சம்பளத்தை கேட்டோம் ஐநூறு மட்டும் எஸ்டா கொடுத்தாக நாங்களும் எங்க கூட மேளக்காரவுகளும் கெஞ்சி கெதறி சம்பளத்தைக் கேட்டோம் அதெல்லாம் அந்த பாட்ச்சா அங்க பலிக்கல என்ன செய்றது ஆத்து நிறையா தண்ணி போனாலும் நாய் நக்கித் தான் குடிக்கும் அது மாதிரி எங்க பொழைப்பாகிப் போச்சு.

கரகாட்டத்துல பொம்பளைக தான் அதிகமா ஆடுவாக மூனு நாலு பேர்ன்னு கோமாளி ஒரு ஆளுத் தான் இருப்பான் ஆனா ராஜாராணி ஆட்டத்துல எட்டு பேருமே ஆம்பிளைக தான் அது மட்டுமில்லா ஒரு காலக்கட்டத்துல ஆட்டங்கள் எல்லாமே சடங்கு சார்ந்த சூழல்ல தான் நிகழ்த்தனும் குறிப்பா தெருக்கூத்துல ஒரு வாரம் பத்து நாளும் தொடர்ந்து கோயிலுக்கு முன்னாடி ஆடணும் அப்போ பொம்பளை ஆடுனாங்கன்னா அவுகளுக்கு மாதவிடாய் பிரச்சனை வர்றதுனால கோயிலுக்கு முன்னாடி ஆட முடியாது அது தீட்டு ஆயிடும் அதனால பொம்பளைங்க இதுல பங்கெடுக்கிறது இல்லை அது மட்டுமில்ல உசிலம்பட்டி, எழுமலை, மதுரை, தேனி, விருதுநகர், திருநெல்வேலி இந்த மாதிரி தென் மாவட்டங்களில் வேடிக்கை பார்க்க வர்றவுங்களே ஆண்கள் பொம்பளை வேசம் ஆடுறது தான் பிடிக்கும்னு சொல்றாங்க பொம்பளை வந்து ஆடுனாங்கன்னா அசிங்க அசிங்கமா பேசுறாங்கன்னு சொன்னாக.

இன்னைக்கும் தேனி, ஓடைப்பட்டி, காமாட்சிபுரம், எறக் கோட்டைப்பட்டி, இந்த மாதிரியான கிராமங்கள்ல ராஜாராணி

ஆட்டத்துல, ஆம்பளையே பொம்பளை வேசம் கட்டி ஆடுறது தான் அந்த வூரு பொம்பளையாளுக்கு ரெம்ப பிடிக்குமாம்.

நாங்க இருக்கிற வூர்கள்ல ஆதிக்க சாதிக்கு தோட்டி வேலையைத்தான் செஞ்சிட்டு வர்றோம் அதனாலதான் எங்க தாத்தாவுக ஆரம்பக் காலகட்டத்திலிருந்து மேச்சாதி ஆளுகளுக்கு கோயிலுக்கு கொட்டு அடிக்கிறது எழவு சொல்லி போறது, பாடை கட்டுறது, பொங்கலுக்கு தோரணம் கட்டுறது, செத்த மாட்டை தூக்கிறது இன்னும் சில எங்க ஆளுக வூருல இருக்கக்கூடிய தெருவைக் கூட்டுறது சுத்தம் பண்றது இப்படித்தான் இருக்காக.

உள்ளூர்ல எழவுன்னா நாங்க தான் ஆடனும் பாடனும் அப்படி எழவு வூட்டுக்கு முன்னாடி ஆடிக்கிட்டு இருக்கும்போதே ரெஸ்ட்டான நேரத்துல எங்க ஆளுக மேளக்காரவுக செத்தவர்க்கு பாடை கட்டுறது நாங்கதான் பாடை கட்ட வரமுடியாது எழவு வூட்ல கொட்டு அடிக்க வர முடியாது பொங்கலுக்கு தோரணம் கட்ட முடியாதுன்னு சொன்னா அங்க எங்களுக்கு அடி விழூகும்.

ஒரு ஆட்டக் கலைஞரு நிலைமை எப்படி இருக்கின்னா எழவு சொல்லிப் போற தோட்டி ஊரு வேலைகளை செய்யுற தோட்டி எழவு வூட்டுக்கு முன்னாடி ராஜா மாதிரி ராணி மாதிரி வேசம் போட்டுக்கிட்டு மக்களுக்கு நல்ல கருத்துகளை சொல்லுறதும் இதே தோட்டிதான்.

ஆக ஒரு தோட்டியான் ராஜாவாகவும், ராணியாகவும் வேசம் போட்டு அதிலயாவது ராஜா எங்கிற தோரணையோட எழவு வூட்டு ஆட முடியுமா இல்லை அவுகளுக்கு மேச்சாதி ஆளுக மரியாதை கொடுப்பாங்களா அதுவும் இல்லை ராஜா வேசத்தை போட்டு இருக்கிற கலைஞனை மேச்சாதி ஆளுக ஏண்டா கொக்காலோலி, கோத்தாலோலி, நல்ல பாட்டைப் பட்றா வெண்ணெய், இப்படி மட்டுமா பேசுவாக

இன்னும் கேட்கக் கூடாத வார்த்தையெல்லாம் பேசுவாக அப்ப ராஜா வேசம் போடக்கூடிய அந்த தோரணை, அதுக்குண்டான மரியாதை கௌரவம், எல்லாமே அடிபட்டு போய்டும் இப்படி வூரு சனமே வேடிக்கை பார்க்கக்கூடிய எடத்துல இந்த மாதிரி பேசக் கூடாத வார்த்தைகள்ல பேசுனா

அந்த ஆட்டக்காரவுங்களோட மனநிலை, எப்படி இருக்கும்ன்னு கொஞ்சம் யோசனைப் பண்ணிப் பாருங்க. நாப்பது வருசதுக்கு முன்னாடி இருந்த இந்த ராஜாராணி ஆட்டத்துக்கு இருந்த மவுசு எல்லாம் இப்ப போயிடுச்சு பிள்ளை பிறந்ததிலிருந்து சாகற வரைக்கும் என்னென்ன நிகழ்ச்சிகள் இருக்கோ அத்தனையிலும் இந்த ஆட்டம் நடக்கும் குறிப்பா காதுகுத்து, பூப்புனித நீராட்டு விழா, திருமண விழா, இறப்புச் சடங்கு இந்த மாதிரி விழாக் களுக்கு இந்த ஆட்டம் நடத்திக் காட்டி நல்ல கருத்துக்களை மக்களுக்கு அறிவூட்டுறது மாதிரி எடுத்துச் சொல்லுவோம் குறிப்பா செத்த வூட்ல ஒப்பாரி பாடுனா செத்தவரு மோட்சம் பெறுவாராம்ன்னு நம்பிக்கை உசிலம்பட்டி பகுதிகள்ல இருக்கு.

ஆனா இன்னைக்கு செத்த வூட்ல நாட்டுப்புற ஆட்டங்கள வச்சு நிகழ்த்தாம ரேடியோ குழாய் மூலமா சிடி, டிவிடி இந்த குறுந்தகடு மூலமா ஒப்பாரிப் பாடல்களை போடுறாங்க.

குறிப்பா நம்ம நாட்டுப்புற ஆட்டக் கலைஞர்களை வச்சு அவுக பாடக்கூடிய பாடல்களை மொத்தமா பதிவு பண்ணி ஆயிரக்கணக்குல சிடி போட்டு விக்குறாங்க இதனால அந்த ஆட்டக் கலைஞர்க்கு வருமானம் கெடையாது அவுக கொடுத்த சம்பளம் வெறும் அய்நூறுதான்.

ரெண்டாயிரத்து ரெண்டுல உசிலம்பட்டியிலயிருந்து திரு மங்கலம் போற வழியில் அந்த கிராமத்துக்கு மட்டை வேலைக்கு போனோம் வூரு மேக்குட்டு பெரிய காடு இருக்கு மழை சீசன்ல பச்சை பசுமையா இருக்கும் மெயின் ரோட்டுல எறங்கி அந்த கிராமத்துக்கு நடந்தே தான் போகணும் அந்த கிராமத்துல பல வருசமா எங்க செட்டு எழவு வீட்டுக்கு ஆடியிருக்கோம் வூருல ஏதாவது எழவுன்னா அட்வான்ஸ் கொடுக்க வருவாக நாங்க பறையர் தெருவுக்கு ஆட்டத்துக்குப் போனோம் அந்த கெழவி எறந்து ரெண்டு நாள் ஆச்சாம் செத்த கெழவியோட மகன் காஷ்மீர்ல மிலிட்டரியில இருக்காராம் அதனால ரெண்டு நாள் ஆச்சு நாங்க பகல் ஆட்டத்துக்கு மட்டும் பேசியிருந்தோம் பெணத்து பக்கத்துல பொம்பளைக ஆம்பளைய யாருமே உக்காரல பெணம் வீச்சமெடுக்க ஆரம்பிடுச்சு மரக்கா, சேலை துணிமணி கொண்டு போனவுக யாருமே உள்ளே உட்காரல உள்ளே போயி

வச்சிட்டு வந்திட்டாக மதியம் ரெண்டு மணிக்கு மகன் வராமலே தூக்க ஆரம்பிச்சிட்டாக வூட்லயிருந்து பெணத்தைக் கொண்டு வந்து தேருல வைக்கும் போது யாருமே இல்லை பூராவும் வீச்சம் பொறுக்க முடியாம மூக்கைப் பொத்துனாக பொம்பளக வாயில சேலையெடுத்து பொத்திக்கிட்டு இருந்தாக ஒரு செல ஆளுக பான்ஸ் பவுடரையும் பன்னீர் பாட்டிலையும் பெணத்து மேல போட்டு தெளிச்சாக அப்புறமும் அந்த வீச்சம் போகல ஆட்டக்காரர்களும் மேளக்காரர்களும் ஓடி ஒளிய முடியல தேருக்கு முன்னாடி நின்னுட்டு ஆடுனா ஆட்டம் வரல மூக்கைப் பொத்திக்கிட்டு கொஞ்சம் நேரம் நின்டோம் அதல செல ஆளுக யேய் ஆடுங்கப்பா காசா ஓசியா ஆடுங்கன்னு சவுண்டு விட்டாக பெறகு நாங்க தேருக்கு முன்னாடி போய் ஆடினோம் என்ன செய்றது "நாய் வேசம் போட்டா குலைச்சு தானே ஆகனும்".

எங்க செட்டுல நான் பொம்பளை வேசம் கூட பெறந்த அண்ணன் மகாலிங்கம் ராஜபார்ட், அண்ணே பிலாவடி கோமாளி அண்ணே பாண்டி பொம்பளை வேசம் மாமா ராமர் ராஜா வேசம், மாமா காளியப்பன் குறவன் வேசம் சித்தப்பா தவில்காரர் ஆறுமுகம் இவுகளெல்லாம் சேர்ந்து ஒரு குழுவாக இருப்போம்.

திருவிழாவுக்கு நைட்டு பத்து மணிக்கு மேக்கப் போட்டு ராஜாராணி ஆட்டம் ஆடுவோம் பத்து மணியிலிருந்து ரெண்டு மணி வரைக்கும் ராஜாராணி ஆட்டம் நடக்கும் ரெண்டு மணியிலிருந்து மூன்றரை மணி வரைக்கும் குறவன் குறத்தி ஆட்டம் நடக்கும் மூன்றரை நாலு மணியிலிருந்து முக்காள் ஆட்டம் நாலு மணி அஞ்சு வரைக்கும் நல்லதங்காள் ஆட்டம் அஞ்சரை ஆறுமணியிலிருந்து ஏழு மணி வரைக்கும் பேயாட்டம் நடக்கும் நைட்டு பத்து மணியிலிருந்து ஒரு மணி வரைக்கும் கூட்டம் ஜோரா இருக்கும் அப்புறம் எளவட்டக படுத்திரும் பெரிசுபட்டக மட்டுமே முழிச்சிக்கிட்டு பாப்பாக காலையில ஆறு மணியிலிருந்து ஏழு மணி வரைக்கும் கூட்டம் குமுஞ்சிரும் அதுக்கப்புறமா மேக்கப் அவுத்துட்டு சம்பளத்தை வாங்கிட்டு வூருக்கு பொறப்படுவோம் இந்த ஆட்டத்தை கதம்ப நிகழ்ச்சியின்னு சொல்லுவாக இந்த ஆட்டத்துல ஆம்பளையே

பொம்பள வேசம் கட்டி ஆடுவாக அதுக்கு பொம்பளை மாதிரி நீளமா முடி வளப்பாக வெளியூருக்கு ஆட்டத்துக்கு போகும்போது வெள்ளைத் துண்டை நாலா மடிச்சு தலையில கட்டிக்கிட்டு போவாக.

ரெண்டாயிரத்து ஒன்னுல திருநெல்வேலி மாவட்டம் வாசு தேவநல்லூர் வட்டம் நெற்கட்டும்செவல்பாளையத்துல சக்கிலிய தெருவுக்கு ஆடப்போனோம் சக்கிலிய தெருவு மேச்சாதி வூடுகளுக்கு கெழக்கே இருக்கு சுமார் ஐம்பது வீடு இருக்கு அவுக செலவூட்டுக்காரக பஞ்சம் பொழைக்க கேரளா எஸ்டேட்டுகள்ல வேலை செஞ்சிட்டு கொடை விழாவுக்கு வந்திருந்தாக அவுக கொஞ்சம் கேரளக்காரக மாதிரி இருந்தாக நெற்கட்டும்செவல் பாளையத்துல ஒண்டிவீரன் பெறந்த வூரு அந்த வூரு பெரியாளுக - இவூருன்னா மனி மனிசி தளபதிக உண்டே வெள்ள காத்த ஒத்தை போயி சப்பே, வூரு வீர வெளைஞ்ச மண்ணு அதே மாதிரி பூலித்தேவன் வெள்ளைக் காத்த சப்பே அம்மனிசிக்கு வூருன பெத்தே செல உடுத ஆனா மனி மனிசிக்கு செல ரேச - ன்னு சொன்னாரு அன்னைக்கு அண்ண மகாலிங்கம் ஒண்டிவீரனைப் பத்தி

நெற்கட்டாம் சேவலில் பெறந்தவராம்
ஒண்டிவீரன் என்பவராம்
வெள்ளையனை எதிர்த்தவராம்
வீரமாக வாழ்ந்தவராம்

இந்த வரியை தெம்மாங்கு மெட்டுல போட்டு பாடினாரு சட்டை முழுக்க பத்து ஐம்பது, நூறு ரூபாய் நோட்டா இருந்தது.

நாங்க ஆடுறதுக்கு முன்னாடி பொம்பளைக ஒண்டிவீரனைப் பத்தி கும்மிப்பாட்டு பாடினாக நடக்கக்கூடிய கொடை விழாவைப் பத்தி சாமியோட ஒண்டிவீரனையும் பாடினாக.

கொட்டுங்கடி பொண்ணுக கொட்டுங்கடி
கை குலுங்க குலுங்க கொட்டுங்கடி
வெள்ளையனை அடித்து விரட்டியவரே எங்க
ஒண்டிவீரனையும் பாடுங்கடி

பேரையூர் பக்கம் கணவாய்ப்பட்டின்னு வூரு இருக்கு சாப்டூர் பழையூர் கெழக்கே சாப்டூர்க்கும் பேரையூருக்கும் போற ரோட்லதான் இந்த வூர் ஸ்டாப் இங்க நாயக்கரு மட்டும்தான் வேற சாதியே கெடையாது வூருக்கு தெக்குட்டு கரடு, கரட்டுக்கு அடிவாரத்துல இந்த வூரு ஆத்துப் பாசனம் கெடையாது மழை சீசன்ல கடலை, நெறையா போடுவாக பூரா செம்மண்ணு கணவாய்ப்பட்டி வூரு பொங்க அத்திப்பட்டி பொங்க அன்னைக்கு எல்லா வூருகளிலும் பொங்க நடக்கும் அந்த அந்த வூர்களில கரகாட்டம், ராஜா ராணி ஆட்டம் ஆடல், பாடல்ன்னு ஏகபோகமா நடக்கும்.

கணவாய்ப்பட்டி வூருக்கு மேளக்காரக ஆமத்தூர் பக்கம் வெள்ளூர் கவனம்பட்டி மேளக்காரக வந்திருந்தாக ஆட்டக்காரக நாங்க போயிருந்தோம் வூருக்கு தெக்குட்டு ஸ்கூல்லதான் எங்க பெட்டி பேக்குகளை வச்சுட்டு தெக்கமன்னா வெளிய போய்ட்டு வந்தோம் பள்ளிக்கூடத்து வராண்டாவுல கல்லய காயப் போட்டிருந்தாக அப்ப ஆட்டக்காரகளும் மேளக்காரகளும் சாப்பிட ஒட்காந்தோம் வாழ எலைய விரிச்சுப் போட்டு தண்ணிய தெளிச்சு விட்டுக்கிட்டு இருந்தோம் விழா கமிட்டியாளர் சாப்பாடு வச்சாக அதுக்கு பின்னாடி கொழம்ப ஊத்துனாக ஆசையா சாப்பிடாலம்னு கையில சாப்பாட்ட எடுத்தோம் பிசுபிசுன்னு இருந்துச்சு அந்த வூருக்காரக வூட்டு வூட்டுக்கு சாப்பாடு எடுத்து வந்து ஆட்டக்காரகளுக்கும் மேளக்காரகளுக்கும் போடுவாங்களாம் பலவிதமான வீட்டுக் கொழம்பு சாம்பார், ரசம், கறி குழம்பு, இப்படி ஏகப்பட்ட குழம்பு கலப்பிடமா இருந்துச்சு அப்புறம் நாங்க இந்த சாப்பாட்டை சாப்பிட்டு எப்படி அய்யா ஆடுறது வகுத்த வலிக்குமேன்னு சொன்னோம் இந்த வூர் வழக்கம் இதுதான் விருப்பம் இருந்தா சாப்பிட்டுட்டு ஆடுங்க விருப்பமில்லையன்னா சாப்பிடாம ஆடுங்கன்னு சொன்னாக அந்த வூர்ல சின்ன பெட்டிக்கடை மட்டும் தான் இருந்துச்சு அந்த கடையில முருக்கு, பொறிகடலை வாங்கி சாப்பிட்டோம் அதோட நைட்டு சாப்பிடாம மேக்கப் போட்டு ஆடினோம் காலையில மேக்கப் அவுத்துட்டு, சம்பளம் வாங்கும்போதுகூட இந்தாங்கப்பா நைட்டு சாப்பிடையில்ல நூறு ரூபாய எஸ்டா வச்சுங்கன்னு சொல்லல அங்கன இருக்கிற பெரியாளுக ஏம்பா

-மா ஊரு வழக்கம் இந்து ஏட்டி தொறுகுத்தனோ தாத்த தினி வேசிடி ஆடவாலே - ஆட்டக்காரக, மேளக்காரக நைட்டுல சாப்பிடல நூறு ரூபாய் எஸ்ட்டா கேட்டோம் - மிக்கு ஏன்ட்டி தெளிசினோ சூடன்ட மாமு சூசுகினேம் - எங்க மூஞ்சியில ஈ ஆடல அப்படியே வாங்கன சம்பளத்தை வச்சிக்கிட்டு மெயின் ரோடு வரைக்கும் நடந்து வந்து பஸ் ஏறி ஊருக்கு வந்து சேர்ந்தோம் அப்ப சோழவந்தான் கச்சிராப்பு ஊருக்காரக மட்டைவேலைக்கு கூப்பிட்டாக நாங்க ஆட்டக்காரகளும் ஆத்தாங்கரைப்பட்டி பிச்சை மேளச்செட்டும் பெறப்பட்டு கச்சிராப்புக்கு போனோம் அந்த ஊரை சுத்தி தென்னை சோலைகளும், வயல் வெளிகளும் ரெம்ப பசுமையா இருந்துச்சு ஆட்டக்காரக மேளக்காரக ஊருக்குள்ள நுழையும்போது அட்வான்ஸ் கொடுத்தவரு ஆட்டக்காரர்களும், மேளக்காரர்களும் கையில செருப்பை எடுத்து கையில வச்சிக்கிட்டு வாங்கன்னு சொன்னாரு இங்க துடியான சாமி இருக்குன்னு சொன்னாரு மேளக்காரக ஒரு கையில தவிலு மறு கையில செருப்பு அதே மாதிரி ஆட்டக்காரக ஒரு கையில பெட்டி மறுகையில செருப்பைத் தூக்கிட்டு எழவு ஊடு வரைக்கு வந்தோம் எங்களுக்கன்னா மனசு ரெம்ப வேதனை ஆயிருச்சு அந்த ஊர் முழுக்க மூப்பரு அதிகம் ரெம்ப மூடத்தனமா பேசுவாக எழவு வீட்டுக்காரக வேசம் போடுறதுக்கு எடம் தரல சாமி இருக்குன்னு சொல்லிட்டாக அதனால அந்த ஊர்ல பறைய பத்து ஊடுக இருக்கு அங்க தான் அட்வான்ஸ் காரரு பறைய ஊட்ல வேசம் போடச் சொன்னாரு நாங்களும் அட்வான்ஸ்காரருக்குப் பின்னாடியே போனோம் எழவு ஊட்டுக்கும் நாங்க வேசம் போடுற எடத்துக்கும் மூனு சந்து மாறி போகனும் எந்த ஊர்லயும் இந்த மாதிரி இல்லை அப்புறம் பறைய ஊட்ல மேக்கப் போட்டு மூப்பமாரு எழவு ஊட்ல ஆடப்போனோம் கால்ல சலங்கை கட்டி சல்சல்ன்னு வரும்போது தெருவுல இருக்கிற நாய்களெல்லாம் எங்களைப் பாத்து கடிக்க வந்துச்சு நாங்க அந்த நாயை அமட்டிக் கிட்டே நடந்தோம்.

அதேது சக்கிலியன், பள்ளன், பறையன் ஊட்ல எழவு விழுந்து மூப்பமாரு ஊட்ல மேக்கப் போட எடம் கேட்டா கொடுப்பாங்களா? எழவு ஊட்டுக்கு போயி ஆட்டத்தை ஆரம் பிச்சோம் காலையில பத்து மணிக்குத் தொடங்கினோம் மதியம்

ரெண்டு மணிக்கு சாப்பிடப் போனோம் ஏற்கனவே முத நாள் நைட்டு கணவாய்ப்பட்டியில முழிச்சதுனால ரெம்ப டையர்டு ஆயிடுச்சு அப்புறம் சாயங்காலம் ஆறு மணிக்குத் தான் தேரை தூக்குனாக சம்பளம் வாங்க மணி ஏழு மணி ஆயிடுச்சு பஸ் இல்ல பெட்டியை தலையில தூக்கி வச்சிக்கிட்டு மேலக்கால சுமார் மூனு கிலோமீட்டர் வரைக்கும் நடந்து வந்து செக்காணம் வந்து வூடு போயி சேர மணி பன்னிரெண்டு ஆயிடுச்சு செல நாள் கடைசி பஸ்சை விட்டுட்டம்னா கொசு கடியில பஸ்டாண்டிலேயே கெடப்போம் முத வண்டி அஞ்சு மணி வண்டியில ஏறி வூரு போயி சேருவோம்.

தேவரு, நாயக்கரு, ரெட்டியாரு, கவுண்டரு, மூப்பமாரு, பிள்ளைமாரு, செட்டியார் இவுகளுக்கு ஆட்டத்துக்குப் போனா மாட்டுக் கொட்டத்துல தான் சாப்பாடு போடுவாக இவுக இருக்கிற ஊர்களில டீக் கடையில தனிக் கிளாஸ் இருக்கும் அதுல தான் டீ வாங்கி குடிக்கணும் இந்த மாதிரி வூருகள ஆட்டக்காரக கொட்டுக்காரக பேசும் போது சிந்தையா ஒரு குறியீடு சொல்லுவோம் டீக்கடையில தனி கெலாஸ் அப்படியின்னு வெளிப்படையா சொல்ல முடியாததுனால டீக்கடையில ஆளு இருக்கும்போது எங்களுக்கான குறியீடுகளை வச்சு பேசுவோம் "சம்பளத்துக்கு - கீஞ்சி, ஈவாரு, சாப்பாடுக்கு – தூகளு, தேவ மாரை – கரவெட்டி, சித்தகாய், பள்ளர - குல்ல, அடுசுவாடு, பறையர - மாலவாடு, மாலைப்பாடு, சக்கிலியர் - மாதியவாரு, நாயக்கமாரை - புல்லிலுவாரு பிள்ளைமார – கிள்ளடை" இப்படி எங்களுக்குள்ள குறியீடுகளை வச்சு பேசிக்கிருவோம்.

ரெண்டாயிரத்து மூனுல கம்பத்துல சக்கிலிய தெருவுக்கு ஆட்டத்துக்கு போனோம் அந்த பகுதியில சின்னமனூர் பாளையம், கூடலூர் வழிய போகனும் பெரியார் டேம்லருந்து தண்ணி விழுகிற எடம் அங்கிருந்து தான் வைகை டேம்க்கு தண்ணி வரும் சாயங்காலம் ஏழு மணிக்கு எங்க ஆளுக தெருவுக்கு ஆட்டத்துக்கு போனோம் மொட்டை மாடியில மேக்கப் போட எடம் கொடுத்தாக அங்க சாப்பிட்டு மேக்கப் போட்டு கீழ எறங்கி வந்தோம் அப்ப எங்க தெரு பொம்பளைக - ஓரம்மா! ஏ வூரு வேசக்காரளு மச்சி, பொடி பொடி மனிசிகளாய்

உண்டேறம்பாய் நேடு தெள்ளத் தெரா ஆட்டம் சூசி வேயவல ஏமியாய் வேசக்காருளு நிஸ்சே தும்மு கொண்டேய்யா - சரிண்டம்மா, நிஸ்சே துமிகேமும்மா - சொல்லிட்டு காளியம்மன் கோயிலுக்கு முன்னாடி பல்லவராயன்பட்டி மேளக்காரக கொழு மேளம் வாசிட்டு

"அம்மன் கோயில் கும்பம் இங்கே ஆடிவரும் நேரமடியே"

தில்லானா மோகனம்பாள் படத்துல, நலம் தானா நலம் தானா பாட்டு தில்லையம்பல நடராஜான்னு பாட்டு இப்படி சுமார் அரைமணி நேரம் வாசிச்சாக அப்புறம் நாங்க போய் மேளம் வாசிக்கக்கூடிய எடத்துல ஆடினோம் அப்ப ரெம்ப துரித நடையில வாசிச்சாக

துக்கடி துண துக்கடி துண துக்கடி

எடுத்த ஸ்டெப்புல ரெம்ப பாஸ்ட்டா வாசிச்சாக துரித நடை முடிஞ்சது அப்புறமா பழைய புதிய திரையிசைப் பாட்டு வாசிச்சாக.

பல்லவராயன்பட்டி மேளம் வாசிச்சு முடிஞ்சதுக்க அப்புறம் நாங்க எங்க ஆட்ட நிகழ்ச்சியை ஆரம்பிச்சோம் மொதல்ல கோமாளிதான் ஆரம்பிப்பான் அந்த வூரு பேரு அட்வான்ஸ் கொடுத்த பேரு எல்லாத்தையும் சொல்லி முடிச்சிட்டு

"நாங்க ஆடுற ஆட்டத்திலும் பாடுற பாட்டுலயும் ஏதேனும் சிறு பெழை இருந்தாலும் தாங்கள் வீட்டில் குழந்தை தவறு செய்தால் எவ்வாறு மன்னிப்பீர்களோ அவ்வாறு என்னையும் அட்வான்ஸ்காரரையும் மேளக்காரரையும் பெண் வேசக் காரரையும் மன்னித்து ராஜபார்ட்காரரை அடிசாத்துமாறு மிகத் தாழ்மையுடன் கேட்டுக் கொள்கிறேன்" என்று சொல்ல பார்வையாளர்கள் ஒரக்க கை தட்டி விசிலடிச்சாக,

விநாயகனே வினை தீர்ப்பவனே
வேழ முகத்தவனே ஞான முதல்வனே
(விநாயகனே)

....

குணா நிதியே குருவே சரணம்
குறைகள் களைய இதுவே தருணம்
....
கணநாதனே மாங்கனியை உண்டாய்
கதிர்வேலனின் கருத்தில் நின்றாய்

ஆடுற எடத்து மைக்கு முன்னாடி ரெண்டு ராஜபார்ட், கோமாளி சாமி கும்பிடுவது போல பாடுவாக அவுகளுக்கு எதிர்த்த பக்கம் பெண் வேசக்காரக சாமி கும்பிட்டு மீதி பாட்டை பல்லவியை மட்டும் வாங்கி பாடிக்கிட்டு காலுல இருக்கிற சலங்கை ஒலியை அந்த தாளத்துக்கேத்தவாறு ஜல்ஜல்லுன்னு கால் சலங்கையை ஆட்டுவாக பாட்டு முடிஞ்சதும் இன்னொரு ராஜபார்ட் "அகர முதல எழுத்தெல்லாம் அறிய வைத்தாய் தேவி" இந்த பாட்டைப் பாடுவாரு இங்கு பெண் வேசக்கார தாளத்துக்கேத்தவாறு ஆடுவாக அப்புறம் பெண் வேசக்காரக "முத்துமாரியம்மனுக்கு திருநாளாம் அவள் முகத்தழகை காணவரும் ஒரு நாளாம்" இந்தப் பாட்டை பாடுவோம் பாடி முடிச்சிட்டு கோமாளியோட கதய ஆரம்பிப்பான் எங்காளுக கோமாளிய்ய தெலுங்குப்பாட்டு பாடச் சொல்லுவாக

அப்ப கத கத கங்கு
காமத் தாத்தா நொங்கு
மீ தாத்தா தொங்கு
கத கத கங்கு

இப்படி பாடும் போது கூட்டத்துல பொம்பளைக சேலைய வாயில வச்சு பொத்தி சிரிப்பாக ஆம்பளைக அல்லடுதார கோமாளி அப்படித்தாய்யா கோமாளின்னு கைத்தட்டி விழுந்து விழுந்து சிரிப்பாக ராஜபாட்டுக்காரக பொம்பளை வேசத்தை லவ் பண்றது மாதிரி பாட்டுவரும் அப்ப

அடி யாத்தாடி
இள மனசு ஒன்னு
ரெக்கை கட்டி பறக்கு சரிதானா....

கடலோர கவிதைகள் சினிமா பாட்டு பாடுவாக

"பாட்டு வரும் பாட்டு வரும்

உன்னைப் பாத்துக் கொண்டிருந்தால்

பாட்டு வரும்"

இந்த மாதிரி பாட்டு பாடும் போது அந்த ஊருல லவ் பண்ற கோஷ்டி அவுக பேருல அந்த பாட்டை பாராட்டி அம்பது ரூபா அன்பளிப்பு கொடுத்தாக அப்புறம் தெம்மாங்குப் பாட்டு, குடிகாரன் பாட்டு, கம்மாய் கரைப் பாட்டு, வண்டிக்காரன் பாட்டு, அழகர்கோயில் பாட்டு, மதுரை வீரன், ஒண்டி வீரன், சமூக சீர்திருத்தம்ன்னு ராஜா ராணி ஆட்டத்துல வரும் அப்புறம் குறவன், கொறத்தி ஆட்டம் ஒன்றரை மணி நேரம் நான் கொறத்தி வேசம் போட்டு வருவேன் சித்தப்பா பெத்தனன் கொறவன் வேசம் போடுவாரு முக்காயி ஆட்டம் பெத்தனன் போட்டுட்டு வருவாரு நல்லதங்காள் ஆட்டம் அண்ணே பாண்டி போட்டுட்டு வருவாரு இது ஒரு மணி நேரம் நடக்கும் பேயாட்டம் அண்ணே காளியப்பன் ஆடுவாரு இப்படி நிகழ்ச்சி முடிய காலை ஏழு மணி ஆயிடும் மேக்கப் அவுத்திட்டு சம்பளம் வாங்க எட்டு எட்டரை ஆயிரும் காலையில பஸ் ஏறுவதற்கு பஸ்டாப்புல நிக்கிறப்ப நைட்டு வேடிக்கை பாத்தவுக டீ சாப்பிட கூப்பிடுவாக செல வசதியான ஆளுகின்னா கையில இருபது, அம்பது ரூபான்னு கையில கொடுப்பாக எங்க ஆளுக பொம்பளைக எங்களைப் பாத்து ஆட்டக்காரரு நைட்டு - நிஸ்சே துமிகினி வாரம்மா, ஓ அய்யா அடுத்த வருசம் ஒச்சுடண்டய்யா - ன்னு சொல்லி அனுப்புவாக.

செல வூர்கள்ல கொறத்தி ஆட்டத்தப் பாராட்டி அம்பது நூறுன்னு ஜாக்கெட்டுல குத்துவாக அந்தப் பணத்த காலையில சம்பளம் பகுரும்போது கேப்பாக நான் செல நாள்ல இல்ல குத்தவே இல்லையின்னு பொய் சொல்லியிருக்கேன் ஒரு செல நாள்ல பணத்த கொடுக்க வேண்டிய சூழ்நிலை வந்திடுச்சின்னா குத்தன பணத்துல இருபது, முப்பதுன்னு எடுத்து வச்சுத் தான் கொடுப்பேன் மீதி பணத்த கேட்டா மேளக்காரங்களும் நானும் டீ சாப்பிட்டோம் அதுல முப்பது ரூபாய் செலவாயிடுச்சுன்னு சொல்லியிருக்கேன் ஏன்னா இந்த பணம் எல்லாம் என்

படிப்புக்காக சேர்த்து வச்சேன் அதுக்காக பொய் சொல்ற தாலே தப்பில்லன்னு தோணுச்சு இது சரிதான?

நான் ஆட்டம் ஆடுன பதினைஞ்சு வருச அனுபவத்தில பல ஊரு ஆட்டக்காரங்கள பஸ்டாண்டிலே சந்திப்போம் அதுல அரவாணிகளும் ராஜாராணி ஆட்டத்தை ஆடுறவங்க சங்கரன் கோயில் பஸ்டாண்டிலயும் டி.கல்லுப்பட்டி பஸ்டாண்டிலயும் அவுக கூட பேசுவோம் இப்படித் தான் என் கூட பொம்பள வேசம் கட்டுறவன் அண்ணன் பாண்டிக்கு ரெண்டாயிரத்து ஏழுல குடல் வால்வு வந்திருச்சு அப்ப சீசன் நேரம் அவனை மதுரை ஆஸ்பத்திரியில குடல் ஆப்பரேசன் பண்றதுக்கு சேத்தோம் உடலுக்கு அசைவு கொடுக்கக்கூடாது ஒரு மாசத்துக்குன்னு சொன்னாங்க சீசன் நேரத்துல பொம்பள வேசத்துக்கு ஆள் கெடைக்கல அப்புறம் பெரியப்பா மகன் அண்ணே காளியப்பன் எங்க ஊருக்காரரு ஆத்தாங்கரைப்பட்டி செட்டுல பொம்பள வேசம் கட்டி ஆடுனாரு அவர கெஞ்சி கெதறிக் கூப்பிட்டு ஒரு மாசத்துக்கு சமாளின்னு சொன்னோம் அதனால நான் செல நாள் அவுக கூடப் போய் ஆட வேண்டியதாகி இருக்கும் அப்போ நீங்க வேற ஆளை போட்டுக்கன்னு சொன்னாரு ஒரு நா சிவகாசிப்பக்கம் கட்டளைப்பட்டிக்கு ஆட்டத்துக்குப் போறப்ப அண்ணே காளியப்பனும் அவுக செட்டுக்கு வேலைக்குப் போயிட்டாரு அப்ப நாங்க செட்டுக்கு பொம்பள வேசம் இல்லாம கஷ்டப்பட்டுக்கிட்டு இருந்தோம் அப்ப ராஜபாளையத்துல இருக்கிற அரவாணி (சின்னத்தாயி) அவுகள கூப்பிட்டுக்கிட்டு கட்டளைப்பட்டிக்கு ஆட்டத்துக்கு போனோம் எங்காளுக - அ படசுடு யாட அ படிசுடு யாட யாட-ன்னு கேட்டாக இந்த மாதிரி உடம்பு சரியில்லன்னு சொன்னோம் அதனால வேற ஆள கூப்பிட்டு வந்திருக்கோம்ன்னு சொன்னோம் நல்லாவே எங்க கூட ஆடுனாக பாட்டும் பாடுனாக காலையில பேயாட்டம் அவுக தான் ஆடுனாக அந்த வூர்ல வருசா வருசம் போறதுனால அந்த வூர் நாட்டாமை எங்க செட்டுக்கு சிவகாசியில அவரு வேல பாக்குற ஆபீஸ்ல மகாலிங்கம் பேருல ஐநூறு விசிட்டிங்கார்டு அடிச்சுக் கொடுத்தாரு அத வாங்கிட்டு சிவகாசி பஸ்டாப்புல காத்துக்கிட்டு இருந்தோம் அப்ப அரவாணிக பாதிக்கப்பட்ட பிரச்சனைகள கேட்டேன் அவுகள எப்படி இந்த

சமூகம் பாக்குன்னு கேட்டேன் அதுக்கு அப்ப "நாங்க ஆணும் பெண்ணும் சேராம எடைப்பட்ட நிக்கிறதுனால எங்களுக்கு மத்தளத்துக்கு ரெண்டு பக்கம் அடி சொன்ன மாதிரி எங்களுக்கு ரெண்டு பக்கமும் மரியாதை இல்ல ஆட்டத்துக்கு போற வூர்கள்ல அம்பது ரூபாய்க்கு வாறியாடி ன்னு கூப்பிடுவாக பொட்ட அலி ஒன்பதுன்னு கூப்பிடுறாக நாங்க பகல் நேரத்தில் கூட தனியா போக முடியல பின்னாடியே எளந்தாரிக வந்திடுறாக எங்களுக்கு கௌரமெண்ட் வீடு வசதி, ரேசன் கார்டு கொடுக்கல நாங்களும் கலெக்டர் கிட்ட எத்தனையோ தடவ வீடு வசதி வேணும்ன்னு மனு கொடுத்தோம் எங்க பிள்ளைகளுக்குக் கல்வி உரிமை வேணும்னு கேட்டோம் எந்த கௌரமெண்ட் ஏறெடுத்து பாக்க மாட்டறாக"ன்னு வேதனையோடு சொன்னார்.

மேச்சாதி ஆளுக சக்கிலியர், பள்ளர், பறையனா பாக்குறது மாதிரி தான் எங்களையும் நடத்தை கெட்டவக, மரியாதை குறைஞ்சவன்னு பாக்குறாக நான் பத்து வருசமா பம்பாய்ல இருந்தேன் பெறந்து வளந்தது சங்கரன்கோயில் பக்கம் என்னைய இங்கிருந்து சமாத்துக்கு கூப்பிட்டுட்டுப் போனாக அங்க எனக்கு ஆபரேசன் பண்ணுனாக அதுக்கு எனக்கு சீர் வரிசை, புது துணிமணிக கொடுத்தாக அங்க பல வருசமா இருந்தேன் அப்புறம் தமிழ்நாட்டுக்கு வந்துட்டேன்னு சொன்னாரு அவுக சொல்லச் சொல்ல எனக்கு ரெம்ப மனசுக்கு கஷ்டமா போச்சு இப்ப நான் சம்பாரிக்கிறேன் ஏன் தம்பிய படிக்க வைக்கிறேன் ஏன் அம்மா அப்பாவுக்கு சோறு போடுறேன் குடும்ப சூழல்ல இப்படி போக வேண்டிய நிர்ப்பந்தம் ஆகிப் போச்சு பாருங்க ஒரு ஜான் வகுத்துப் பொழைப்புக்கு எப்படியெல்லாம் கஷ்டப்பட வேண்டியதிருக்கு.

ரெண்டாயிரத்து ஏழுல விருதுநகர் மாவட்டம் ஸ்ரீவில்லி புத்தூர் வட்டம் அர்ச்சனாபுரத்துக்கு நல்லதங்காள் கோயில் விழாவுக்கு ஆட்டத்துக்கு அட்வான்ஸ் கொடுத்துப் போனாக நல்லதங்காள் கோயில் அன்னைக்கு வத்ராப், புதுப்பட்டி பகுதிகள்ல சாதிக் கலவரம் ஆகிப் போச்சு பஸ்களும் ஓடல்ல அப்ப அட்வான்ஸ்காரரு எங்களை கூப்பிட்டு போக அங்கிருந்து வேனை கொண்டுக்கிட்டு சூலப்புரத்துக்கு வந்திட்டாக நாங்களும் சீக்கிரமா பொறப்பட்டு வேனில ஏறினோம் அப்ப

வேனுக்கு முன்னாடி கருப்புத் துணி கட்டியிருந்து வேனுக்கு ரெண்டு சைடும் மாலை கட்டி இருந்தாக அமரர் ஊர்தி மாதிரியே இருந்துச்சு அப்புறம் நாங்க அத பத்தி என்ன ஏதுன்னு கேட்டோம் எங்க வூர் பக்கம் சாதிக்கலவரம் நடந்திக்கிட்டு இருக்கு அதனால கருப்புத்துணி மாலை இதப்பாத்தா வண்டியில பெணம் தான் போகுதுனு வண்டிய்ய மறிக்க மாட்டாக கண்ணாடிய்ய ஒடைக்க மாட்டாக அதனால தான் இப்படின்னாக எங்களுக்கன்னா ஒரே ஆச்சரியமா இருந்துச்சு. அர்ச்சனாபுரத்துக்கு சாயங்காலம் ஆறு மணிக்கு போனோம் பொங்க வூர்ல கொறவ கொறத்தி வழிநெடுக பாசி மணி வித்துக்கிட்டு இருந்தாக நாங்க அந்த வூர்க்கு ஏழு எட்டு வருசமா போயிருக்கோம் அப்ப அந்த கொறவ, கொறத்தி ஆட்களும் எங்க ஆட்டத்த பாத்துயிருக்காக அதனால அவுகளுக்கும் எங்களுக்கும் பழக்கமாகிப் போச்சு அந்த வூர்க்கு மேக்குட்டு நல்லதங்காள் கோயில் நல்லதங்காள் ஏழு பிள்ளைகளையும் தூக்கிப் போட்டு செத்த கெணறு அங்க தான் இருக்குது அப்ப நல்லதங்காள் வரலாற பத்தி அந்த வூரு கிழவி சொன்னாக நல்லதங்கா பெறந்து சின்னப்பிள்ளையிலேயே காசிமகாராஜாவுக்குக் கட்டிக் கொடுத்தாக வாக்கப்பட்டுப் போயி ஏழு வருசத்தில ஏழு பிள்ளை பெத்தெடுத்தா அங்க பஞ்சம், பசி, பட்டினியின்னு பெருகிருச்சு அண்ணே நல்லதம்பி வூட்டுக்கு வர்றாக இங்க நல்லதம்பியோட மனைவி மூளி அலங்காரி இந்த பிள்ளைகள ரெம்ப கொடுமை பண்ணுச்சாம் அழுகின மாம்பழத்த கொடுத்துச்சாம் அதனால நல்லதங்காள் ஏழு பிள்ளைகளயும் கூப்பிட்டுக்கிட்டுப் போயி கெணத்துல விழுந்து சாகப்போறப்ப ஆடு மேய்ச்சவ கிட்ட கெணத்த கேட்டுருக்க அந்த ஆடு மேய்ச்சவனும் இந்தாங்கம்மா பாலு இதவாச்சும் குடிங்கன்னு சொல்லியிருக்கான் அத குடிக்காம கெணறு எங்கேன்னு கேட்டுருக்கு அதே அங்கேன்னு காட்டியிருக்கான் ஆட்டுக்காரரு கெணத்துக்குப் போயி ஒவ்வொரு புள்ளகளயும் புடிச்சு உள்ள போடுறப்ப மூத்த மகன் சொல்லியிருக்கான் "தப்பிச்சு போறேனம்மா தாயி பேரு சொல்வேனம்மா"ன்னு சொல்லியிருக்கான் அதயும் கேட்காம அவனை புடிச்சு உள்ள தூக்கிப் போட்டு நல்லதங்காளும் கெணத்துல விழுந்து செத்துப் போயிருச்சு அண்ணே நல்லதம்பி பல எடங்களும் தேடிப்

பார்த்துக் கெடக்கலை அப்ப ஆட்டுக்கார கிட்ட கேட்கும்போது ஆட்டுக்கார சொன்னான் வழிய காட்டுனான் அந்த வழியா வர்ற போது கெணத்துல பிள்ளைகளோடு நல்லதங்காளும் பெணம் மெதந்துகிட்டுயிருந்துச்சு இதுக்கு காரணம் மூளிஅலங்காரி தான்னு தெரிஞ்சுக்கிட்டு வூட்டுக்கு போயி சுண்ணாம்பு காள வாசல்ல அவள எரிச்சிட்டு தானும் தற்கொலை செஞ்சிக்கிட்டான் இத பாத்த சிவபெருமான் நல்லதங்காள் ஏழு பிள்ளைகள நல்லதம்பியை உயிர் கொடுத்து உயிர் எழுப்பிச்சாம் அப்போ நல்லதங்காளும் நல்லதம்பியும் நாங்க உயிர் வாழ விரும்ப வில்லை நாங்க வன்னி மரமாகணும்னு வரம் கேட்டாங்களாம் அதே மாதிரி வன்னி மரமாக மாறிடுச்சாம் பாவம் மூளிஅலங்காரி செலய தோட்டத்துக்கு வேலைக்கு போறவுக கால்ல ஒட்டுன செகதிய்ய அவ செல மேல தேய்ச்சிட்டு போவாங்களாம்ன்னு கெழவி சொன்னாக அந்த கோயில்லதான் வருசா வருசம் பொங்க வச்சு உங்க ஆட்டத்துல நல்லதங்காள் பாட்டை பாட வைப்போம்ன்னு கெழவி சொன்னாக நல்லதங்காள் வேசம் அண்ணே பாண்டி போட்டுக்கிட்டு வருவான் மத்த வூர்ல காட்டிலும் தட்டுல காசு நெறய்ய போடுவாக பொம்பளைக அஞ்சு, பத்து, அம்பதுன்னு போடுவாக பொம்பளைக வூட்ல யிருந்து கொண்டு வந்து உப்பு, வத்த, அரிசி, பணம் நல்லதங்காள் வேசம் போட்டவனுக்கு கொடுப்பாக உண்மையிலயே நல்ல தங்காள் வூருக்குள்ள வர்ற மாதிரியே இருக்குமாம் அப்படின்னு பார்வையாளர்கள் சொல்றாங்க நல்லதங்காள் வேசத்துக்கு முன்னாடி கொறவன், கொறத்தி வேசம் போட்டு ஆடினோம் அப்ப ஊசி, மணி விக்க வந்த கொறவ கொறத்தி அவுக பிள்ளைகளோட ஆட்டம் பாத்தாக நாங்க அவுகளே மாதிரி பேசணும் ஆனா பாச தெரியாது அதனால ஆட்டம் முடிஞ்சதுக்கு அப்புறம் அஞ்சலை, ரோஜா கிட்ட எங்களுடைய கொறவன் கொறத்தி ஆட்டத்துல உங்கள மாதிரி பேசனும்னு நான் கேட்டேன் அதுக்கு அரேசாமி சொல்லித் தாரேன் சாமின்னாக அப்புறம் நாங்க ஆட்டத்துல ஆடுற கதிகள சொன்னோம் கொறவனும் கொறத்தி சண்டையில பேசனா எப்படி பேசுவாகன்னு கேட்டோம்

கடிகி கடிகி - குழம்பு வச்சியா

பாணி பல்ரிதி - தண்ணி மோந்துட்டியா

சாணு வேலகிரி - நீ என்ன வேல செஞ்ச

கர்ம சுக்லகி ஆ வேல துணக்கரணு

நீ வூட்ல சும்மா இருந்தவ நீ வேல செய்யக் கூடாதா

மரியாதிப் பாரு சலோஜா - மரியாதையா போயிரு

கோயிறு கத்தோ சப்ள மாரு கைபகை - ஒழுங்கு மரியாதப் போயிடு செருப்பைக் கழட்டி அடிப்பேன்

ஏய் காத் தொணக்கதிசி - கைய்ய ஒடிச்சி தொங்க விடுறேவேன்

ஓ வாக்ரி நசறாயே வெங்க குயிலு பெட்னு குயிலு பெட்லு

குயிலு பெட்லு - ஓ மனிசா குருவிய சுடு

நரி டோலோ புட்டி லோய் - கண்ணு அழிச்சா போச்சு

கெஜ்கோ கெஜ்கே - எங்க எங்க

ஓ பெட்டு ஓ பெட்டுகே பெட்டுகோ - அங்க உட்கார்ந்து இருக்கில்ல

இப்படி சொல்லிக் கொடுத்தாக நானும், பெத்தன்னா சித்தப்பாவும் பேசிப் பேசிப் பாத்தோம் எங்களுக்கு சொல்லிக் கொடுத்தவுக சரோஜாவும், அஞ்சலையும் மதுரை சக்கிமங்கலம் காரக.

ரெண்டாயிரத்து ஏழு சனவரி மாசம் பதினெட்டாம் தேதில எங்க அம்மா எறந்துட்டாக எங்க அம்மா வெத்தல நெறைய போடுவாக அதோட லூஸ் போயிலை சேர்த்து போடுவாக பொடி போடுவாக எங்க குடும்பம் பெரிய குடும்பம் நாங்க சின்னஞ் சிறுசுக இருக்கும் போது ரெம்ப கஷ்டப்பட்டாக காலையில களம் பெடைக்க போனாங்கன்னா நைட்டு எட்டு மணிக்குத் தான் வருவாக எங்க வூட்ல பசி ஆத்த சோறு இருக்காது ரெண்டு நாள் வச்ச கூழு இருக்கும் அது கூட சட்டி ஒட்டி கரி

பிடிச்சிருக்கும் அத தண்ணிய கரைச்சு எங்களுக்குக் கொடுத்துட்டு எங்க அம்மா வெத்தலைய போட்டு பசிய ஆத்திக்கிடுவாக லூஸ் போயில பொடி நெறைய போட்டதினால புற்று நோய் வந்திருச்சி கரெக்டா ஒரு மாசம் தான் உயிரோடு இருப்பாகன்னு டாக்டர் சொன்னாரு இந்த விசயம் பேசண்டுக்கு தெரியக் கூடாதுன்னாரு இந்த விசயத்த கேள்விப்பட்டதும் எங்க வூட்ல ஒரே அழுகை சத்தம் தான் நிம்மதியா சாப்பிட முடியல வேலைக்கு போன எடத்துல நிம்மதியா ஆட முடியல பெரியண்ணே சம்சாரம் வேலம்மாள் மதினி ரெண்டாவது அண்ணே சம்சாரம் பாண்டீஸ்வரி கூடப்பிறந்த மூத்த அக்கா சுந்தரம்மாள் ரெண்டாவது அக்கா வள்ளி, மூணாவது அண்ணே சம்சாரம் மினி இவுக வூட்ல அம்மாவை கவனிச்சுக்கிட்டு இருப்பாக அப்ப எங்க வூட்ல நிம்மதியில்லாம இருந்தது ரெண்டாயிரத்து ஏழு சனவரி மாசம் பதினேழுல எழுமலை பள்ளர்க தெருவுல ஆடிட்டு காலையில பஸ்டாண்டுல நின்டுறுந்தோம் அப்ப வூர்லயிருந்து சித்தப்பா பரமன் வந்திருந்தாரு இன்ன மாதிரி அம்மா எறந்துட்டாகன்னு சொன்னாரு எங்க எல்லாருக்குமே மனசுல இடி விழுந்தது மாதிரி ஆகிப்போச்சு அப்புறம் கண்ணீரோட வூட்டுக்குப் போனோம் அம்மாவக் குளிப்பாட்டி சாத்தி வைச்சோம் அப்ப தெரு ஆளுக என்னைய கட்டிப்புடிச்சு அழுதாக - சென்று வானிக ஓக காலு கட்டித்த வேசிடி போயின்டந்தா நிஸ்ஸே உண்டு- ன்னு சொல்லி அழுதாக எழவு விசாரிக்க ஆட்டக்காரக, கொட்டுக்காரக நெறைய வந்திருந்தாக சாயங்காலம் ஆறு மணிக்கு அம்மாவை அடக்கம் பண்ணினோம் அப்ப மதுரை காமராசர் பல்கலைக்கழகத்தில் எம்பில் பண்ணிக்கிட்டு ஆய்வு எழுதிக்கிட்டு இருந்தேன் ஆய்வு விசயமா தமிழ்ப் பல்கலைக்கழகம் தஞ்சாவூர் போக வேண்டியது இருந்தது ஆனா பெரிய ஆளுக பத்து நாளு செல்லமா எங்கேயும் போகக் கூடாதுன்னு சொல்லிட்டாக நானும் பத்து நா கழிச்சு தான் போனேன் அப்ப டே ஸ்காலரா வூருலயிருந்து மதுரை காமராஜ் யுனிவர்சிட்டிக்கு வருவேன் காலை எட்டேகால் ராஜாராணி பஸ்சுக்கு வருவேன் இங்க ஒன்பது முக்காலுக்கு வந்திடும் டிபிஎம் லைப்ரேரியில புக் பாத்துட்டு டிபார்ட்மெண்ட்க்குப் போவேன் சாயங்காலம் ஏழு மணிக்கு வூட்டுக்கு போவேன் அம்மா இல்லாத வூடும் விளக்கு இல்லாத வூடும் ஒன்னுதான்

அதனால பெருமாள் கரட்டுப் பக்கமா போயி ஒக்காந்து அழுவேன் வாரத்துல ரெண்டு நா அழுகாம இருக்க முடியல அப்புறம் வேலம்மாள், பாண்டீஸ்வரி, மினி இந்த மூனு மதினிங்க தான் எனக்கு சாப்பாடு போட்டுக் கொடுப்பாக.

எழவு வூட்டுக்கு ஆட்டத்துல ஒப்பு வைக்கும்போது எங்க அம்மாவையும் அப்பாவையும் நெனைச்சு அழுவேன் ஆனா வெளியில ஒப்புப் பாட்ட கேட்டவுக உண்மையிலேயே அழுகிறது மாதிரி ஒப்பு வைக்கிறேன்னு கேப்பாக ஆனா உண்மையிலே அழுதுதான் பாடினேன்.

தேனி மாவட்டம் வருசநாட்டுக்கு தெக்க காமராஜபுரம்ன்னு வூரு இருக்கு அந்த வூருக்கு வருசநாட்டிலருந்து பஸ் ஏதும் கெடையாது நடந்துதான் போகனும் வரனும் அந்த வூரு மலங்காடு ஏரியா பகலே ஒத்தையில போக முடியாது அந்த ஊர் திருவிழாவுக்கு ஆடப் போனோம் வருசநாட்டிலருந்து தலையில பொட்டிய சொமந்துகிட்டு அந்த வூருக்குப் போற பாதை கரடுமுரடா இருக்கும் அப்ப மணி சாயங்காலம் ஆறே கால் ஆயிடுச்சு லைட்டா இருட்டாயிடுச்சு இன்னும் கொஞ்சம் தள்ளி சுமார் ரெண்டு கிலோமீட்டர் நடந்தோம் ரெம்ப இருட்டிடிச்சு பாத தெரியல நாங்க நாலுபக்கமும் சுத்திமுத்தி பாக்கிறோம் எங்கள சுத்தி மல ஒழவ மரம் காத்துக்கு விர்விர்னு அடிக்குது பறவக சவுண்டு கஜகஜன்னுங்குது எங்களுக்கு ரெம்ப பயமா போயிருச்சு அப்ப அந்த வூர்லயிருந்து நாலு எளந்தாரிக சைக்கிள் எடுத்துக்கிட்டு எங்கல கூப்பிட வந்தாக இருட்டுல எங்கள பாத்து ஏப்பா நீங்கதான் ஆட்டக்காரகவுகளான்னு கேட்டாக ஆமாங்கன்னோம் உங்களத் தான் கூப்பிட்டு வாரச் சொல்லி நாட்டாமை சொன்னாரு வாங்க உங்க பேக்குகளை கொடுங்கன்னு சைக்கிள பேக்கு வச்சிக்கிட்டு வூருக்கு சரியான ஏத்தம் ஏற முடியல கொஞ்சம் கொஞ்சமா மேல ஏறிப் போயிட்டோம் வூர்ல போயி நாட்டாமைய சந்திச்சு பேசிட்டு சாப்பிட்டு மேக்கப் போட்டு ஆடினோம் அந்த பகுதியில கஞ்சா செடிக நெறைய போடுவாக ஆட்டக்காரக எங்களுக்கும் கொட்டுக்காரவுகளுக்கும் கொடுத்தாக நிகழ்ச்சி நல்லபடியா நடத்தினோம் காலையில சம்பளத்தை வாங்கிட்டு காமராஜபுரத்திலருந்து கூமாப்பட்டிக்கு

பிளவக்கல் டேம் வழியா கழுதைப் பாதை இருக்கு இப்படியே போறீங்களான்னு நாட்டாமை சொன்னாரு இல்லங்கய்யா கம்பத்துல நைட்டு புரோக்கிராம் இருக்கு நாங்க வருசநாட்டு வழியா போயிருவோம்ன்னு சொன்னோம் அப்ப இன்னைக்கு நைட்டு மதுரயிலிருந்து கரகாட்ட பிள்ளக வர்ராக எப்படி ஆடுறாளுகளோன்னு சொன்னாரு அப்புறம் சொல்லிட்டு பொறப்பட்டு கம்பத்துல தென்னந்தோப்புல வந்து தூங்கினோம் சாயங்காலம் ஆறு மணிக்கு எந்திரிச்சு ஆத்துல குளிச்சிட்டு செல்லாயிபுரம் காளியம்மன் கோயில் ஆட்டத்துக்கு போனோம் அனுமந்தன்பட்டி பாண்டி மாமா மேளம் கோயிலுக்கு முன்னாடி ஆடிக்கிட்டு இருந்தோம் நாங்க ஆடுறதுக்கு முன்னாடி எங்க ஆட்டத்த பாக்க ஆணும் பெண்ணும் ஒட்கார்ந்து இருந்தாக அதுல கொமரிப் பொண்ணுக ஒட்கார்ந்திருந்த எடத்துக்கு மேல மொட்டை மாடியில எளந்தாரி பசங்க ஒக்காந்து இருந்தாக அப்ப நைட்டு பன்னிரண்டு மணி இருக்கும் மொட்டை மாடியிலிருந்து எளந்தாரி பசங்க பொம்பளைக ஒட்காந்த எடத்துல கொமரிப் பொண்ணுக மேல நிரோத்தை ஊதி மேல மூனு, நாலுன்னு போட்டுட்டாக அவ்வளவுதான் தெருவுல ஒரே கரச்சல் இத யாருடா போட்டது தேவடியாப் பசங்களா பொண்ணோட அம்மா, அவுக சொந்தக்காரக வசவு பின்னி எடுத்துட்டாக எங்க ஆட்டம் சுமார் ஒரு மணி நேரம் நின்னுடுச்சு

இப்படி இருக்கும் தருணத்துல ரெண்டாயிரத்து எட்டில விருதுநகர் மாவட்டம் எரிச்சநத்தம் பக்கம் தவசிலிங்காபுரத்துக்கு ஆட்டத்துக்கு போனோம் அங்க பள்ளர்க அவுக சொந்தக்காரக வூருலயிருந்து லாரி பிடிச்சு வந்து சாமி கும்பிடுவாங்களாம் அன்னைக்கு நைட்டு பிச்சை மேளமும், எங்க ஆட்டமும் போயிருந்தோம் அந்த கோயில் இருக்கிற எடம் அது ஒரு காடு அந்த காட்டுக்குள்ளதான் இந்த நிகழ்ச்சி நடக்குது நாங்க லாரியில தான் மேக்கப் போட்டோம் பத்து மணிக்கு ஆட்டம் ஆடக்கூடிய எடத்துக்கு வந்து ஆடினோம் அப்போ அங்க கெடா வெட்டுறதுல பிரச்சனை வந்து பெரிய சண்டையா வந்திருச்சு இந்த பிரச்சனைக்கு அப்புறமா நாங்க ஆட்டத்த ஆரம்பிச்சோம் அப்போ ஆடிக்கிட்டு இருக்கும் போது ஒரு ஆளு ஓடி வந்து டியூப்லைட்டைக் கழட்டி வந்து ஏன் மேல எறிஞ்சாரு அந்த

டியூப்லைட்டு என் மேல முதுகுல குத்திடுச்சு ஜாக்கெட்டெல்லாம் ரத்தமா ஒழுகிச்சு அப்படியே என்னை அண்ணே மகாலிங்கம், பிலாவடி, பாண்டி எங்க செட்டுக்கார என்னை கூப்பிட்டு லாரியில ஒக்காந்து ஜாக்கெட்டை அவுத்தோம் ரத்தமா கொப்பளிச்சிச்சு குத்தியிருந்த பீங்கானை ஒவ்வொன்னா எடுத்தாக ஜாக்கெட்டே ரவுண்ட் சைஸ்ல ஓட்டையாகிப் போச்சு அப்புறம் நாங்க இதுக்கு தீர்வு காணாம ஆட மாட்டோம்னு சொன்னோம் அதுல ஒரு ஆளு காசா ஓசியா வந்து ஆடுங்கடா ஒரு ஆளுக்குத் தான் காயம் மத்த ஆளுக ஆடுங்கன்னு சொன்னாரு அதெல்லாம் ஆட முடியாது எங்களுக்கு சம்பளம் வேணாம் ஒன்னும் வேணாம்ன்னு சொல்லிட்டு மேக்கப் அவுத்திட்டோம் திருவிழா ரெம்ப பரபரப்பா ஆயிடுச்சு நான் மேக்கப் அவுத்துட்டு கோயிலுக்கு வந்தவங்ககிட்ட டுவீலர் வாங்கிக்கிட்டு அவரோட திருத்தங்கல் ஆஸ்பத்திரிக்கு போனோம் அப்ப ரெண்டு மணியிருக்கும் அந்த ஊர்லருந்து திருத்தங்கலுக்குக் கிட்டத்தட்ட இருபத்தைந்து கிலோ மீட்டர் போய் டாக்டர் கிட்ட காட்டினோம் அவரு செப்டிக் ஆகாத அளவுக்கு மருந்துபோட்டு ஊசியும் போட்டாரு அவரு என்னை துருவி துருவிக் கேட்டாரு ஏதும் அடிதடியான்னு கேட்டாரு உண்மைய சொன்னா டாக்டர் ஊசி போட மாட்டாரு போலீஸ் ஸ்டேசன்ல எப்ஐஆர் போட்டீங்களான்னு கேட்பாரு அதனால நான் வூட்ல இருந்த டீயூப்லைட்டு மேல விழுந்திருச்சின்னு சொன்னேன் அதுக்கு அப்புறமா தான் எனக்கு ஊசி போட்டு ஆடக்கூடிய எடத்துக்கு வந்தோம் காலையில சம்பளம் ஏதும் கொடுக்கல நாங்களும் அட்வான்ஸ் வாங்கின முன்னூறோட திரும்பி வந்துட்டோம் இது வரைக்கும் எதுவும் வாங்கல அந்தத் தழும்பு கூட இன்னும் என் முதுகில இருக்கு.

தொண்ணூத்தி எட்டுல நா மொத மொதல்ல எங்கண்ணாவு களோட கேரளா மாநிலம் மூணாறு தாலுகா சூரியநல்லி எஸ்டேட்ல ஆட்டத்துக்கு அட்வான்ஸ் பேசியிருந்தோம் அப்பயெல்லாம் இப்ப இருக்கிற மாதிரி பஸ் வசதி கிடையாது அதனால மொத நா நைட்டு போடி பஸ் ஸ்டாண்டு எங்க பெட்டிகள வச்சுட்டு செகண்ட் சோ படம் பாத்தோம் பாத்துட்டு நைட்டு மூணு மணிக்கு அந்த எஸ்டேட்ல இருந்து போடிக்கு வண்டி கொண்டு வருவாக அதுல தான் நாங்க எங்க செட்டும்,

தஞ்சாவூர் கரகாட்டம், மதுரை நையாண்டி மேளமும் வேனுல ஏறினோம் வண்டியும் போடிய விட்டு பொறப்பட்டுச்சு போடிமெட்டுல டீ சாப்பிட கீழ எறங்கினோம் சரியான வாடைக்காத்து குளிர் ஓவரா அடிச்சது அப்படியே டீ சாப்பிட்டு வேனுல ஏறி ஒக்காந்து நையாண்டி மேளக்காரருடன் கரகாட்டக் கலைஞர்களும் கூட பேசிக்கிட்டே போனோம் காலையில ஏழு மணிக்கு குண்டுமலை எஸ்டேட்க்கு போனோம் ராஜா ராணி ஆட்டக்காரக, கரகாட்டம், நையாண்டி மேளம் இந்த மூனு செட்டையும் தங்க வைக்க ஒரு ரூம் மட்டும் கொடுத்தாக தேயில தோட்டத்துல வேல பாக்குற ஆட்களுக்கு ஆபீஸ் கட்டிடம் கட்டி கொடுத்திருக்காக அதுல தான் எங்கள தங்க வச்சாக அந்த ரூம்ல தரையெல்லாம் ஜில்லென்னு விரு விருன்னுச்சு ரூம்ல ஏங்கல்ஸ், டார்வின், கம்யூனிஸ்ட் தலைவர்க படம் நெறைய இருந்துச்சு பகல்ல அந்த வூர் எஸ்டேட்காரககிட்ட பேசினோம் சாயங்காலம் நாங்க எங்க செட்டுக்கார எல்லாம் சால்வ போத்திக்கிட்டு வெளியே போனோம் அதுல சில கலைஞர்க இந்தப் பனியில வெளிய வர மாட்டேங்கிதுன்னு சொன்னாக நாங்க அதக் கேட்டுட்டு சிரிச்சிக்கிட்டு இருந்தோம் நேரம் ஆக ஆக ரெம்ப குளிரடிக்க ஆரம்பிச்சுச்சு சாப்பிட்டுட்டு மேக்கப் போட்டோம் அப்போ எங்களுக்கு பக்கத்துல கரகாட்ட பொம்பளைக மேக்கப் போட்டுக்கிட்டு இருந்தாக அப்ப நாங்க டிரெஸ் மாத்தப் போறோம் எல்லாரும் ரூம விட்டு வெளிய போங்கன்னு சொன்னாக பொம்பள வேசம் போடுறவுகள மட்டும் உள்ள ஒக்காரச் சொல்லிட்டாக எங்களுக்கு பின்னாடி தா அவுக டிரெஸ் மாட்டுனாக முடிஞ்சதுக்கு அப்புறம் எல்லாருமே உள்ளே வந்துட்டாக மேக்கப் எல்லாம் போட்டுக்கிட்டு சால்வையை போத்திக்கிட்டு ஆடக்கூடிய எடத்துக்கு போனோம் அங்க எட்டு மணிக்கெல்லாம் ஆணும் பெண்ணும் கூட்டமா கோயிலுக்கு முன்னாடி சால்வையை போத்திக்கிட்டு ஒக்காந்திருந்தாக மொதல்ல நையாண்டி மேளம் வாசிச்சாக அப்புறம் கரகாட்டம் ஆடுனாக பசங்க ஏய்வுய்யின்னு சத்தம் விட்டாக அப்புறம் நாங்க ராஜா ராணி ஆட்டம் ஆடப் போனோம் அப்ப பனிக்கு போத்தியிருந்த சால்வையை எடுத்து ஆட ரெடியா இருந்தோம் எனக்கு அந்தப் பனியில வாயெல்லாம் நடுக்கம் எடுக்க

ஆரம்பிச்சு அதோடு தா சமாளிச்சேன் மோகன் பாட்டு பாடச் சொல்லி ஒரு துண்டுச் சீட்டுல எழுதிக் கொடுத்தாக அதையும் படிச்சிட்டுக்கிட்டிருந்தோம் அப்போ ஒரு மணி ஆயிடுச்சு குண்டு மலையில இருக்கிற மாரியம்மன் சாமி சூரிய நல்லி எஸ்டேட்ல இருக்கிற தங்கச்சி மாரியம்மன்ன பாக்க வருமாம் அதுதான் அங்க வழக்கமாம் ஒரு மணிக்கெல்லாம் ஆட்டம் முடிஞ்சிடுச்சு சப்பரத்தில் சாமி வச்சு அந்த பனி வாடையில கரடுமுரடான மலைப்பாதை நைட்டு ரெண்டு மணிக்கு ஊராள்களோடு சேந்து நடந்தே கீழ உள்ள குண்டுமலை டிவிசனுக்கு வந்தோம் அப்ப கோயிலுக்கு முன்னாடி நாங்க எங்க செட் கரகாட்டம், நையாண்டி மேளத்தை வச்சு நாங்க கொஞ்ச நேரம் கரகாட்டம் ஆடினோம் அப்ப நைட்டு மூனு மணிக்கு முடிஞ்சு சூரியநல்லி யில இருக்கிற மாரியம்மன் சப்பரமும் இந்த வூர் மக்க கொண்டு போன குண்டுமலை மாரியம்மன் சப்பரமும் ரெண்டு சப்பரமும் பேட்டரியில எல்ஆர் ஈஸ்வரி பாடுன பாட்டு முத்துமாரி அம்மனுக்கு திருநாளாம் அவ முகத்தழக காண வரும் ஒரு நாளாம் அப்படி ன்னு பாட்டை போட்டுக்கிட்டு ரேடியோ செட்டுக்காரரு வந்தாரு மேல சூரியநல்லிக்கு வந்துட்டோம் சூரிய நல்லியில குண்டுமலையில ஆடுன கரகாட்டக்காரகளும், நாங்களும் சேந்து ஆடுனோம் அப்ப காலையில அஞ்சு மணி ஆயிருச்சு அப்புறம் மேக்கப் எல்லாம் அவுத்துட்டு தூங்கினோம் காலையில பத்து மணிக்கு எந்திரிச்சோம் உப்புமாவும் டீயும் கொடுத்தாக குடிச்சிட்டு வெளிய போனோம் அங்க நைட்டுல யானை வந்து சாணி போட்ட எடமும் கால் தடமும் இருந்துச்சு எனக்கு அங்க அப்ப கிறிஸ்தவத்துல சேரணும்ன்னு ஒரு ஆசை இருந்துச்சு அதனால நான் ரெண்டு குச்சி எடுத்து ஏசு சிலுவை மாதிரி ஒரு குச்சிக்கு மேல இன்னொரு குச்சி இடையில வச்சி சின்ன சரடு எடுத்து கட்டி ஊண்டினேன் அப்புறம் ஏசுவை வழிபட்டேன் சூரியநல்லி, குண்டுமலை எஸ்டேட்ல இருக்கிறவுக எல்லாருமே திருநெல்வேலி, சங்கரன்கோயில்காரக அதுல எங்களுக்கு சொந்தக்காரவுக எங்கப்பாவோட தங்கச்சிய கட்டின மாமாவுக்கு சொந்தக்காரவுக அங்க தேயில தோட்டத்துல வேல செய்யுறாக அதனால சூலப்புரம் ஆட்டச் செட்டு வந்திருக்குன்னு சொன்னதுமே அந்த மாமா எங்களையெல்லாம்

அவரோட வூட்டுக்கு கூப்பிட்டு போனாரு அவரோட வூடு நாங்க இருக்கிற எடத்திலிருந்து கெழக்கு மலை உச்சியில இருக்கு அங்க மேட்டுல பத்து வூடு பள்ளத்துல பத்து வூடுகளா இருந்துச்சு அங்க நம்ம ஆளுக வூடு பத்து வூடு இருக்கு நாங்க போன உடனே தெருவுல இருக்கிற எல்லாருக்கும் ஒரு நடிகரை பாத்த சந்தோசம் அவுகளோட மொகத்துல தெரிஞ்சது பொம்பளைக மொகத்துல காதைக்கட்டி மப்புலர் கட்டியிருந்தாக நைட்டு ஆடுனத பத்தி நல்லாயிருந்துச்சுன்னு சொன்னாக கோமாளியோட ஜோக்கு நல்லாயிருந்துச்சுன்னு சொன்னாக அப்புறம் மாமாவோட வூட்டுக்குள்ள போனோம் வூட்டுக்கு மேல பலகையில நியூஸ் பேப்பரா ஒட்டியிருந்தாக ஆட்டக்காரக டீ குடிச்சிட்டு சாப்பிட்டு வெளியேறி மேக்கப் போட்ட எடத்துக்கு வந்து கொஞ்ச நேரம் ரெஸ்ட் எடுத்துட்டு மறுநாள் நைட்டு மேக்கப் போட்டு அதே எடத்துல ஆடப் போனோம் கோயில்ல கட்டுன குழாய் மலை முழுக்க எதிரொலி அடிச்சிச்சு நைட்டு எட்டு மணிக்கு ஆட்டத்தை ஆரம்பிச்சோம் ரெண்டு மணிக்கு ரெம்ப பனி அடிச்சதுனால ஆட்டத்தை நிப்பாட்டிட்டோம் காலையில சம்பளத்தை வாங்கிட்டு வேன்ல ஏறி போடி பஸ்டாண்டுல வந்து எறங்கவும் மனசுக்கு ஒரு திருப்தியாயிருந்துச்சு ஆனா சம்பளந்தான் கட்டுப்புடி ஆகல மலகாசு மருந்துக்குக் கூட காணாதுன்னு சொன்னது சரியாப் போச்சு ஆனா அவ்வளவு பனியிலும் ஆணும் பெண்ணும் ஆட்டத்த பார்த்த சந்தோஷம் எங்களுக்கு பணம் பெரிய மேட்டராக இல்ல

தமிழ்நாட்டில் தென்மாவட்டங்கள்ல ராஜா ராணி ஆட்டம் ரெம்ப ஆர்வமா பாப்பாக விடிய விடிய கூட்டம் கலையாம பாப்பாக இதுல வடகுத்தி ராஜா ராணி ஆட்டம், தெக்குத்தி ராஜா ராணி இப்படி ரெண்டு வகையான ராஜா ராணி ஆட்டம் இருக்கு வடகுத்தி ராஜா ராணி ஆட்டம் சூலப்புரம், மள்ளப்புரம், எழுமலை, உசிலம்பட்டி, தேனி பகுதிகள்ல இருக்கிற ஆட்டம் இந்த ஆட்டம் ரெம்ப விறுவிறுப்பா ஓடும் ஆட்டம், பாட்டம், செட்டு ஆளுக கச்சிதமா இருக்கும் மொத ஆடும் போது துரித நடையில ஆரம்பிச்சு ரெம்ப விறுவிறுப்பா பாடி ஆடுவாக ஆனா தெக்குத்தி ராஜா ராணி இந்த மாதிரி நையாண்டி தாளத்துல ஆடுவாக பேச்சுக தெக்குத்தி ஆளுக மாதிரி இருக்கும் அதனால

தெக்குத்தி ஆட்டக்காரக மதுரை, தேனி, திண்டுக்கல் பகுதிகள்ல ஆடுறது ரெம்ப ரெம்ப கம்மியா இருக்கும் ஆனா வடகுத்தி ராஜா ராணி ஆட்டக்காரக பேரையூர்லருந்து கன்னியாகுமரி வரைக்கும் சீசன்ல ஆறு மாசம் அந்தப் பக்கம் தான் ஆடுற வாய்ப்பு கிடைக்கும்.

ரெண்டாயிரத்து ஆறில் தேனி மாவட்டம் அரண்மனை புதூர் பக்கத்துல கோணாம்பட்டி வூருக்கு கோனார் தெருவுக்கு ஆட்டத்துக்கு போனோம் அன்னைக்கு நைட்டு ஆடிட்டு சம்பளத்தை வாங்கிட்டு பஸ்டாப்புல தேனிக்கு வர பஸ்சுக்கு காத்துக்கிட்டு இருந்தோம் அப்ப காலையில எட்டு மணியானதால எல்லா பஸ்சுகள்லயும் பள்ளிக்கூட பிள்ளைகளுடைய கூட்டமா இருந்துச்சு நாங்க எங்க பெட்டி, பேக்குகளை வச்சு ஏற முடியல அதனால ரெண்டு, மூனு பஸ்கள விட்டுட்டு பஸ்டாப்புல காத்துக்கிட்டு இருந்தோம் கண்டமனூரிலிருந்து தேனிக்கு வந்த வேன்ல ஏறினோம் அதுல கூட்டமா இருந்ததுனால நானும், சித்தப்பா தவில்காரரு, அண்ணே கோமாளி, குறவ வேசக்காரரு மாமா காளியப்பன் நாங்க எல்லாருமே வேன் டாப்புல ஏறிட்டோம் வேனுக்குள்ள அண்ணே மகாலிங்கம், மாமா ராமர், அண்ணே பாண்டி இவுக எல்லாருமே வேனுக்குள்ள நின்னுக்கிட்டாக மொத நா நைட்டு சாரல் விழுந்ததுனால நாங்க வந்த வண்டி அரண்மனைப் புதூர் பக்கத்துல வூருக்கு முன்னாடி பாலத்துல ஒரு கௌருமென்ட் பஸ் வந்துச்சு நாங்க போன வண்டி டிரைவர் பிரேக் சடர்ன் பண்ணி ஓரத்தில ஒதுங்குனாரு வண்டி கண்டிசன் இல்லாம வண்டி கூட்டத்த தாக்கு பிடிக்காம தென்னந்தோப்புக்குள்ள கவிந்திருச்சு டாப்புல ஒக்காந்த எங்காளுகளுக்கு சரியான அடி அந்த ஆக்சிடண்டுல என்னுடைய இடது கை மூட்டு எலும்பு கிராக் ஆயிடுச்சுன்னு டாக்டர் சொன்னாரு அண்ணே மகாலிங்கத்துக்கு வேன் டிரைவர் பக்கத்துல ஒக்காந்ததுனால கண்ணாடிக ஒடைஞ்சு கையில குத்தி வெறும் ரத்தமா ஒழுகிச்சு எங்க செட்டுக்கார எல்லாருக்குமே காலு, கை, உடம்பெல்லாம் காயம் அந்த வழியா வந்த ஆளுக எங்களையெல்லாம் தூக்கி விட்டாக அப்புறம் தேனி ஆஸ்பத்திரியில எல்லாருக்குமே ட்ரீட்மென்ட் பாத்தோம் இந்த வேன் ஆக்சிடேண்ட் ஆன விசயம் ஆடுன வூர்ல விசயம்

தெரியவும் எங்காளுக அம்பளை பொம்பளைக மொத்தமா பாக்க வந்தாக எங்க ட்ரீட்மென்டை முடிச்சிட்டு வூருக்கு வந்தோம் நைட்டு ஆடுன வூருல கொடுத்த சம்பளம் ஆஸ்பத்திரி செலவுக்கே சரி ஆயிடுச்சு வூட்டுக்கு வெறுங்கையோடதான் வந்தோம்.

தேனி பக்கத்துல காமாட்சிபுரம் வேப்பம்பட்டி வூர்க்கு கவுண்டருக்கு ஆட்டத்துக்கு போயிருந்தோம் அந்த வூர்க்கு தொடர்ந்து எட்டு வருசமா நா எங்க செட்டோட போயிருக்கேன் அந்த வூர்க்கு சின்னமனூர், கோட்டூர், ஐங்காலபட்டி வழியா போகலாம் அந்த வூர்ல செம்மண்ணாத்தான் இருக்கும் கவுண்டமாரு தோட்டங்கள்ல பச்ச திராட்சை கொடிக போட்டிருந்தாக தோட்டங்கள சுத்தி கல்லுல கம்பி கேட்டு போட்டிருந்தாக நாங்க அந்த வூர் திருவிழாவுக்கு ரெண்டாவது நா ஆட்டத்துக்கு போயிருந்தோம் மொத நா நிகழ்ச்சியா மதுரையிலிருந்து ஆடலும் பாடலும் போட்டிருந்தாக அப்ப ஊமை விழிகள் படத்துல ராத்திரி நேரத்து பூஜையில் இந்த பாட்டுக்கு மேடை பக்கத்துல இருக்கக்கூடிய மொட்டை மாடியில் டிரம்ல தண்ணிய நெரப்பி அதுலயிலிருந்து மேடைக்கு பைப்ல கொண்டு வந்து மேடையில தண்ணி கொட்டுற மாதிரி செட் பண்ணி இந்த பாட்டுக்கு அந்த பொம்பளை ஜட்டியும், பாடியோட வந்து ராத்திர நேரத்து பூஜையில் இந்த பாட்டுக்கு ஆடுனாங்களாம் அப்போ கவுண்டமாரு பொம்பளைக வெளக்கமாத்தையும், செருப்பையும் மேடையில எறிஞ்சாங்களாம் புரோகிராம் கட்டாகிப் போச்சு மறு நா நாங்க ஆடப்போனோம் எங்ககிட்ட அந்த வூர்ப் பெரியவுங்க சொன்னாக கன்னட பாசையில - மீரு சென்னாகி ஆட பேக்கு, பாலம்மாள் பாட்டு, நல்லதங்காள் பாட்டு பாட பேக்கு, கென்ட வேசக்காரு சென்னி ஆட பேக்கு -ன்னு அந்த பெரியம்மா சொன்னாக எங்க ஆட்டத்துக்கு பொம்பளைகளா சேர்ந்து வசூல் பண்ணி நடத்துறோம் அதனால நல்லா ஆடணும்ன்னு சொன்னாக நாங்க சரிங்கம்மான்னு சொல்லிட்டு எங்களுக்கு வாட்டர் டேங்ல மேக்கப் போட எடம் கொடுத்தாக சின்ன ரூம்ல உள்ளூர் மேளச் செட்டுக்கார தவிலுக்கு சுதி ஏத்திக்கிட்டு இருந்தாக நாயனக்காரு சீவாலியை பதம் பாத்துக்கிட்டிருந்தாரு

உருமிக்காரரு டிவ் டிவ் டிவ் ன்னு இழுத்துப் பாத்துக்கிட்டு இருந்தாரு அந்தக் கூட்டத்துல நாங்க எங்க பெட்டிய வச்சிக்கிட்டு சாப்பிட்டு மேக்கப் போட்டோம் அப்புறம் மேக்கப் முடிஞ்சு கோயிலுக்கு முன்னாடி போயி ஆடினோம் அந்த வூருக்கு நாங்க ஒன்னும் புதுசு இல்ல தொடர்ந்து எட்டு வருசமா ஆடிட்டு வர்றோம் காலையில சிறப்பா ஆடினீங்கட்டு கோயில் விழாக் கமிட்டி தலைவரு நாட்டாமை கோயில் பூசாரி இவுகளெல்லாம் சேர்ந்து கோயில்ல சூடம் பத்தி பொருத்தி தட்டுல வெத்தல பாக்கு தேங்காய் வச்சு அதுல சம்பளத்தை வச்சு எங்களுக்குக் கொடுத்தாக நாங்களும் அத சாமி கும்பிட்டு வாங்கினோம் அப்புறமா சின்ன பசங்கள்லருந்து பெரியாள்க வரைக்கும் வூருக்காரகிட்ட எல்லார்கிட்டயும் சொல்லிட்டு பொறப்பட்டு சின்னமனூர் வந்து குச்சனூர் கோயில் பக்கம் தென்னந்தோப்புல பகல்ல படுத்திருந்துட்டு சாயங்காலம் அஞ்சு மணிக்கு எந்திரிச்சு குளிச்சிட்டு பக்கத்துல பாளையம், அம்மாபட்டி ஆட்டத்துக்குப் போனோம் செல தோட்டத்துக்கார மேச்சாதி ஆளுக தோட்டங் கள்ல படுக்க விடமாட்டாக அதனால ஆடுற வூர்க்கு போயி சாவடி, பள்ளிக்கூடம், மடம் இந்த மாதிரி எடத்துல தூங்குவோம் வூருக்குள்ள போனா ரேடியோ குழாய் சவுண்டுல படுக்க முடியாது அது போக ஆட்டக்கார வந்திட்டாகன்னு வூரு ஆளுக எங்களை தூங்க விடமாட்டாக.

திருநெல்வேலி மாவட்டம் புளியங்குடி தாலுகா சிவகிரி ஊராட்சி ஒன்றியம் ராயகிரிக்கு பொங்கலுக்கு ஆட்டத்துக்குப் போனோம் அந்த வூர்ல எல்லா சாதியுமே இருக்காக நாடாருக மெஜாரிட்டியா இருக்காங்க நாங்க போனது பறையர் தெருவுக்குப் போயிருந்தோம் அந்த வூரு பக்கத்தில தென்மலை, கொத்தாடப்பட்டி, கூடலூர் இந்த மாதிரி வூருக்கு வருசா வருசம் ஆடப் போயிருக்கோம்.

ராயகிரியில பறையர் எறநூறு எறநூத்தம்பது வீடுக இருக்கும் இந்த பொங்கலன்னைக்குத் தான் நாடாரு பொங்க கும்பிடுவாக நாடார் தெருவுக்கு முத நாள் திருநெல்வேலியிலருந்து கரகாட்டம், மறுநாள் ஆடலும், பாடலும் இப்படி ஒரு வார பொங்க நடக்கும் ஒரு தடவை போயிருந்தப்பக்கூட நாடார்

தெருவுல இருக்கக் கூடிய மேடையில காலையில பதினோரு மணிக்கு நடிகர் ராமராஜன் வந்து பேசினாரு இந்த விசயம் நாங்க பறையர் தெருவுக்கு ஆடப் போயிருந்ததுனால, அந்த தெருவுக்காரக சொன்னாங்க நாங்க முத நா நைட்டு விடிய விடிய ஆடுனதுனால அசதியில தூங்கிட்டோம் எங்களுக்கு மேளக்காரங்க பக்கத்து ஊர்லயிருந்து வந்திருந்தாக

ரெண்டாவது நா நைட்டு பத்து மணிக்கு கோயில் பக்கத்துல இருக்கிற பால்வாடியில மேக்கப் போட்டு ஆடினோம் ரெண்டு மணிக்கு சப்பரம் பொறப்படுறது அந்தத் தெருவோட வழக்கம் அப்ப அரை மணிநேரம் ரெஸ்ட் கிடைக்கும் அந்த நேரத்துல வந்திருந்த நையாண்டி மேளக்கலைஞரு அசதிக்கு தண்ணியடிச்சு படுத்திருந்தாரு போலிருக்கு இங்க சப்பரம் ஜோடனை பண்ணி புறப்படும் நேரத்தில மேளக்காரக வாசிக்கிறது வழக்கம்.

அப்ப தெருவுக்காரக படுத்திருந்த நாயனக்காரரை ஏய் நாயனக்காரு அண்ணாவி எந்திரிம்ய்யா ஓங்கி குரல் கொடுத்து எழுப்புனாக அவரு எந்திரிக்கவேயில்லை அவரு இறந்து போயிட்டாருன்னு, அப்ப தான் தெரிஞ்சது கமிட்டியாளர், தெருவுக்காரகளுக்கு எல்லாருமே தெரிஞ்சது பெணத்தை நாயனக்காரரு ஊருக்கு கொண்டு போனதுக்கு அப்புறமா சப்பரம் போகக்கூடிய எடத்திலெல்லாம் பனை ஓலையைக் கட்டி அதுல தீயைப் பொருத்தி சடங்கு செஞ்சதுக்கு அப்புறமா சப்பரம் பொறப்பட்டுச்சு சப்பரத்துக்கு முன்னாடி ஆடிக்கிட்டே முன்னாடிப் போனோம் ஆனா மொத ஆடுன விறுவிறுப்பு எங்கிட்ட இல்ல அங்க இருக்கக்கூடிய ஆட்கள் கிட்ட அந்த ஒரு கலகலப்பு இல்லை சப்பரத்துக்கு முன்னாடி ஒரு செல எடங்களில முக்காமணி நேரம் சப்பரம் நிக்கும் அந்த தெருவுக்காரக, அந்த தெருவுக்குள்ளே சின்ன சின்ன சந்துக்குள்ள இருக்கிற வீட்டுக்காரக தேங்காய், வாழைப்பழம், மாலையின்னு வந்து அபிஷேகம் பண்ணுவாங்க சப்பரத்துக்கு முன்னாடியே ஆடிக்கிட்டிருந்தோம் அருந்ததியர் தெருவும் பறையர் தெருவும் ஜாயின் பண்ற எடுத்துல பேயாட்டம் நடத்தனோம் சப்பரம் கோயிலுக்கு வர காலை எட்டு மணி ஆயிருச்சு அப்புறமா நாங்க வேசம் போட்ட எடத்துல மேக்கப் அவித்துட்டு இருந்தோம்

நைட்டு ஆட்டம் பார்க்க வந்தவுக பக்கத்து தெருவுக்காரக காட்டுநாயக்கரு ஆம்பளைக பொம்பளைக எங்க தெருவுப் பக்கம் வாங்கன்னு சொல்லி எங்களை அவுக கூப்பிட்டுப் போயி டீ, காபி கொடுத்தாக அவ்வளவு அன்பா எங்களை அரவணைச்சாக.

ராயகிரிக்கு பறையரு அருந்ததியரு தெருவுக்கு மாறி மாறி வந்து ஆடுவோம் அருந்ததியரு தெருவுல ஆடும்போது பறைய தெருவு ஆம்பளைக, பொம்பளைக வேடிக்கை பாக்க வருவாக அதே மாதிரி அருந்ததியர் தெருவுக்கு ஆடும்போது பறையரு தெருவுலயிருந்து வேடிக்கை பார்க்க வருவாக ஆனா ரெண்டு தெருவுக்கு மாறிமாறி ஆட்டம் ஆடும் போது கதைக, பாட்டுக, டிரெஸ்க, ஜோக்கு எல்லாமே கொஞ்சம் மாத்தி காட்டி நிகழ்ச்சி பண்ணுவோம் இந்த வூருக்கு கிட்டத்தட்ட எட்டு வருவசமா நாங்க ஆடியிருக்கோம் பெரும்பாலும் புளியங்குடி முனியசாமி, இடையங்குளம் பாலமுருகன், கழுகுமலை எம்எஸ் முத்தையா நையாண்டி மேளம் தான் வருவாக.

இப்படித் தான் அஞ்சாவது வருசமா இந்த வூருல பறைய தெருவுல ஆடிட்டு ராஜபாளையம் பக்கம் தளவாய்புரத்துக்கு ஆடுறதுக்கு பஸ் ஏற பஸ்டாண்டுக்கு வந்தோம் அப்ப காலை எட்டரை மணி இருக்கும் அப்ப ஜெய்ராம் பஸ் அருளாச்சியிலருந்து கான்சாபுரம் வர்ற பஸ்சு அதுல ஏறினோம் அந்த பஸ்சுல சரியான கூட்டம் முண்டிக்கிட்டு ஏறிட்டோம் பஸ்சும் விஸ்வநாதப் பேரிக்கு வர்றதுக்கு முன்னாடி பிரேக் ஒடிஞ்சதுனால, வண்டிய டிரைவர் கண்ட்ரோல் பண்ண முடியாம எல்லாரும் அய்யோ அம்மான்னு கத்த, நாங்க தூக்கத்திலிருந்து முழிச்சுப் பார்த்தோம் பஸ்சு தாறுமாறாப் போயிக்கிட்டு இருக்கு பஸ்ஸோட வேகத்தை குறைக்கிறதுக்காக, ரோட்டை விட்டு கீழே எறக்கி ரெண்டு தூண் கல்லுல மேல போர்டு மாட்டி வச்சிருந்தாக அதுல மோதி பழைய படியும் வேகம் கொறையாம அது பக்கத்துல இருக்கக்கூடிய கம்மா கரையில ஏத்தி முன் பக்கம் மண்ணுல பதிய பின்னாடி சக்கரம் கரையில பதிஞ்ச வண்டி தலைகீழா தொங்கிச்சு நாங்க எல்லாரும் கடைசி சீட்டுல உட்கார்ந்திருந்தோம் தலைகீழா தொங்குறோம் எங்க

பெட்டி, பேக்குகளெல்லாம் டிரைவர் சீட்டுக்கு பின்னாடி கெடக்கு நல்லவேளை யாருக்கும் காயம் இல்ல அந்த ஊருக்காரக பக்கத்திலிருந்த ஆளுக எங்களையெல்லாம் பஸ்ஸில இருந்த ஆளுகளையும் தூக்கிவிட்டு ஆறுதல் சொன்னாக அப்புறம் என்ன தூக்கமெல்லாம் பறந்திடுச்சு சிவகிரிக்கு வந்து செங்கோட்டையிலருந்து மதுரை வர்ற பஸ்சுல ஏறி ராஜபாளையத்துல எறங்கி, பஸ்டாண்ட் பக்கத்துல ஊசியைப் போட்டுக்கிட்டு, அந்த ஆஸ்பத்திரி பக்கத்துல இருக்கிற பாலாஜி லாட்ஜ்ல ரூம் எடுத்து தங்குனோம் அப்புறம் சாயங்காலமா பொறப்பட்டு தளவாய்புரம் ஆட்டத்துக்கு வந்து ஆடுனோம்.

ஆயிரத்து தொள்ளாயிரத்து தொண்ணூத்தி ஒன்பதுல திண்டுக்கல் பக்கம் வேடசந்தூர் பக்கத்துல ஒரு கிராமத்துக்கு ஆட்டத்துக்கு போனோம் எங்களுக்கு அட்வான்ஸ் கொடுத்தவரு பால்பண்ணைக்காரரு அவரு பேரு ஞாபகம் வல்ல அவரு ஒரு கண்டிசன் போட்டாரு ஆட்டக்காரக நீங்க திண்டுக்கல்ல இறங்கி, என்னோட ஆபிஸ்ல மேக்கப் போட்டுக்கிட்டு காருல வந்து ஊருக்கு வரணும் எங்க ஊர்ல வருசா வருசம் கரகாட்டம் தான் ஆடுவாக ஆம்பளைக பொம்பளை வேசம் கட்டி ஆடுறதை ரசிக்க மாட்டாக அதனால நீங்க அந்த ஊருல வந்து மேக்கப் போட்டா ஆம்பிளைன்னு தெரிஞ்சிடும் அதனால திண்டுக்கல்லுல மேக்கப் போட்டு காருல போயி அந்த ஊருல எறங்கினோம் இங்க ஊரு சனமே எங்களை பொம்பளையா நினைச்சு ஆரவாரம் பண்ணுனாக நாங்க போய் மகாலட்சுமி கோயிலுக்கு முன்னாடி போயி ஆடினோம் அந்த ஊருக்காரவுகளுக்கு வருச முழுக்க கரகாட்டத்தையே பார்த்த கண்ணு புதுசா எங்களை பார்க்குறப்போ அவுகளுக்கு ரெம்ப பிடிச்சிப்போச்சு அப்புறம் பனிரெண்டு மணிக்கு மகாலட்சுமி கோயிலுக்கு தலையில தேங்காய் உடைக்கிற ஆளுக நேத்திக்கடனை செலுத்துறதுக்காக ஒரு மணி நேரம் எங்களை ஓய்வெடுக்கச் சொன்னாரு அட்வான்ஸ்காரரு நாங்களும் டீக்கடையில டீ குடிச்சிட்டு இருந்தோம் மகாலட்சுமி கோயிலுக்கு சடங்கு சார்ந்த சூழல்ல ஆடுற ஆட்டந்தான் தொன்னம வேசம் இந்த தொன்னம வேசக்காரக ஆடுனாக திருநெல்வேலி பகுதிகள்ல சுடலை மாடன் கோயிலுக்கு கனியான் கூத்து ஆடுறது மாதிரி

மகாலட்சுமி கோயிலுக்கு தொன்னம வேசம் ஆடுனாக இந்த சடங்கு நடந்துக்கிட்டு இருக்கும்போது கோயிலுக்கு முன்னாடி ஆணும் பெண்ணும் தலையில தேங்காய் உடைக்கணும்ன்னு வேண்டிக்கிட்டு இருந்த பக்தர்கள் தலையில ஒவ்வொரு தேங்காயை ஒடைச்சிக்கிட்டே போனாரு பூசாரி தலையில தேங்காயை உடைக்கும்போது எங்களுக்கு உடம்பெல்லாம் புல்லரிச்சிருச்சு அப்புறம் இந்த சடங்கு முடிஞ்சதுக்கு அப்புறமா காலையில எங்களுக்கும் தொன்னம வேசக் கலைஞருக்கும் ஒரு தொடர்பு உண்டாச்சு தொன்னம வேசக் குழுவோடத் தலைவர் மகாலிங்க கவுண்டரு இவருடைய ஊரு திண்டுக்கல் காந்தி கிராமியப் பல்கலைக்கழகம் பக்கத்துல ஜி.ஊத்துப்பட்டின்னு வூரு இப்படி எங்களுக்குள்ள உறவு ஏற்பட்டதுனால இந்த தொன்னம வேசக் கலைஞரு வூரான ஜி.ஊத்துப்பட்டி பொங்கலுக்கு எங்களை ஆட்டத்துக்கு கூப்பிட்டுப் போனாரு.

இப்படித் தான் ஜி.ஊத்துப்பட்டிக்கு முதமுதல்ல இந்த வூருக்கு ஆட்டத்துக்கு போயிருந்தோம் அந்த வூருல கோயிலுக்கு மேளக்கார இல்ல எங்க செட்டுல இருக்கிற தவில்காரரு சித்தப்பா ஆறுமுகத்தை மட்டும் ஒரு மேளத்தை மட்டும் வச்சிக்கிட்டோம் நாங்க மேக்கப் போட்டது அந்த வூரு நாட்டமைக்காரரோட வூட்டு மாடியில போட்டோம் அப்ப நாட்டமைக்காரரு, அவரு கூட இருந்த ஆளுக

"ஏப்பா மீ ஆட்டம் இவ்வட பந்ததில்லை

இவ்வட ஆட்டம் ஹொசதாகி இதே

சென்னி ஆட பேக்கு"ன்னு கன்னட பாசையில சொன்னாரு

நாங்க மேக்கப் போட்டுக்கிட்டு கோயிலுக்கு முன்னாடி ஆட வந்தோம் மேளக்காரக இல்லாம ஆடுற எடமே வெறுச்சோன்னு இருந்துச்சு அப்புறமா எங்க கிட்ட இருக்கிற ஒரு மேளத்தை வச்சு ஆட்டத்தை நடத்தினோம் வூடுகள்ல படுத்திருக்கிற கூட்டம் ஈச புத்துல இருந்து வந்தது மாதிரி வந்திட்டாக எங்களுக்கு ஆட்டம் தன்னால வந்திடுச்சு உடம்புல வேர்வையா கொட்டிக்கிட்டு இருக்கு அப்போ என்னைய்ய மட்டும் கூட்டத்திலிருந்து ஒரு பொம்பளை கூப்பிட்டாங்க நானும் ஆடிக்கிட்டே போனேன்

பக்கத்துல என்னான்னு கேட்டேன் அதுக்கு அந்த பொம்பளை இப்படி வேர்த்து விறுவிறுத்துப் போயி விடிய விடிய ஆடிட்டு உங்க பொம்பளையாளு கூட எப்படி படுக்கிறீங்கன்னு கேட்டாக நானு எதுவும் பதில் சொல்ல முடியல இங்க வந்து சொல்றேன்ட்டு போயி ஆடப் போயிட்டேன் அப்புறம் என்ன அந்த ஏரியாப் பக்கமே பார்க்கவே இல்லை என்ன அர்த்தத்தில் கேட்டாங்கன்னு தெரியல.

ரெண்டாயிரத்து எட்டுலருந்து மதுரை காமராசர் பல்கலைக் கழகத்தில் என்னுடைய ஆட்டமான ராஜாராணி ஆட்டத்தைப் பத்தி ஆய்வு செஞ்சிக்கிட்டு இருந்தேன் அந்த ஆய்வு சம்மந்தமா சேவியர் காலேஜ்ல மூனு நா தங்கியிருந்து லைப்ரேரியில புத்தகம் கலெக்ட் பண்ணிட்டு நைட்டுல தங்குறதுக்கு என் கிட்ட பண வசதி கெடையாது அதனால முத நா சென்னை சங்கமத்துல திருநெல்வேலிக்காரரு பழக்கமானாரு அவரை காண்டக்ட் பண்ணினேன் அவருதான் எனக்கு சிந்துபூந்துறை தெருவுல இருக்கக்கூடிய லாட்ஜ்ல ரூம்போட்டு கொடுத்தாரு ரெண்டாவது நா தங்குறதுக்கு ஏன் கூடப் பெறந்த அக்கா மகன் மாப்பிள்ளை செல்லத்துரை முன்னீர்பள்ளத்துல நெல் அறுக்கிற மெஷின் ஓட்டிக்கிட்டு இருந்தாரு அவரை காண்டாக்ட் பண்ணினேன் அவுக அந்த ஊருலதான் தங்கியிருந்தாக நாலு, அஞ்சு பேரு இருக்கும் அவுககூட நானும் ரெண்டு நா தங்கினேன் காலை ஒன்பது மணிக்கு முன்னீர்பள்ளத்திலிருந்து சேவியர் காலேஜுக்கு லைப்ரேரிக்கு வந்துருவேன் அதே மாதிரி காலேஜ்லருந்து அஞ்சரை மணிக்கு பொறப்பட்டு ஆறரைக்கு முன்னீர்பள்ளத்துக்கு போயி தங்குவேன்

ரெண்டாயிரத்து எட்டு நவம்பர் மாசம் பதினொன்னாம் தேதியில மூணாவது நா சங்கரன் கோயில் இராமலிங்காபுரம் வக்கீல் கோமாளி அண்ணன காண்டாக்ட் பண்ணி ஆய்வு விசயமா இன்னைக்கு நைட்டு உங்க ஆட்டம் இருக்கான்னு கேட்டேன் இன்னைக்கு நைட்டு தேவர்குளம் பக்கம் தட்டப்பாறைக்கு போறோம் வாங்கன்னு சொன்னாரு பகல்ல முன்னீர்பள்ளத்துல தங்காம திருநெல்வேலி புது பஸ்டாண்டுல ஹாஸ்டல்ல தங்கிட்டு அங்கிருந்து தேவர்குளம் வந்தேன் இங்க வக்கீல்

செட்டு ராஜாராணி ஆட்டக்காரக ரெடியா இருந்தாக அப்படியே ஆட்டோவுல போனோம் அன்னைக்கு நைட்டு விடிய விடிய நிகழ்ச்சியை போட்டோ ரிக்காடிங் பண்ணினேன் காலையில மேக்கப் அவுக்கும் போது என்னைய்ய பார்த்து அண்ணே நாங்க ஆடுறதெல்லாம் சும்மான்னே நீங்க உங்க செட்டு ஆடுனாங்கன்னா அந்த எடமே ஜெகஜோதியா இருக்கும்ன்னு சொன்னார் அப்படியெல்லாம் இல்லை எல்லாருடைய மனசுல திறமை இருக்கன்ன நான் சொன்னேன் அப்புறமா வக்கீல் கோமாளி கலைஞரோட ஆய்வு விசயமா விசயங்களை கலெக்ட் பண்ணினேன் சங்கரன் கோயில் பகுதியில எல்லா சாதிக்காரக ஆடுறாக ஆனா ஒவ்வொரு சாதியையும் நாங்க எங்களுடைய பாசையில பேசுவோம்ன்னு சொன்னாரு

1	அருந்ததியரை	-	சட்டமத்தி
2	பள்ளரை	-	கீஞ்சி
3	தேவரை	-	கரவெட்டி
4	வண்ணாரை	-	தும்பை
5	நாடாரை	-	பின்னமத்தி

இப்படி ஒவ்வொரு சாதிய எங்க பாசையில பேசுவோம் தென் மாவட்டத்துல முறையான அமைப்பான ஸ்ரீபார்ட் கிடையாது எல்லாமே பொட்டைகள் தான் ராஜாராணி ஆட்டத்துல பொம்பள வேசம் போடுவாக நாங்க ஒரு சுதியில பாடுனா அவுக ஒரு சுதியில பாடுதாகன்னு சொன்னாரு சங்கரன்கோயில், திருநெல்வேலி பகுதிகளில் மணிக்குறவன் பாட்டு, பாலம்மாள் பாட்டு, சித்தையன் கொலை வழக்குப் பாட்டு, கட்டத்துரை தேவர் பாட்டு, சேர்மன் கருப்பசாமிப் பாட்டு, பருவக்குடி ஆசாரிப்பாட்டு, ஒண்டிவீரன் பாட்டு, நடிகர் முத்துராமன் பாட்டு, கொல்லக்கரை தங்கய்யா பாட்டு, மதுரைவீரன் பாட்டு, சுந்தரலிங்கம் பாட்டு இப்படி வரலாற்றுப் பாடல்களைப் பாடுவோம்ன்னு சொன்னாரு போதுமான விசயங்களை கலெக்ட் பண்ணி வச்சிக்கிட்டு ஆட்டோவுல அவுங்க கூட ஏறி தேவர்குளம் வந்து எறங்கி டீ சாப்பிட்டு நான் பல்கலைக்கழகத்துக்கு வந்துட்டேன் அவுக அவங்களோட வூருக்கு போயிட்டாக.

கிட்டத்தட்ட ரெண்டு வருசமா எந்த உதவித் தொகையுமில்லாம ஆய்வு பண்றது ரெம்ப கஷ்டமா இருந்துச்சு ரெண்டாயிரத்து பத்து ஜூன் மாசம் நாலாம் தேதில என்னோட கைடு அய்நூறு ரூவாயைக் கொடுத்து பீல்டு வொர்க்குக்கு போய்ட்டு வாங்கன்னு சொன்னாரு நானும் அந்த பணத்தை வாங்கிட்டு சங்கரன்கோயில் இராமலிங்காபுரம், காளிமுத்து ராஜாராணி ஆட்டக்காரரை காண்டக்ட் பண்ணி இன்னைக்கு நைட்டு ஏதும் நிகழ்ச்சி இருக்கான்னு கேட்டேன் நாங்க சுரண்டை பக்கத்துல கருவந்தான்னு ஊருக்கு அருந்ததியர் தெருவு ஆட்டத்துக்கு போறோம்ன்னு சொன்னாரு நானும் கேமரா, ரிக்காடு எல்லாத்தையுமே ரெடி பண்ணிட்டு பல்கலைக்கழகத்திலருந்து ஒரு மணிக்கு பொறப்பட்டு செக்காணூரணி போனேன் அதிலிருந்து திருமங்கலத்துல எறங்கினேன் காலையில இருந்து சாப்பிடல பசி என்னை வாட்டிருச்சு அப்போ மதியம் ரெண்டு மணி பஸ்டாண்டு பக்கத்துல ஹோட்டல்ல சாப்பிட்டு திருமங்கலத்திலருந்து சிவகாசி போயி, அங்கிருந்து சங்கரன்கோயில் போனேன் சங்கரன்கோயில்ல காளிமுத்து பெண் வேடக்காரரு அவுக குரூப் ரெடியா இருந்தாக அப்போ அஞ்சரை மணி அந்த பஸ்டாண்டுல குமார் செட், வக்கீல் செட், வில்லுப்பாட்டுக்காரக எல்லாருமே பெட்டி பேக்குகள வச்சிக்கிட்டு வெளியூர் ஆட்டத்துக்கு போக ரெடியா இருந்தாக நானும் பெண்வேடக்கார கலைஞரு காளிமுத்து டீ சாப்பிட்டு ஆறு மணிக்கு சங்கரன் கோயில்லருந்து சுரண்டை பஸ்ல குரூப்போட ஏறினோம் அதே பஸ்ல தான் வக்கீல் செட்டும், சங்கரன் கோயில் குமார் செட்டும் ஏறினாக

சங்கரன் கோயிலை விட்டு சுரண்டை போற ரூட்ல வண்டி போகும்போதே ஜிலு ஜிலுன்னு காத்து சேர்ந்தமரம் வீரசிகாமணின்னு பல ஊர்களை கடந்து சுரண்டைக்கு போச்சு சுரண்டையில இறங்கி ஆட்டக்காரங்களோட டீ சாப்பிட்டோம் அங்க குற்றாலக்காத்து, லேசான சாரல் குளு குளுன்னு இருந்தது சுரண்டையிலிருந்து ஊத்து மலை பஸ்சுல ஏறி கீழச் சுரண்டை, மூணாவது சுரண்டை, அச்சங்குன்றம், லெட்சுமியம்மாள்புரம், மனங்கொண்ட புரம் வழியா வந்து கருவந்தா ஊருல எறங்கினோம் அப்போ ஒன்பதேகால் மணி ஆடப் போற

தெருவுக்குள்ள போனோம் தெருவுல விளையாடிக்கிட்டு இருந்த சின்னப்பசங்க ஏய் ஆட்டக்கார அண்ணாச்சி, அய் ஆட்டக்கார அண்ணாச்சின்னு சொல்லி விளையாட்டை விட்டுப்புட்டு எங்க கூட வந்தாக தெருவுல இருக்கிற ஆம்பிளை, பொம்பளைக எங்களை வியப்பா பாத்தாக அதே தெருவுல நேர்த்திக்கடன் போட்டவுக நையாண்டி மேளத்தில் வாசிக்க அதுக்கு தக்கன ஆணும், பொண்ணும் சாமி ஆடிக்கிட்டு வந்தாக அவுகளுக்கு பாதையை விட்டுட்டு ஆட்டக்காரங்களுக்கு மேக்கப் போட்ட வூட்ல பேக்குகளை வச்சிட்டு நாடார் கடைக்கு சாப்பிட கூப்பிட்டு போனாக அந்த வூருல நாடாருக மெஜாரிட்டி, அங்குள்ள பொம்பளை அவ அவக வூட்டுக்கு முன்னாடி பீடி சுருட்டிக்கிட்டு இருந்தாக நாங்க சாப்பிட்டு மேக்கப் போட வூட்டுக்கு வந்தோம் வரும்போது அதுல அந்த தெருவுல இருக்கக்கூடிய ஆளுக ஏய் ஆட்டக்கார அண்ணாச்சி ரெம்ப லேட்டாகுதுன்னே சீக்கிரமா மேக்கப் போட்டு ஆட வாங்கன்னு சொன்னாக அதே மாதிரி ஆட்டக்காரர்களும் அதுல பானைத்தாளம் போடுறவரு திருவேங்கடம்தாவிதுதண்ணிய்யபோட்டுக்கிட்டுசும்மாமேக்கப் பதறாம போடுங்கன்னு சொல்ல அதுல ராஜா வேசக்காரரு ஏய் நீங்க சும்மா இருங்க அண்ணாவின்னு சொல்லிக்கிட்டு மேக்கப் போட்டாக நான் சுப்பையா பெண்வேடக் கலைஞருக்கிட்டே பேட்டி எடுத்துக்கிட்டிருந்தேன் அவுக செட்டுல மொத்தம் எட்டுப் பேராம்

1 பாண்டி - பபூன் 60 தேவர்

2 இராமலிங்காபுரம் காளிமுத்து - ஸ்ரீபார்ட் 42 பள்ளர்

3 தென்மலை பாண்டி - ராஜபார்ட் 55 தேவரு

4 சங்குபுரம் சுப்பையா - ஸ்ரீபார்ட் 66 பள்ளர்

5 வீரணாபுரம் செல்லச்சாமி - பக்க ராஜபார்ட் 35 பள்ளர்

6 மலைப்பட்டி வேலுச்சாமி - பக்க ராஜபார்ட் 55 பள்ளர்

7 திருவேங்கடம் தாவிது - பானைத் தாளம் 62 பள்ளர்

8 சம்சியாபுரம் ஆனந்தி - அரவாணி - ஸ்ரீபார்ட் 21 மூப்பர்

இப்படி அவுக செட்டுக்கார உறுப்பினர்களைச் சொன்னாரு ஏன்கிட்ட பேசிக்கிட்டு இருக்கும் போது அவரு மேக்கப் போட்டுக்கிட்டு இருந்தாரு அப்போ ஆட்டக்கார அண்ணாச்சி, மேளக்கார அண்ணாவி உடனே கோயிலுக்கு முன்னாடி ஆட வருமாறு தாழ்மையுடன் கேட்டுக் கொள்கிறேன்னு மைக்ல சொன்னாக பக்க ராஜபார்ட் செல்லச்சாமி என்னய்ய பாத்து அண்ணே நீங்க பத்து வருசத்துக்கு முன்னாடி எங்க வூரு வீரணாபுரம் மேளக்காரரு உங்க சொந்தக்காரரு உங்களை ஆடக் கூப்பிட்டு வந்தாரு அப்பக் கூட உங்க ராஜபார்ட் வகுறு வலிக்குன்னு சொல்லி மொட்டை மாடியில படுத்துக்கிட்டாரு நீங்க தானே அன்னைக்கு ஆடி சமாளிச்சீங்கன்னு சொன்னாரு எனக்கு ஞாபகம் வல்ல கலிங்கப்பட்டி வைக்கோ வூரு போற ரோட்டுல எறங்கி தெக்மென்ன போகனும்ன்னு சொன்னாரு அப்பதான் எனக்கு ஞாபகம் வந்துச்சு ஆட்டக்காரக மேக்கப் போட்டு ஆடக்கூடிய எடத்துக்குப் போனாக பொம்பளைக ஆடுற எடத்துப் பக்கத்துல பாயை விரிச்சிக்கிட்டு இருந்தாக அப்போ மேளக்கார அண்ணாச்சி கரகாட்டத்துன்ன வாசிக்கிறது மாதிரி

சுச்சு டுமு சுச்சு டுமு சுச்சு டுமு ன்னு வாசிச்சாக ஆட்டக்காரக அந்த தாளத்துக்கேத்தவாற ஆடுனாக

“யார் தருவார் இந்த அரியாசனம்”

“மாரியம்மா மாரியம்மா”

“ஆட்டமா - சதிராட்டமா”

“துள்ளுவதோ இளமை”

இந்தப் பாட்டு நையாண்டி மேளத்துல வாசிக்க அதுக்கு தக்கன ஆடுனாக அப்புறம், ராஜபார்ட் கதாபாத்திரங்களை அறிமுகப்படுத்தினான் அப்போ என்னய்ய பத்தி, சென்னை சங்கமத்துல கனிமொழி நடத்துற புரோக்கிராமுல பெரிய அதிகாரி வந்திருக்காரு பெரிய அதிகாரி நின்னுக்கிட்டு இருக்காரு அவருக்கு சேரு கொடுங்கன்னு மைக்குல சொன்னாரு அவரு சொன்னதுனால என்னவோ தெரியல சேரு விடியற வரைக்கும் வரல நானும் அத எதிர்பார்க்கல கதை வச்சாக அதுல பழைய,

புதிய திரையிசைப் பாட்டு, தெம்மாங்குப் பாட்டு பாடுனாக ஒன்னேமுக்கால் மணி இருக்கும் கோமாளி மூக்காயி வேசம் போட்டுக்கிட்டு வந்தாரு அப்போ வெள்ளி வெள்ளிப் புடி அருவா, வெடலைப்புள்ள கையருவான்னு பாடலை பாடுனாரு ஆனா எங்க செட், உசிலம்பட்டி, தேனி செட்டுக்காரக, உருண்டமலை, தெரண்ட மலை, ஒய்யாரக் கழுகு மலைன்னு பாடுவாக ஆனா நாங்க பாடுற மெட்டும், இவுக பாடுற மெட்டும் வித்தியாசமா இருந்துச்சு அப்படியே நோட் பண்ணி வச்சிக்கிட்டேன்.

மாமியா, மருமக இந்த கொடுமையை விளக்கும் கதையா இருந்துச்சு அப்புறம் ஆளவந்தார் பாட்டு, சித்தையன் கொலை வழக்குப் பாட்டு, ஒண்டி வீரன் பாட்டு பாடுனாக இந்த நிகழ்ச்சி முடியவும் நல்லதங்காள் வேசம் போட்டுக்கிட்டு வந்து பாடுனாக அதுக்கப்புறம் இவுக பாடுற மெட்டும், நாங்க பாடுற மெட்டும், எங்க பகுதியில பாடுற மெட்டும் வித்தியாசமா இருந்துச்சு அப்புறமா பேயாட்டம் ஆரம்பிச்சாக வந்து உடுக்கை வாசிச்சாக வடகுத்தி ராஜாராணி ஆட்டத்துல உடுக்கை கிடையாது அதுக்கு பதிலா உறுமி வச்சிக்கிட்டு பேயோட்டுவாக ஆனா தெக்குத்தி ராஜாராணி ஆட்டத்துல குமார் செட்டும், வக்கீல் செட்டுல உடுக்கை வச்சு தான் பேயோட்டுறாக என்பதை கள ஆய்வு மூலமா தெரிஞ்சுக் கொள்ள முடிஞ்சுச்சு அப்போ அஞ்சரை மணி ஆயிருச்சு ஆட்டம் முடிஞ்சிச்சு மங்களப்பாட்டு பாடுனாக வேடிக்கை பாத்த ஆம்பளை பொம்பளை சாக்கு பாய்களை எடுத்து வூட்டுக்கு பொறப்பட்டாக மேக்கப் அவித்துட்டு கோயில்ல பணத்தை வாங்குனாக நானும், ஆட்டக் கலைஞர்களோட போட்டோ எடுத்துக்கிட்டேன் காலை ஆறேகாலுக்கு சங்கரன் கோயில் பஸ் வந்திருச்சு அதுல ஏறி கடைசி சீட்டுல கோமாளிக் கலைஞரும் நானும் உட்கார்ந்தோம் முத பஸ்சுங்கறதுங்கிறதுனால கூட்டம் இல்லாம இருந்துச்சு பஸ்சுக்குள்ள கோமாளிக் கலைஞரோட பகுதியில எத்தனை ராஜாராணி ஆட்டக் குழு இருக்குன்னு கேட்டேன்

குமார் சங்கரன் - சங்கரன்கோயில்

மாரியப்பன் - ஆராய்ச்சிப்பட்டி

கர்ணன் - ஆராய்ச்சிப்பட்டி

அய்யாத்துரை - ஆராய்ச்சிப்பட்டி

மணி - ஆசாரி

நீதிராஜ் - மலைப்பட்டி

வக்கீல் - இராமலிங்கபுரம்

இத்தனை செட்டு இருக்குன்னு சொன்னாரு அப்புறம் அவரு தூங்க ஆரம்பிச்சாரு நானும் அதோட முடிச்சிக்கிட்டேன் சங்கரன்கோயில் வந்துச்சு ஏழு பத்து மணிக்கு பஸ்டாண்டுல பேக்கு, பெட்டிகளை வச்சிட்டு மதுரை பஸ் ஏறி ராஜபாளையம் வந்து எறங்கி, அங்கிருந்து திருமங்கலம், செக்காணூரணி வந்து பல்கலைக்கழகம் வந்துட்டேன் அப்போ மணி பதினொன்றரை இருக்கும் வடபழஞ்சியில ஹோட்டல் இல்லைன்னு சொன்னாக நான் ரூம்ல வந்து தண்ணிய்ய குடிச்சி வகுத்த நெரப்பிக்கிட்டு படுத்தேன் அஞ்சு மணிக்கு மேல பசி பொறுக்க முடியல தூக்கமும் வரல எந்திருச்சி வெளிய போயி சாப்பிட்டேன்

ஆயிரத்து தொள்ளாயிரத்து தொண்ணூத்தஞ்சு ஏப்ரல் மாசம் இருபதாம் தேதி விருதுநகர் மாவட்டம் நத்தம்பட்டி பக்கத்துல மூவரை வென்றான்னு வூருக்கு அருந்ததியர் தெருவுக்கு ஆடப் போயிருந்தோம் இந்த வூரை பேச்சு வழக்குல முகுறகுண்டம்ன்னு சொல்லுவாக பைபாஸ் எறங்கி மேற்க மன்ன போனா முகுற குண்டம்ன்னு இருக்கு அந்த வூருல அருந்ததியருக்கு கௌரமண்டு காலனி வீடு கட்டிக் கொடுத்திருக்காங்க அருந்ததியர் தெருவுக்கு மேற்குட்டு பள்ளர்க வூடு நிறையா இருக்கு நாங்க ஆடப்போன தெருவுல நாட்டாமை வூட்டுல மேக்கப் போட்டுக்கிட்டு இருந்தோம் அந்தத் தெருவுல இருக்கிறவக எல்லாருமே அப்பா வழியிலி சொந்தக்காரவுக தான்

ஏய் ஆட்டக்காரளு ரண்டய்யா, ஒச்சி திமுகண்டய்யா

கொள்ள பொந்து அகி போயே

சீக்கிரணி ரண்டய்யா

எங்க பக்கத்தில இருக்கக் கூடிய ஆளுக சொன்னாக நாங்களும் ரெம்ப வேகமா மேக்கப் போட்டு, ஆடுற எடத்துக்கு

வந்தோம் அப்ப நான் ஆட்டம் பழகி ரெண்டு வருசம் ஆச்சு எங்ககூட எங்க அப்பா வருவாரு அவரு தான் எனக்கு மேக்கப் போட்டு விடுவாரு எங்க அண்ண மூத்தவரு மகாலிங்கம், ரெண்டவாது அண்ணன் பிலாவடி இவகளெல்லாம் நான் ஆட்டம் பழகாததுக்கு பதிமூனு வருசத்துக்கு முன்னாடி அப்பா கிட்ட ஆட்டம் பழகி ஆடுனாக அப்ப முகுற குண்டம் வூருக்கு தான் புதுசா மாமா ராஜபார்ட் ராமரு வந்து எங்க செட்டோட ஜாயின்ட் பண்ணினாரு ஆட்டத்துக்கு தவில்காரரு குறவ வேசக்காரு மாமா நல்லு எங்க செட்டுல தான் இருந்தாரு அப்புறமா பத்து மணி இருக்கும் ஆடுற எடத்துக்கு போனோம் அந்த எடம் காலனி வூட்டுக்கு கெழக்கே நெல் அறுவடை செஞ்ச எடத்துல ஆட்டம் வச்சிருந்தாக ஆடக்கூடிய எடத்துல மட்டும் மம்பட்டியில செதுக்கி வச்சிருந்தாக ரெண்டு மூனு எடத்துல ஒரு கை போறது மாதிரி விருசல் நீளமா விட்டிருந்துச்சு அதுல தான் ஆடுனோம் எங்க ஆட்டத்துக்கு ஆயர் தர்மம் மேளக்காரக வந்து வாசிச்சாக அந்த மேளத்துக்கேத்தவாறு நாங்களும் ஆடினோம் ரெம்ப வேகமா துரித நடையில வாசிக்கும் போது ஆயர் தர்மம் தவில்காரரு ம்ம் ம் ன்னு முக்குவாரு நாங்க அத பாத்து சிரிச்சிக்கிட்டே ஆடுனோம் மேளக்காரக வாசிட்டு முடிச்சதுக்கு அப்புறமா எங்க கதைய்ய தொடங்கினோம் அப்ப விரிசல்ல இருந்த தேளு என் காலுல கொட்டிடுச்சு எனக்கு வலி பொறுக்க முடியல நமநமன்னு வலி எடுத்துக்கிட்டு இருந்துச்சு என்னால ஆட முடியல பொங்கலுக்கு வந்தவரு ஏன் வூருக்காரு சித்தப்பா சுப்பிரமணி வெத்தலயில சுண்ணாம்பு தடவாம மடிச்சு தின்றான்னாரு நானும் வாயில போட்டு மெண்டுக்கிட்டே இருந்தேன் அரைமணி நேரம் கழிச்சு வலி கொஞ்சமா குறைய ஆரம்பிச்சுச்சு ஆம்பளை பொம்பளை எனக்கு ஆறுதல் சொன்னாக அந்த ஆறுதலே எனக்கு ரெம்ப சந்தோசமா இருந்துச்சு அப்புறமா விடிய விடிய ஆடிட்டு வூட்டுக்கு வர பஸ்டாண்டுக்கு வந்தோம் பஸ் ஏறி டி.கல்லுப்பட்டிக்கு வந்து எறங்கி அங்கிருந்து வூட்டுக்கு வந்திட்டோம்.

ரெண்டாயிரத்து ரெண்டுல திருநெல்வேலி மாவட்டம் ஸ்ரீவைகுண்டம் வூருக்கு ஆட்டத்துக்கு போயிட்டு மறுநா தேனி பக்கத்துல ஓடைப்பட்டி, ஆட்டத்துக்கு வரணும்

அதனால திருநெல்வேலியிலிருந்து தேனி பஸ்ல ஏறினோம் அப்போ காலை எட்டு மணி இருக்கும் பஸ்ல கடைசி சீட்டுல தான் எங்க பெட்டிகளை வச்சு ஒக்கார வசதியா இருக்கும் அதனால கடைசி சீட்டுல ஒக்காந்திட்டோம் பஸ்சும் ரெம்ப வேகமா சங்கரன்கோயில் நோக்கி வந்துக்கிட்டுயிருந்துச்சு அப்போ தேவர்குளத்துக்கு முன்னாடி பெரிய வளைவுல பஸ்சு திரும்பும் போது எங்களுக்கு முன்னாடி ஒக்கார்ந்திருந்தவரு யாருன்னு தெரியல அவரு சின்ன பெட்டிய்ய மேல செல்வ்ல போட்டுருந்தாரு போலிருக்கு பஸ்சு திரும்பும் போது அந்த பெட்டி செல்வ்லிருந்து விழுந்து அதுக்கு கீழே ஒக்கார்ந்திருந்த ஒரு பொம்பளை மேல விழுந்து காதுல மாட்டுன கம்மலும், காது கிழிஞ்சு வெறும் ரத்தமா கொட்டிடுச்சு அப்புறம் என்ன பஸ்சுல் வெறும் ரகளை தான் தேவர்குளத்தில பஸ்ச நிப்பாட்டி பக்கத்துல இருந்த கடையில மருந்து வாங்கிட்டு பஸ்ச எடுத்தாக

அப்புறமா பஸ்சு ஸ்ரீவில்லிபுத்தூரைத் தாண்டி நத்தம்பட்டி மூவரை வென்றான் பக்கத்துல இருக்கிற பாலத்துல பஸ்சு திரும்பும் போது என் பெட்டி பஸ்சை விட்டு கீழ விழுந்துடுச்சு பஸ்சும் ரெம்ப வேகமா போனதுனால அரை கிலோ மீட்டர் போயிடுச்சு அப்புறமா டிரைவர் கிட்ட சொல்லி ஓடியாந்து பெட்டி எடுத்துக்கிட்டு பஸ்ல ஏறினேன் பெட்டி ரெண்டா ஒடிஞ்சு போயிடுச்சு அத பந்தாவளையம் போடுற கயித்த வயித்த வச்சு கட்டி ஆடுற வூருக்குக் கொண்டு போனேன் அந்த பெட்டி விழுந்த எடம் பாலம் நல்லவேளை பத்து அடி தள்ளி விழுந்திருச்சுன்னா பெட்டி பாலத்துக்கு கீழ தண்ணிக்குள்ள தான் விழுந்திருக்கும் அப்புறம் என்ன எங்க அண்ணவுங்க என்னை வசவு பிரிச்சு மேஞ்சிட்டாக பெட்டியை கீழ விடுற அளவுக்கு என்ன தூக்கம் அப்படி இப்படின்னு வஞ்சாக நான் பேசாம தலையைக் குனிஞ்சிக்கிட்டேன் அதுலயிருந்து பஸ்ல போறப்போ பெட்டிய்ய கீழ விழ விடாம பந்தாவளையம் போடுற கயித்துல கம்பியோட கட்டிருவேன் இப்படியும் அந்த பாலத்தை பாக்கும் போது மூவரை வென்றான்ல ஆடும்போது தேளும் கொட்டுன எடமும் என் பெட்டி விழுந்த பாலமும் என் கண்ணுல காட்சியா நிக்குது.

ஆயிரத்து தொள்ளாயிரத்து தொண்ணூத்தொன்பதுல உத்தப்ப நாயக்கனூர் பக்கத்துல கல்லூத்து மட்டைவேலைக்கு போயிருந்தோம் மட்டைவேலையின்னா இறப்பு விழாவில ஆடுறதைத்தான் நாங்க ஆட்டக்காரக மேளக்காரக மட்டை வேலைன்னு சொல்லுவோம் அந்த வூரு சின்ன வூரா யிருந்தாலும் மல்லிகைப் பூ, ரோசாப் பூ, கோழிப்பூ இந்த மாதிரி பூக்களோட அய்ட்டந்தாம் அங்க விவசாயம் பண்ணுவாக கல்லூத்து, பெருமாள் பட்டி, கலியாணிப்பட்டி, விக்கிரமங்கலம், கல்புளிச்சான்பட்டி இந்த பகுதியெல்லாம் கள்ளர்க நிறைய இருக்காக மட்டை வேலைக்கு காலையிலலிருந்து சாயங்காலம் வரைக்கும் அதுக்கொரு ரேட், நைட்டுல ஆடிட்டு மறுநாள் பகல்ல தேரு தூக்கிற வரைக்கும்னா அதுக்கொரு ரேட் பேசி தான் ஆட்டத்துக்கு போவோம்.

கல்லூத்து மட்டை வேலைக்கு நாங்க பகல் மட்டும் பேசி அட்வான்ஸ் வாங்கியிருந்தோம் அதனால காலையில எட்டு மணிக்கு அந்த வூருக்கு போயிட்டோம் மேளக்காரங்க காலையில ஆறு மணிக்கு எழவு வீட்டுல வாசிக்கணும் நாங்க எப்பவுமே ராஜாராணி ஆட்டத்தைத் தான் ஆடுவோம் இது தான் ஜனங்களுக்கு ஆரவாரமாக ரெம்ப துரு துருன்னு இருக்கும் அதனால எந்தச் சூழ்நிலையிலும் நாங்க முதமுதல ராஜாராணி ஆட்டத்தை தவிர்த்திட்டு குறவன் குறத்தி வேசமோ நல்லதங்காள் வேசமோ போட்டதே கெடையாது.

அப்ப ராஜாராணி ஆட்டத்தை ரெண்டு மணி வரைக்கும் ஆடிட்டு மதிய சாப்பாடு சாப்பிட போயிட்டோம் அந்த வூருல ஒரு ராஜாராணி ஆட்டக்காரரு இருக்காரு அவரு ரெம்ப திறமையான கலைஞரு அவரு எழவு வூட்ல வந்திருக்கக் கூடிய ஆளுகளோட பேரைச் சொல்லி வாத்தாலை போட்டுக்கிட்டுருந்தாரு வாத்தாலை ன்னு சொல்றது

எரிக்கிளம் பூ ஏகமா பூத்திட்டாலும்

மரிக்கொழுந்து உண்டான வாசனை போகுமோ

அது மாதிரி யாரைச் சொல்லலாம்ன்னா எங்க அய்ய தர்மரு, ராசா மாயித் தேவரைத்தான் சொல்லலாம் இப்ப எங்களோட

ஆட்டத்தை பாராட்டி அம்பது ரூபாய் கொடுக்கப் போறாகன்னு சொல்லி மைக்கில சொல்லுவான் இது தான் வாத்தாலை.

உசிலம்பட்டி, வாலாந்தூர், கருமாத்தூர் போன்ற பகுதியில இருக்கக்கூடிய ஆட்டக்கலைஞர்க மட்டை வேலை நிகழ்ச்சி ஆடுறப்போ அவர்க்கு தெரிஞ்ச ஆளுகளை மைக்கில பேரைச் சொல்லி காசு வாங்குறது வழக்கமாவே இருக்கு செல வூர்கள்ல ஆட்டக் கலைஞர் சும்மா இருந்தாலும் அந்த வூர்ல இருக்கக் கூடிய மேச்சாதி ஆளுக காசைக் கொடுத்து

இந்தாடா ஆட்டக்காரப் பயலே

தேவர் பாட்டு பாடுற லோலி மகனே - ன்னு சொல்லுவாக இந்த வசவு தாங்க முடியாமே அந்த கலைஞரு அவரைப்பத்தி புகழ்ந்து மைக்கில பேசுவாரு.

நாங்க மதிய சாப்பாட்டை முடிச்சிட்டு குறவன் குறத்தி வேசம் போட்டு முடிச்சிக்கிட்டு ஆடுறதுக்கு வந்தோம் அப்ப அந்த வூரைச் சேர்ந்தவரு அந்த கலைஞரு குறவன் வேசம் போட்டுட்டு வந்தாரு வயசு 55 இருக்கும் அது ரெம்ப வித்தியாசமா இருந்துச்சு கோமணம் மட்டுந்தான் கட்டியிருந்தாரு கோமணத்துக்கு ரெண்டு பக்கமும் பெரிய வெள்ள கலருல வட்டம் போட்டிருந்தாரு கையில டப்பா, கழுத்துல நரிக்குறவ மாதிரி பச்சை, சிகப்பு, புளூ இந்த மாதிரியான கலர் கலரான பாசிகள கோர்த்து கழுத்துல போட்டுருந்தாரு இந்த மாதிரி வேசத்தை என்னோட பதினெஞ்சு வருச அனுபவத்தில பாத்ததேயில்லை அறுபது வருசத்துக்கு முன்னாடி குறவனுக்கு வேசம் போடுறவுக கோமணந்தா கட்டுவகன்னு அங்கன இருந்த மேளக்காரங்க சொன்னாக அப்புறம் என்ன அவரோட சேர்ந்து நான் குறத்திக்கு ஆடினேன் மறக்க முடியாத அனுபவம் தான்.

உடன்கட்டை ஏறும் பிரச்சனையை கதையில நிகழ்த்தும் போது நான் ஒரு பொம்பளை வேசம் எங்கண்ணே பாண்டி ஒரு பொம்பளை வேசம் நாங்க ரெண்டு பேரும் சேர்ந்து தான் இந்த கதையை நிகழ்த்துவோம் எங்கண்ணே ஏண்டி தங்கச்சி நம்மெல்லாம் பொம்பளையா பொறந்ததுக்கு வேதனைப் படனும்ன்னு சொல்வான்

நான் - ஏண்டி அக்கா அப்படி பேசுற

அண்ணே - ஆமடி வீட்டுக்காரரு இறந்துட்டாருன்னா பொம்பளைக நாமளும் தீயில விழுந்து செத்து போகனுமாமுல்ல

நான் - சரி வீட்டுக்காரரு இறந்துட்டாருன்னா அவரோட நாமளும் தீயில விழுந்து சாகனும் அப்போ பொம்பளைக ஏறந்துட்டா வீட்டுக்காரரு தீயில விழுந்து உடன்கட்டை ஏறுவாரான்னு ஒரு கேள்வியை முன் வைப்பேன்

இந்த நேரம் கூட்டத்துல இருந்து சலசலப்பான பேச்சுகள் அடிபடும்

திக்குமுக்கு அடிச்சது மாதிரி விக்கிப் போயி இருந்தாக

இந்த நேரத்திற்கு ஒரு பாட்டு பாடுவோம் இந்த பாட்டுக்கும் கதைக்கும் ரிலேட்டிவ்வா இருக்கிற பாட்டைப் பாடுவோம்

சித்திரத்தில் பெண்ணெழுதிட

சீர்படுத்தும் மாநிலமே

ஜீவன் உள்ள பெண்ணினத்தை

வாழ விட மாட்டாயா

எங்க ஆட்டத்துல முதலாளிக்கும் தொழிலாளிக்கும் உள்ள பிரச்சனைகள் எப்படி தொழிலாளிகள் பாதிக்கப்படுறாங்க அவுக பட்ட கஷ்டங்களைச் சொல்லி கதைய நிகழ்த்துவோம் கடைசியில முதலாளி என்ற முதலை அடங்கிப் போய் தொழிலாளி மனசு சந்தோசமா வாழ்றது மாதிரி கதையில நிகழ்த்துவோம் அப்படி நிகழ்த்தும் போது ஆட்டம், பாட்டம், கதை இந்த போக்குல நிகழ்த்துவோம்.

வரதட்சணை கொடுமை, பெண் சிசு கொலை, பாலியல் பிரச்சனைகள், இது மட்டுமில்லாமல் எய்ட்ஸ், சுற்றுப்புறச் சூழல், மழை நீர் சேகரிப்பு இந்த மாதிரியான பிரச்சனைகளை உள்வாங்கிக்கிட்டு நாங்க நடத்துற கதையில இது போன்ற பிரச்சனைகளை பார்வையாளர்களுக்கு எடுத்துச் சொல்லுவோம்.

எங்க அப்பா பெருமாள், ஆடுற காலக்கட்டத்துல இராமநாதன் தாத்தா, வாசி தாத்தா இவுகளெல்லாம் அய்யர் வேசம் போட்டு வந்து ஆட்டத்துல நிகழ்த்துவாங்களாம்,

அய்யர் தாழ்த்தப்பட்ட சாதியினர்கிட்ட பேசுற பேச்சுகளும், அவலங்களையும் கதை வடிவத்தில சொல்லிக் காட்டுவாங்களாம்

அய்யர் தாழ்த்தப்பட்ட பெண்கள்கிட்ட குழந்தை இல்லையேன்னு சொல்லி இவரு வந்து குழந்தை வரம் கொடுக்கிற மாதிரி

எங்கண்ணா பிலாவடி முதமுதல்ல இருபத்தேழு வருசத்துக்கு முன்னாடி கோமாளி வேசம் போடுறபோது எங்க வூரு பக்கத்துல அத்திப்பட்டி மாரியம்மன் பொங்க வருசா வருசம் நடக்கும் இந்த பொங்க சேடப்பட்டி யூனியன் அளவில் வீரபாண்டி மாரியம்மன் பொங்கலுக்கு அடுத்த பொங்க அத்திப்பட்டி மாரியம்மன் பொங்க தான். இந்த பொங்கலுக்கு பிலாவடி, மூத்த அண்ணே பொம்பளை வேசம் மகாலிங்கம், இன்னொரு அண்ணே பொம்பளை வேசம் காளியப்பன் அவரு பெரியப்பா மகன் நாங்க ஆடுறதுக்கு பனிரெண்டு வருசத்துக்கு முன்னாடியே ஆட்டம் பழகி ஆடுனாக அப்போ இந்த அத்திப்பட்டி பொங்கலுக்கு தமிழ்நாட்டுல இருக்கற கரகாட்டம், ராஜாராணி ஆட்டம், இன்னும் எத்தனையோ ஆட்டமெல்லாம் நடக்கும் அதுல அண்ணே பிலாவடி மொட்டை அடிச்சு உச்சியில மட்டும் குடுமியை வச்சு ஒரு வித்தியாசமான வடிவத்தில் கோமாளி வேசம் போட்டு நிகழ்த்துனாங்களாம் அப்போ பக்கத்துல நடந்துகிட்டிருக்கிற ஆட்டச் செட்டுல இருக்கிற கூட்டத்தையெல்லாம் இவுக செட்டுக்கு இழுத்துருவாங்களாம் அப்படி திறமையா கதையும், பாட்டமும் நடத்துவாங்களாம் அப்படின்னு என்கிட்ட அடிக்கடி சொல்லுவாரு.

ஆயிரத்து தொள்ளாயிரத்து எண்பத்து நாலுல இந்தியாவின் மிகப்பெரிய கயா சம்பவம் நடந்தது இதுல போபால் நகர்ல விஷவாயு கசிஞ்சதுனால அம்பதாயிரம் பேர் இறந்தாக அஞ்சு இலட்சம் பேர் படுகாயம் அடைஞ்சாக பல ஆயிரம் பேர் கண்களைப் பறிகொடுத்தாக அதுபத்தியான பாட்டை எழுதி எங்க குழுவுக்குக் கொடுத்தேன்

போபால் நகரினிலே

விஷவாயு கசிந்ததினால்

அரைலட்சம் பேர் இறந்தாரடி - தங்கமே
சொந்தங்களை இழந்தோமடி
ஆயிரத்தி தொள்ளாயிரத்தி

எண்பத்தி நான்காம் ஆண்டில்
போபாலில் நடந்ததடி - தங்கமே
போபாலில் நடந்ததடி   (போபால்)
பன்னாட்டு நிறுவனமான
யூனியன் கார்பைடில்
விஷவாயு கசிந்தபடி - தங்கமே
ஆணும் பெண்ணும் இறந்தாரடி
                              (போபால்)

அமெரிக்க சொந்தக்காரன்
ஆண்டெர்சன் வந்து தானே
அனைத்துயிரையும் கொன்றானடி - தங்கமே
சொந்தங்களை இழந்தோமடி   (போபால்)
டிசம்பர் ரெண்டாம் தேதி
நள்ளிரவு நேரத்திலே
விஷவாயு கசிந்ததடி - தங்கமே
கொத்துக் கொத்தா இறந்தாரடி   (போபால்)
அஞ்சு லட்சம் மக்களுமே
படுகாயம் அடைந்தாரடி
கண்களையும் இழந்தாரடி - தங்கமே
கண்களையும் இழந்தாரடி   (போபால்)

இந்தப் பாட்டும் மதுரை வடக்கம்பட்டி பட்டாசு விபத்து பத்தி பாட்டு எழுதிப் பாடினேன்,

அன்புள்ள பெரியோர்களே

அருமையுள்ள தாய்மார்களே

பட்டாசு விபத்தைப் பற்றி பாடி வாரேன் கேளுங்களே

பத்து பேரு மடிந்தார் - இதை

அறிந்த பலரும் துடித்தார்

மதுரை மாவட்டமாம்

உசிலம்பட்டி வட்டாரமாம்

வடக்கம்பட்டி கிராமத்திலே பட்டாசு விபத்தினிலே

பதினெட்டுப் பேர் உயிர்ச்சேதம் - இதை

தாங்குமா நமது இதயம்

ஒன்பதாம் தேதியிலே

ஏழாவது மாதத்திலே

ரெண்டாயிரத்து ஒன்பதிலே வியாழக்கிழமையிலே

பட்டாசுகள் வெடிக்க - அங்க

ஆணும் பெண்ணும் துடிக்க

வியாழக்கிழமையிலே

சாயங்காலம் ஆறு மணிக்கு

திடீரென்று பட்டாசு படபடன்னு வெடித்திடவே

உடல் அங்கே கருகுது - மக்கள்

கண்ணீர் வடித்து அழுகுது

விசயம் பறந்ததைய்யா

அதிகாரிகளும் விரைந்தாரய்யா

சம்பவ இடத்தினிலே சுடுகாட்டைப்போல காட்சியிருக்கு

பொழுது மறைந்ததய்யா

பல உயிரும் பிரிந்ததைய்யா - அங்கே

வெள்ளரிப்பழம் போல

பிரேதங்களும் வெடித்து இருக்க

உற்றார் உறவினர்களும் பக்கத்தூர் கிராமங்களும்

பார்த்து கண்ணீர் வடிக்க - இதை

பலரும் அறிந்து துடிக்க

மாவட்ட ஆட்சியர் அவர்கள்

மதிவாணன் தானே விரைந்தாரய்யா

சடலங்களைப் பார்த்துவிட்டு சங்கடமாய் சோர்ந்து நிற்க

மருத்துவ காப்பீடு கொடுக்க - மக்களுக்கு

ஆறுதல் எடுத்துரைக்க

கேபினெட் அமைச்சர் அவர்கள்

முக அழகிரி தானே

பலியானவர் குடும்பத்துக்கு 1 லட்சம் ரூபாய் நிதி கொடுத்தார்

சம்பவ இடத்திற்கு விரைந்தார் - அங்கே

ஆறுதல் எடுத்துரைத்தார்

தமிழ்நாடு முதலமைச்சர்

கலைஞர் கருணாநிதி

குடியரசுத் தலைவருமான பிரதீபா பாட்டில் தானே

இரங்கலையும் தெரிவிக்க - தலைவர்கள்

ஆறுதல் எடுத்துரைக்க

தத்தனேரி சுடுகாட்டினில்

தகனம் செய்தார் பிரேதங்களை

உற்றார் உறவினரும் சொந்தக்காரர்களும் வந்திருந்து

சோகத்தோடு அழுக - மனம்

தேம்பித் தேம்பி விழுக

அடிப்படை வசதியில்லாமல்

நடத்தி வந்தார் பட்டாசுத் தொழிலை

லாபம் என்ற குறிக்கோளில் முதலாளி நடத்தி வந்தார்

தொழிலாளர்கள் இங்கே சாக - முதலாளிகள்

ஊட்டி கொடைக்கானலுக்குப் போக.

ரெண்டாயிரத்து ஒன்பது ஜூலை மாசத்தில் மதுரை வடக்கம் பட்டி பட்டாசு விபத்து நடந்தது அப்போ அன்னைக்கு மறு நா நைட்டு ராஜபாளையம் பக்கம் களங்காப்பேரி புதூருக்கு ஆடப் போனோம் அன்னைக்கு காலையில வந்த செய்தி பேப்பர்ல தினமணி, தினத்தந்தி, தி ஹிண்டு இந்த மாதிரி பேப்பர்ல வர்ற செய்திகளை வச்சிக்கிட்டு பஸ்ல போற போது பாட்டை எழுதினேன் குறவங் குறத்தி ஆட்டம் முடிச்சிட்டு நல்லதங்காள் வேசம் ஆடுறதுக்கு முன்னாடி வடக்கம்பட்டி பட்டாசு விபத்தைப் பத்தி பாடுனேன் அங்குள்ள கிராம மக்கள் ரெம்ப சோகத்தோடு பாட்டைக் கேட்டாக.

ஆட்டத்துக்கு போற வூருல நடந்த பிரச்சனைகள் அந்த வூரின் சிறப்பு வரலாற்றுச் சம்பவங்கள் சமூகத்தில் நிகழக்கூடிய பிரச்சனைகளை அந்த வூர் பெரிய ஆட்களிடம் விசாரித்து, அத பாட்டா எழுதி நாங்க நடத்துற கதைகள்ல நிகழ்த்துவோம் எங்க ஆளுக தெருவுக்கு ஆட்டத்துக்கு போன அன்னைக்கு நைட்டு ஆடிட்டு மறுநா அந்த வூரு பக்கத்துல ஆட்டத்துக்கு வரனுமின்னா நாங்க வூருக்கு வரமாட்டோம் அங்கேயே தங்கிடுவோம் அன்னைக்கு நைட்டு ஆணும் பெண்ணும் சேர்ந்து நேத்து ஆடுன கதைகளப் பத்தி கோமாளியோட ஜோக்கைப் பத்தி சொல்லி சிரிப்பாக நைட்டு தங்கிட்டு மறு நா சாயங்காலம் நாலு மணிக்கு குளிச்சிட்டு பெட்டி, பேக்குகளை எடுத்துக்கிட்டு பக்கத்தூர்ல அட்வான்ஸ் வாங்கின வூருக்கு ஆடப் போயிடுவோம் அப்ப முத நா ஆடுன வூர்லயிருந்து எளந்தாரிக எங்க கூட வந்து ஆட்டம் பார்க்க வருவாக.

இப்படித்தான் எங்கப்பா நல்லு மாமா, பரமன் தாத்தா இவுக ஆடுற காலகட்டத்துல ராஜபாளையம் ஆலங்குளம் பக்கம் கல்லமநாயக்கன்பட்டி ஆட்டத்துக்கு போவாங்களாம்

கல்லமநாயக்கன்பட்டியிலதான் எங்கப்பங்கூட பெறந்த தங்கச்சி பாப்பு அத்தையை குறிச்சி மாமாவுக்கு கட்டிக் கொடுத்தாக அதனால அந்த ஏரியாவுல எட்டகாபட்டி, குண்டாயிருப்பு, ஆலங்குளம், சாமிநாதபுரம், பேர்நாயக்கன்பட்டி இந்த மாதிரி ஊருகளுக்கு எங்க சொந்தக்காரவுகளுக்கு ஆட்டத்துக்கு போனாங்கன்னா எங்க அத்தை வூட்டுக்காரரு அவங்களோட சொந்தக்காரரு எல்லாருமே ஆட்டம் பார்க்க வருவாங்களாம் அன்னைக்கு நைட் பக்கத்து வூருல ஆட்டத்தை முடிச்சிட்டு கல்லமநாயக்கன்பட்டியில பாப்பு அத்தை வூட்ல தங்குவாங்களாம் இவுக தங்கன அன்னைக்கு அந்த தெருவே ஆட்டமும் பாட்டமுமா இருக்குமாம் ஆட்டக்காரக எல்லார்க்குமே கறி எடுத்துச் சமையல் பண்ணி சாப்பிடவிட்டுத்தான் அனுப்புவாங்களாம் எங்க அத்தை பாப்பு.

அதே மாதிரி எங்க அத்தை கூட பெறந்த தங்கச்சி அத்தை பேரு வீராவு அவுகள வத்ராப்புல கட்டிக் கொடுத்திருக்காக வத்ராப்பு, கூமாப்பட்டி, கவனம்பட்டி, கான்சாபுரம், புதுப்பட்டி இந்த மாதிரி வூருகளுக்கு ஆட்டத்துக்கு போனா சின்ன அத்தை வூட்லதான் தங்கிட்டு வருவாங்களாம்ன்னு எங்க அப்பா சொல்வாக கல்லமநாயக்கன்பட்டி, வத்ராப்பு பக்கத்துல ஆட்டத்துக்குப் போனா எங்க அத்தை வூட்ல தங்கிட்டு வருவோம் அதே மாதிரி எங்க சொந்தக்காரவுக வூட்ல தங்கிட்டு ஆட்டத்துக்கு போவோம்.

நான் கிட்டத்தட்ட பதினாறு, பதினேழு வருசமா இந்த ராஜாராணி ஆட்டத்துல பொம்பள வேசம் கட்டி ஆடிட்டு வர்றேன் அதனால என்னைய ஒரு பொம்பள அரவாணி மாதிரி என்னய்ய எளவட்டப் பசங்க நக்கல் அடிப்பாக ஏழாவது அரையாண்டு பரிட்சை முடிச்சிட்டு ஆட்டத்துல சேர்ந்தவன் தான் அந்த நாள்லயிருந்து ஆட்டத்திலுள்ள ஆர்வமும்தான் என்னைய பொம்ள வேசம் போட வச்சது

செல வூர்கள்ல செவ்வாய்க்கிழமை ஆட்டத்துக்கு போன கரகம் எடுக்க நைட்டு ரெண்டு மணிக்கு புறப்படுவாக அப்போ வூரை விட்டு மேளக்காரங்களும், ஆட்டக்கார நாங்களும் கரகம் ஜோடனை பண்ற எடத்துக்கு வருவோம் அப்ப அந்த வூரு

எளந்தாரிக தண்ணியை குடிச்சிப்பிட்டு எங்க கூட ஆடிக்கிட்டு வருவாக அப்போ இடுப்பைப் பிடிச்சு கிள்ளுவாக அந்த நைட்டு ஆருக்காரக்கூட நடந்துபோகும் போது மொலய்யப் பிடிச்சு நசுக்குவாக நான் உங்க தம்பி இல்லையா உங்க கூடப்பெறந்த தம்பின்னா இப்படிப் பண்ணுவீகளான்னு சொல்லியிருக்கேன் ஆனா இந்த எளந்தாரிப் பசங்க கேட்கவே மாட்டானுக அப்புறமா அந்த ஊரு தலைவரு இல்லைன்னா அட்வானஸ்காரரு அவுகள சத்தம் போடுவாரு இப்படித் தான் நான் பல வருசமா இந்த ஆட்டத்துல அனுபவங்களை அனுபவிச்சிருக்கேன்.

6

சாயங்காலம் ஆறு மணியானா ஊரு அடங்கும் சாமத்துல எல்லா வூருகளிலும் சந்தோசமா இருக்கும் ஆனா எங்க வூருல அதுக்கு ஏறுக்கு மாறா இருந்தது அப்ப நான் நாலாவது படிச்சிக்கிட்டு இருந்தேன்னு நெனைக்கிறேன் வூட்ல சிலேடுல வீட்டுப்பாடம் எழுதிக்கிட்டு இருந்தேன் அப்ப ஆணும் பெண்ணும் - ஒரே அம்மா கோடி பிள்ளவாரு ஒச்சாடம்மா எல்லாரும் தாகி கண்டா - ன்னு அந்தப் பதட்டத்தில சொல்ல என் காதில கேட்டுடுச்சி கோழிக்குஞ்சு தேவருன்னா பெரிய ரவுடி மாதிரி தெனமும் சாயங்காலம் சாராயத்தை குடிச்சிப்புட்டு ஏண்டா சக்கிலிய கூதி மக்கன்னு வாய்க்கு வந்தபடி சூனா மானான்னு பேசிக்கிட்டு தெருவுல கோழிக்குஞ்சுகளை நைட்டுல களவாண்டு போவாரு அதனால தா அவருக்கு கோழிக்குஞ்சுன்னு பேரு எளையது மூத்ததுன்னு பார்க்கமாட்டாரு ஆணும் பெண்ணும் பார்க்கமாட்டாரு வந்து கண்டமேனிக்கு அடிப்பாரு நடந்த விசயத்தைப் பத்தி வூருக்குள்ள சொன்னமன்னா உங்களுக்கு வேலை மசுரு இல்ல அவ தான் தண்ணிய அடிச்சுப்புட்டு பேசுறான் கண்டுக்காம இருங்கன்னு மேச்சாதி ஆளுக தட்டிக்கழிச்சு விட்டுருவாங்க

இப்படித் தான் ஒரு நாள் கோழிக்குஞ்சு தேவரு புல்லா அடிச்சிப்புட்டு பொண்டு பிள்ளைக கையை பிடிச்சு இழுக்க வந்தான் ஏன்னா சக்கிலியன்னா செத்த பாம்புகூட கொத்த வருமாம் அப்ப சித்தப்பா ஒருத்தரு அவரு வூட்டுக்கு முன்னாடி முள்ளு வெட்டிக்கிட்டு இருந்தாரு அப்ப இந்த தேவரு வாய்க்கு வந்தபடி அசிங்க அசிங்கமாய் பேசினான் சித்தப்பாவும் எவ்வளவோ சொல்லிப்பார்த்தாரு அவ கேட்டுக்கிறமாரி தெரியல கையில வச்சிருந்த அரிவாளை வச்சி ஒரே வெட்டு வெட்டிட்டாரு இன்னமும் அந்தக் கையில் தழும்பு இருக்கு இந்த

வெசயம் கேள்விப்பட்டு மேச்சாதி ஆளுக எங்களையெல்லாம் அடிக்க வந்தாக எங்க சித்தப்பா அப்ப வூரை விட்டுப் போனவரு தான் இனியும் இந்த வூருக்கு சரியா வர்றதில்ல

வருசா வருசம் வூருல வூர்த் திருவிழா புரட்டாசி மாசம் கடைசி செவ்வாய், புதன்கிழமை நடக்கும் அந்தப் பொங்கலுக்கு ஒரு வாரத்துக்கு முன்னாடியே வீடுகளுக்கு வெள்ளை அடிக்கிறது வெளியூர்ல இருக்கிற சொந்தக்காரங்களுக்குப் பொங்க சொல்லப் போறது, புதுத்துணிகளை வாங்குறது இப்படி அப்படின்னு ரொம்ப தடபுடலா இருக்கும் திங்கக்கிழமையில ரேடியோ செட் கட்டுவாக எல்லா வூடுகளிலயும் இட்லி தோசை போட்டனைக்கு நான் அன்னைக்கு சரியா தூங்க மாட்டேன் வெள்ளென அஞ்சு மணிக்கெல்லாம் எந்திரிச்சிருக்கிருவேன் வருசத்துல ஒரு நாள் தான் இட்லி தோசையை கண்ணால பார்க்க முடியும் தெருவுகள்ல லைட் வசதி இருக்காது சைக்கிள் டயர்ல தீ வச்சி கொளுத்தி அந்த வெளிச்சத்துல ஒரல்ல மாவு ஆட்டுவாக அப்பெல்லாம் மாவு ஆட்டுறதுக்கு ஒரல் கிடைக்காது எல்லா வூடுகளிலயும் இட்லி தோசை போடுவாங்க.

திங்கள்கிழமை சாயங்காலம் தேவரு, செட்டியாரு, சேர்வைக் காரரு பல பேர்க தெருவுக்கு வந்து தோரணம் கட்டச் சொல்லுவாக வேப்பிலைத் தோரணம், காகிதத் தோரணம் வூர்ல இருக்கிற எல்லாத் தெருவிலயும் கட்டுவாக.

தோரணம் கட்றது எங்க தெருவுல வூடு தவறாம போயி கட்டியாகணும் பறையருக்கோ, பள்ளருக்கோ இது கெடையாது எங்காளுகதான் தோரணம் கட்டப் போவாக அப்படிப் போகலையன்னா தேவமாருக ஆளுக அடிக்க வருவாக தெரு ஆளுக எந்தச் சூழ்நிலையிலயும் தோரணம் கட்ட போயி ஆகணும் முடியாத சூழ்நிலையில் நைட்டு போகாதவுக காலையில வெள்ளன போயி தோரணம் கட்டணும் ரேடியோவுல சக்கிலியப் பயலுக வாங்கடா தோரணம் கட்டணும்ன்னு மைக்கில சொல்லிக் கூப்பிடுவாங்க.

நாலாவது படிச்சிக்கிட்டு இருக்கிறேன் இதே மாதிரி பொங்கலுக்கு வூடு தவறாம தோரணம்கட்ட சாவடிக்குப்

போகணும் அப்ப எங்க அப்பா கொட்டுக்கு போயிட்டாரு மூத்த அண்ணன், இளைய அண்ணன் எல்லாம் ஆட்டத்துக்குப் போயிட்டாங்க நானும் எனக்கு மூத்த அண்ணன் மட்டும்தான் வூட்டுல இருந்தோம் அம்மா என்னய தோரணம் கட்ட ஆளுகளோடு சேர்ந்து அனுப்பிட்டாங்க நான் எங்க ஆளுகளோடு தோரணம் கட்ட சாவடிக்குப் போயிருந்தேன் நசநசன்னு மழையும் பேஞ்சுக்கிட்டு இருந்தது அந்தச் சாவடியில உள்ளே போகமுடியாது அது புனித இடமாம் அதனால உள்ளே விடல அந்த மழையில பாதி நனைஞ்சிக்கிட்டுத் தோரணம் கட்டினோம் மேச்சாதி பசங்க மேலு நோகாம படுத்துக்கிறாங்க இது மாதிரி நம்ம ஆளுக சாமி கும்பிடுக்கு தோரணம் கட்ட மேச்சாதி ஆளுகள கூப்பிட்டா வருவாங்களான்னு மனசுல ஒரு எண்ணம் வந்துச்சு மணி ரெண்டு மணியிருக்கும் பாதி தூக்கத்தோடு தூக்கமா தோரணம் கட்டிக்கிட்டிருந்தேன் வூட்டுக்கு முன்னாடி ஏணியப் போட்டு கட்டிக்கிட்டு இருந்தேன் இன்னொரு பக்கத்து வூட்டுக்காரரு வூட்டுக்கு வெளிய வந்து சப்புன்னு கன்னத்தில அடிச்சாரு எனக்கும் நைட்டு தூக்கம் கெட்டதுனால கிறுகிறுன்னு வந்த மாதிரி இருந்துச்சு அதிகாலை நேரத்தில அடிச்ச அடி கன்னம் சிவப்பாகிப் போச்சு அவரு வூட்டுக்கு முன்னாடி தோரணம் கட்டலையாம் தோரணமெல்லாம் கட்டி முடிச்சிட்டு காலையில ஏழு மணிக்கு வூட்டுக்கு வந்தேன் அம்மாகிட்ட சொன்னேன் - சாமிவுரு மொத்தித்த ஏமி, எக்கட கேள்வி அடுகக் கூடாது - ன்னு பேசிக்கிட்டே கன்னத்தில் எண்ணெய்ய தடவி விட்டாக அப்ப ரேடியாவுல, வெற்றி வேண்டுமா போட்டுப் பாருடான்னு பாட்டு ஓடிக்கிட்டிருந்தது கண்ணைக் கசக்கிட்டு பசங்களோட சேர்ந்து வெளையாட வந்துட்டேன்.

பொங்கல் முடிஞ்சு வியாழக்கிழமை காலைல கண்மாய்குள்ள அம்மாவும் நானும் முள்பெறிக்க போயிட்டோம் அப்ப காஞ்ச முள்ளுகள பெறிக்கிட்டு மதியம் ஒரு மணிக்கு வூட்டுக்கு வந்திட்டோம் முள்ளு தீர்ந்த பிறகு மூனு நாளைக்கு ஒருவாட்டி முள்ளுப் பெறக்க போவோம்.

நாடாரு தோட்டத்துக்கு அக்காகூட சேர்ந்து பள்ளிக்கூட லீவ்ல களையெடுக்க போவோம் இப்படித் தான் எங்க அக்கா

ஏன் கிட்ட தொரண்டியைக் கொடுத்துச்சு நான் ரெம்ப வேகமாக களைகளை வெட்டிக்கிட்டிருந்தேன் அப்ப பருத்தி பயிர்கள் சில பயிர் புல்லோடு புல்லாக இருந்ததனால தெரியல பருத்தி பயிரயும் சேர்த்து வெட்டிட்டேன் எங்க அக்கா சுந்தரம்மா தோட்டத்துக்கு முதலாளிக்கு தெரியாம மண்ணை வச்சி மூடிட்டாக எங்க அக்காகூட சேர்ந்த பொம்பளைக பேசிக்கிட்டு ஜாலியா களை யெடுக்க அலுப்பு தெரியாமலிருப்பதற்காக அசிங்கமா பேசுவாங்க சின்னப் பையனா இருந்ததனால கண்டுக்கிறல போலிருக்கு அதை இப்ப நினைச்சாலும் சிரிப்பாத்தான் இருக்கு

விட்ட கட்டி நாடார் வூட்டுல எங்க வள்ளி அக்காகூட சேர்ந்து கடலை உடைக்க போனேன் ஒரு நாளைக்கு இருபத்தைஞ்சு பைசா ரொம்ப வேகமா ஒடைப்பாக ரெண்டு கையிலயும் வாயில கல்லையைப் போட்டு ஒடைப்பாக நான் ஒவ்வொரு கல்லையா யெடுத்து ஒடைப்பேன் சில சமயத்துல முதலாளிக்கு தெரியாம கல்லையை சாப்பிடுவேன் கல்லைய ரெண்டு கீறாம ஒடைக்கனும் அந்த கல்லைகளை விதைப்புக்கு போறதானதால கீறாம ஒடைக்கனும் சில சமயத்துல ரெண்டா கீறினா கல்லைய பார்த்து முதலாளிக வஞ்சாக

அப்ப எங்க வூட்ல டிவி ரேடியோன்னா என்னான்னு தெரியாது அந்த அளவுக்கு வசதியும் கிடையாது நான் சின்னப்பிள்ளையா இருக்கும்போது மண்ணெண்ணை விளக்குதான் அப்புறம் நாலாவது, அஞ்சாவது படிக்கும் போது தான் குடிசைக்கு லைட்டு வந்துச்சு அப்ப வெள்ளிக்கிழமை ஆறு மணிக்கு தூர்தர்சன் சேனல் ஒளியும் ஒலியும் போடுவாக அதைப் பார்க்க எங்க தெருப் பிள்ளைகளோடு சேர்ந்து விட்டகட்டி நாடார் வூட்டுக்கு போவோம் எங்க பிள்ளைகள வூட்டுக்குள்ள விடமாட்டாக வூட்டுக் கம்பி கேட்டுக்கு முன்னாடி நின்னுக்கிட்டு பார்ப்போம் அப்ப ஒளியும் ஒலியும் போடுறதுக்கு முன்னாடி எதிரொலி புரோகிராம் போடுவாங்க நல்ல பல விசயங்களை சொல்லுவாங்க.

இந்த நாடார் வூட்டுக்காரம்மா சில நாள்ல தோட்டத்துல விளைச்ச தக்காளிப்பழத்தை எங்கத் தெரு, பள்ளர் தெருவுல வித்துட்டு வரணும் இல்லைண்ணா டிவி பாக்க விடமாட்டாக.

எங்க வூட்டுல சாப்பாட்டுக்கு ரெம்ப கஷ்டமாயிருந்தது சில நாள்ல மதிய சாப்பாடு இல்லாம முதியோர் சாப்பாடு போடுவாக எங்க பாட்டிக்கு போடுற சாப்பாடை வாங்கி வீட்ல இருக்கிற மசால் பொடியைப் போட்டு சாப்பிட்டுப் பசியைத் தீர்த்துக்குவேன்.

நான் அஞ்சாவது படிக்கும்போது நடராஜ் வாத்தியாரு இருந்தாரு அவரு நாயக்கரு பக்கத்து நாயக்கரு வூட்லயிருந்து தண்ணி வாங்கி குடிப்பாரு அவரு மதிய சாப்பாடு டிபன் பாக்ஸ்ல தயிர் சாதம் கொண்டு வருவாரு நான் ஒரு சில நாள்ல அவரு சாப்பிடும்போது ரூம்குள்ள போவேன் அப்ப அந்த தயிர் சாதம் கமகமன்னு இருக்கும் மேச்சாதி ஆளுக சாப்பிடும் போது இவ்வளவு வசதியா இருக்கும்ன்னு அப்பத் தான் தெரிஞ்சுக்கிட்டேன் ஒரு சில நாள்ல அஞ்சாப்பு வாத்தியாரு சேடப்பட்டிக்கு பணம் எடுக்கும் சம்மந்தமா போயிருவாரு அப்ப அந்த மதிய சாப்பாடு யாருக்கு வேணும்ன்னு நாலாப்பு வாத்தியாரு கேப்பாரு அப்ப எனக்கு அந்த கமகமன்னு வாசனை நினைவுக்கு வரும் எங்க வூட்ல இந்த மாதிரி சாப்பாடெல்லாம் கிடையாது அதனால நான் கையத் தூக்குவேன் அப்ப நாலாப்பு வாத்தியாரு உங்க வீட்ல பாத்திர எடுத்து வா ன்னு சொல்லுவாரு நான் வேகமா ஓடிப்போய் வூட்லபோயி கும்பாவை எடுத்துட்டு வந்து அந்த தயிர் சாப்பாட்டை வாங்கிட்டுப் போவேன் இப்படி சில நாள்ல அஞ்சாப்பு வாத்தியாரு வராம இருக்கனும்ன்னு நினைப்பேன் நாக்குக்கு ருசியா சாப்பிடலாம்னு இப்படி பல நாளுல வாங்கி சாப்பிடதுனால என்னைய கிளாஸ்ல தயிர் சோறுன்னு கூப்பிடுவாங்க

மூத்த அண்ணன் பாண்டியும் தெருவு பசங்களோடு சேர்ந்து மேகே மலைக்கு வெறகுக்கு போவோம் இப்படித் தான் ஒரு நாள் காலையில வெள்ளன விடிஞ்சும் விடியறதுக்கு முன்னாடி எங்க அம்மா வெறகு பெறக்க போகச் சொன்னாக நான் நல்லா தூங்கிட்டு இருந்தேன் என்னை தட்டி அடிச்சு உசுப்புனாக தூக்குச் சட்டியில கூழ ஊத்திக்கிட்டு மலைக்குப் போனோம் குண்டு குழியுமா, புதருமா இருந்திச்சு அந்த புதருல ஆளுக்கொரு பக்கமாப் பிரிஞ்சு காய்ஞ்ச வெறகுகள பெறக்கினோம்

கருப்பசாமி கோயில் பக்கத்துல ஊத்து த்தண்ணியில தண்ணிய மோந்து கூழக் கரச்சிக்கிட்டு சாப்பிட்டோம் ஊத்துத் தண்ணி ரெம்ப தித்திப்பா இருந்துச்சு நேரம் ஆக ஆக வேகமா விறகைக் கட்டிக்கிட்டு மலையை விட்டு வூட்டுக்கு வந்து சேர்ந்தோம்.

மேச்சாதிக்காரங்க தோட்டத்துல நெல் அறுவடை முடிஞ்ச நேரத்துல ஒன்னு ரெண்டு நெல் கதிறு கிடக்கும் அத எங்க தெருவு பசங்களோட சேந்து பெறிக்கிக் கொண்டு வீட்டுக்கு வந்து கசக்கி எங்க பாட்டிக்கிட்ட கொடுத்து பெடைக்கச் சொல்லி நெல்லைப் போயி கடையில போட்டு பொரிகடலை, சேவு வாங்கி சாப்பிடுவேன் ஒரு சில நாள்ல சுப்பிரமணி சித்தப்பா கூட மம்பட்டி எடுத்துக்கிட்டு எலி பொந்துகளை வெட்டி எலி சுட்டுச் சாப்பிடுவோம்.

அழிஞ்ச பருத்திக் காட்டுல பருத்தி பொறுக்குவோம் எடுத்து வந்த பருத்தியில நாடாரு கடையில எடைக்கு எடை சேவு கொடுப்பாக.

வேப்பங்கொட்டை பெறக்கப் போவோம் வேப்ப மரம் எங்கல்லாம் கண்ணுக்குத் தெரியுதோ அங்கெல்லாம் போயி காய்களைத் தனியாவும் பழங்கள தனியாவும் பெறக்குவோம் காய்களை பெறக்கி வூட்டுக்கு கொண்டாந்து வூட்டுக்கு முன்னாடி குழி தோண்டி சாம்பலைப் போட்டு பழுக்க வச்சு பெறகு அதை கடையில போட்டு மிச்சர் வாங்கி சாப்பிடுவோம் விட்டகட்டி நாடார் தோட்டத்துல அப்பெல்லாம் சீனிக்கிழங்கு போடுவாக சீனிக்கிழங்கு முடிச்ச நேரத்தில செல கிழங்கு மண்ணுக்குள்ளே இருக்கும் அது மழையில லேச முளைச்சிருக்கும் அத கம்பெடுத்துத் தோண்டி கெழங்குகளை எடுத்து வூட்ல வந்து கழுவி அவிச்சு சாப்பிடுவோம்.

எங்க வூருல நாடாருக தான் பலசரக்கு கடை வச்சிருக்காக இந்த கடைக்காரக உசிலம்பட்டி, எழுமலையிலிருந்து கடைச்சரக்கு வாங்கிட்டு உலைப்பட்டியில் வந்து இறங்குவாக மதிய வெயிலு சுர்ருங்கும் வூருக்கும் உலைப்பட்டிக்கும் அரை கிலோமீட்டர் இருக்கும் பஸ் வர்ற கணக்கப் பாத்து நானும், சென்றாயனும் பஸ்டாப் போயி கடைச்சரக்கை சொமந்து கடையில வச்சா

இருபத்தைந்து பைசா கொடுப்பாக அது மட்டுமில்லாம அழுகின வாழைப்பழமும் கொடுப்பாக.

எங்க வூடு மொட்ட மச்சி வூடு தான் (மொட்டைமச்சி வீடுன்னா நாலுபக்கமும் சுவர் எழுப்பி அதுல விட்டம் வச்சு அதுக்கு மேல விராலிக் கொளைகளைப் போட்டு சுண்ணாம்பு மண்ணையும் கறம்ப மண்ணையும் சேர்த்து அந்தக் கொளைகளுக்கு மேல அப்பி வச்சிருவாங்க இதைத் தான் மொட்டைமெச்சி வீடுன்னு சொல்வாக) எங்க வூட்ல எல்லாம் ஒண்ணுமண்ணாத்தான் படுத்திருப்போம் இப்படித்தான் ஒரு நாள் சரியான மழை சாயங்காலம் பிடிச்ச மழை காலையில விடிய வரைக்கும் விடல அப்படி மழை அப்ப மழைக் காலத்துல குடிசை லைட்டும் கட்டாயிருச்சு தாங்க முடியாம நான் இருந்தப்ப எங்கம்மா கோணிச் சாக்கைப் போத்திவுட்டாக எங்க வூட்டு கதவடைக்கிற எடத்துல கதவப் பூட்ட திறக்க பள்ளமா இருக்கும் தெருவுல போன மழைத்தண்ணி எங்க வூட்டு தலைவாசல நிரப்பிடுச்சு எங்க அம்மா அந்த தண்ணியை மோந்து மோந்து வெளியே ஊத்துச்சு மொட்டை மச்சியிலருந்து ஒழுகிற எடத்துல எங்க அப்பா தட்டெடுத்து வச்சாரு மழை நிக்கிறது மாதிரி தெரியல மொட்டை மச்சியிலிருந்து தண்ணி ஒழுகிறதும் நிக்கல நாங்க நிம்மதியா தூங்க முடியல அப்ப எங்க அப்பா தலையில கோணி சாக்கைப் போட்டுக்கிட்டு மொட்டை மெச்சியில போயி அந்த ஓட்டையை மிதிச்சு அடைச்சாரு அதுக்கப்புறமா ஓரளவுக்கு ஒழுகிற தண்ணி நின்டுச்சு.

எங்க தெருவு கிழக்கு பக்கமா இருக்கிறதால வூட்ல இருக்கிற எல்லாத் தெருவுத் தண்ணியும் எங்க தெருவுக்குள்ள தான் வூரணி மாதிரி தேங்கிக் கிடக்கும் செகதி கிகதியுமா கொசுக்கடியில தான் தூங்குவோம்.

மழை இல்லாத காலத்துல தண்ணிக்கு ரெம்ப பஞ்சமா இருந்துச்சு நாடார் ஸ்கூல் ஒட்டி தான் அந்த அடிகுழாய் இருக்குது அதுல எங்க பெரியம்மா தண்ணிய எடுக்க போயிருக்காக அந்த குழாயில நாயக்கமாரு பொம்பளைக தண்ணி பிடிப்பாக அப்ப அந்த நேரத்தில எங்க சின்னத்தாயி பெரியம்மாவை பார்த்து - மாதிய குக்னாக எவ்வளவு திமிரு உண்டித்த இந்து ஒச்ச

நீலுபெட்டு -ன்னு நாயக்கமாரு பொம்பளைக கேட்டாக அப்ப எங்க பெரியம்மா - ஏ சாமி எழவு செப்பே தாணிகி தேரு கட்ட தானிகி செப்வாறு குட்டி தானிக மாமு காவல இத்தனை பணி மாமு சூடவாலா ஆனா நீலு பெட்டக் கூட்டமாது செப்பறே இது நியாயமா மாமு எந்து போத்துமு - ன்னு கேட்டுச்சு அப்ப ஸ்கூல்ல ஒண்ணுக்கு விட்டிருந்தாங்க அங்க நாயக்கமாரு பொம்பளைக எங்க பெரியம்மாவை வாய்க்கு வந்தபடி பேசினாக எனக்கு ரெம்ப வருத்தமா போச்சு மணியடிக்கவுமே நான் ஸ்கூலுக்கு போயிட்டேன் எங்க பெரியம்மா வெறும் குடத்தை எடுத்துக்கிட்டு வூட்டுக்கு போயிட்டாக.

ஒரு நாள் எங்க மூத்த அக்கா சுந்தரம்மாவும், இளைய அக்கா வள்ளியும் ரெண்டாவது அண்ணன் பிலாவடியும் நானும் சேர்ந்து குடத்தைக் கொண்டுக்கிட்டு நல்ல தெண்ணி எடுக்க போனோம் எங்க வூட்லயிருந்து அரை கிலோமீட்டர் தூரமா வூருக்கு தெக்கு பக்கமாத்தான் நாயக்கரு, தேவருமாரு தோட்டம் இருக்கு அங்கதான் நல்ல தண்ணி இருக்கும் மத்த கெணத்துல சவரு தண்ணி வாயில வக்க முடியாது மேச்சாதி ஆளுக தோட்டத்துல கெணத்துப் பக்கம் போகக் கூடாது அதனால அந்த நாயக்கரு தண்ணிய எரைச்சு ஊத்துவாரு அப்பத் தான் பிடிக்கணும் தோட்டத்துக்காரரு வரலையன்னா காத்துக்கிட்டே இருக்கணும் அதனால நாடாரு, தேவமாரு பொம்பளைக போனா அவுக எங்க குடத்துல தண்ணிய ஊத்துவாக நாங்க தண்ணிய எடுத்துக்கிட்டு வீட்டுக்கு வந்தோம் எங்க தெரு ஆளுக நாயக்கரு தோட்டத்துல தண்ணி எடுப்பாக இதை அறிஞ்ச அந்த தோட்டத்துக்காரரு சாரப்பாம்பை அடிச்சு கெணத்துல போட்டாரு அப்புறம் நாங்க வெறும் குடத்தைத் தூக்கிட்டு வேறு கெணத்துக்குப் போனோம் அங்கயும் மத்த சாதி பொம்பளைக தண்ணி பிடிக்க வரல அதனால வெறும் குடத்தை தூக்கிக்கிட்டு எங்க தெருவுக்கு வந்து தெருக் கெணத்துல உப்புத் தண்ணிய குடிச்சோம்.

நானும் எங்க அப்பாவும் நாயக்கமாரு மோட்டார் தோட்டத்துல குளிக்கப் போனோம் பம்பு செட்டுல தண்ணி விழுறே எடத்துல தலைய கொடுத்து குளிக்கக்கூடாது தண்ணி தெறிச்சு கெணத்துக்குள்ள விழுந்திருமாம் மத்த சாதி கெணத்திலேயும்

இதே மாதிரி தான் அதனால எங்க அப்பாவையும் என்னையையும் வாய்க்கா தண்ணியில குளிக்கச் சொன்னாரு நாயக்கரு வேறு வழியில்லாம வாய்க்கா தண்ணியில குளிச்சிட்டு வந்தோம்.

எங்க வூருல இந்து நாடார் உறவின்முறைக்குப் பாத்தியப்பட்ட ஸ்கூல் தான் நான் அஞ்சு வரைக்கும் படிச்சேன் அங்க மூணாப்பு படிக்கும்போது நான் சரியா ஸ்கூலுக்கு வரமாட்டேன் என்னுடைய கால்ல எலும்பு நோய் வந்து பெரிய புண்ணாகிப் போச்சு எங்க அம்மா தான் என்னைய தூக்கி வச்சிக்கிட்டு இருப்பாக அந்த வகுப்புல சின்ன சின்ன சேர் போட்டிருப்பாக மூனாப்பிலயிருந்து சேர்ல உட்கார்ந்து படிக்கிறது ஸ்டாட் ஆகுது அதனால ஒண்ணாவது ரெண்டாவது படிக்கும்போது நம்மளும் இந்த சேர்ல உட்கார்ந்து படிக்கணும் படிக்கும்போது நம்மளும் இந்த சேர்ல உட்கார்ந்து படிக்கணும்ன்னு எண்ணம் வந்துக்கிட்டே இருந்தது இந்த கிளாஸ்ல நாயக்கரு தேவரு பய்யங்கள வாத்தியாருக்கு முன்னாடி ஒட்கார வச்சிருவாரு.

ஆடி மாசத்துல எங்க ஏரியாப் பக்கம் ரெம்ப பரபரப்பா இருக்கும் ஆடி அமாவாசை சுந்தர மகாலிங்க கோயில் திருவிழா வர்றதுனால எழுமல, எம்.கல்லுப்பட்டி, டி.கிருஷ்ணாபுரம், வண்டப்புலி, சாப்டூர், பேரையூர் இந்த வூர்களிலிருந்து கோயிலுக்கு போறவுக வாழைத்தோப்பு வழியாப் போய் மலை ஏறனும் மலைக்கு வடக்கு பக்கமா இருக்கிற வூருக்கு வாழைத்தோப்பு வழியாத்தான் போகணும்.

பேரையூர் தெக்கிட்டு கீழப்பட்டி, மேலப்பட்டி, லெட்சுமி புரம், வளையங்குளம், சுரைக்காப்பட்டி, கோட்டூர், மகாராஜபுரம், தம்பிபட்டி, வத்ராப்பு, அழகாபுரி, டி.கல்லுப்பட்டி, திருமங் கலம், மதுரை, கிருஷ்ணன் கோயில், ராஜபாளையம், சங்கரன் கோயில், தென்காசி போன்ற வூர்களிலிருந்து லாரி, பஸ், வேன்ல வருவாக பக்கத்து வூருக்காரவுக மாட்டுவண்டியில வத்ராப் வந்து தாணிப்பாறையில வண்டிகளப் போட்டு மலை ஏறுவாக தாணிப்பாறை மலை வழியா ஒரு கிலோ மீட்டர் கிழடுகட்டைக, குழந்தைக, பெண்டு பிள்ளைக சௌரியமா மேல மலைக்கு போயிட்டு வரலாம் ஆனா மலைக்கு வடக்க இருக்கிற எழுமலை, உசிலம்பட்டி, தேனி, ஆண்டிப்பட்டி,

பெரியகுளம், சோழவந்தான், வாடிப்பட்டி, திண்டுக்கல் இந்த ஊரிலிருந்து வர்ற ஆளுக எங்க ஊர் வழியா வாழைத்தோப்பில வண்டிய நிப்பாட்டி மேல மலைக்கு போவாக இந்த பாதை ரெம்ப கஷ்டமா இருக்கும் இந்த பாதை வழியா போனா விட்டத்தள்ளி பாறைன்னு ஒரு எடம் இருக்கு இது ரெம்ப மோசமான இடமாம் நட்டுக்குத்தல பாறைன்னு ஒன்னு இருக்கு அதுல ஆளுக உட்கார்ந்து போவாக அப்புறம் அதத் தாண்டி குளிராட்டி பாறைன்னு ஒரு எடம் இருக்கு இந்த பாறையில எந்த நேரத்திலயும் குளிரடிச்சுக்கிட்டு இருக்குமாம் இங்க குளிச்சிட்டு கோயிலுக்குப் போவாக பாதை ரெம்ப கஷ்டமா இருக்கும் நாலு கிலோ மீட்டர் தான் இருக்கும் அந்த மலையில காசியிலிருந்து செல முனிவர்க குடிசை போட்டு தங்கியிருக்காங்களாம் இந்த மலையில தான் சிவன் லிங்கம் பூமியிலிருந்து மொளைச்சு வந்துச்சாம் அந்த கோயில்ல லிங்கம் ஒரு பக்கம் சாய்ஞ்சுக்கிட்டு இருக்கு பதினெட்டு சித்தர்களும் இங்கு வாழ்ந்த எடமாம் அதனால தான் பல எடங்களிலிருந்து காசியிலிருந்து முனிவர்க வந்து தவம் பண்ணிட்டு போவாங்களாம்.

இந்த ஆடி அமாவாசைக்கு எங்க வூட்லயிருந்து நானும், அண்ணே மகாலிங்கம், பிலாவடி, பாண்டி, மூத்த மதினி வேலம்மாள், ரெண்டாவது மதினி பாண்டிச் செல்வி, மூணாவது மதினி மினி, சித்தப்பா சொடக்கு பரமன், அப்புறம் அண்ணன் பிள்ளைக செல்வி, முருகன், ஜெயந்தி, பிலாவடி அண்ணே பிள்ளைக முவீனா, புவனா, விக்னேஷ், பக்கத்து வீட்டுக்காரக எங்க தெரு ஆளுக டிராக்டர்ல கோயிலுக்கு கெடாவெட்டி சாப்பிடறதுக்கு போனோம் அன்னைக்கு எல்லாத் தோட்டங்களிலும் கெடாவெட்டி சாப்பிடுவாக சுந்தர மகாலிங்கத்தை நினைச்சு வூருக்கு பக்கத்து தோட்டத்துல கெடாவெட்டி சாப்பிடுவாக அன்னைக்கு அந்த ஏரியாவுல எல்லாத் தோட்டத்துலயும் கூட்டங்கூட்டமா ஆணும் பெண்ணுமா இருப்பாக தண்ணி வசதி இருக்கிற தோட்டத்தை பார்த்து சமையல் வேல செய்வாக.

எங்க வூட்லயிருந்து டிராக்டர்ல மாந்தோப்புல போயி கெடாவெட்டப் போனோம் அப்போ சமையலுக்கு எம்.

கல்லுப்பட்டி நாடாரைக் கூப்பிட்டு போனோம் நல்ல சமையல்காரரு எடத்தை தேர்ந்தெடுத்து டிராக்டர்லயிருந்து சமையல் பாத்திரத்தை எடுத்து வச்சுட்டு சமையல் வேலைய தொடங்குனாரு சமையல்காரரு பொம்பளைக பக்கத்துல மோட்டார் தோட்டத்துல குடங்கள்ல தண்ணி எடுத்து டிரம்ல ஊத்துனாக டிராக்டர், வேன், லாரி, பஸ், கட்டவண்டி இப்படி ஏகப்பட்ட வண்டிக ஜனக்காடுக மாந்தோப்புல வந்து குமிஞ்சாக நாங்க கொண்டு போன கெடாவை வெட்டுறதுக்கு கயிறை அறுத்து மஞ்ச தண்ணிய ஊத்துனாரு சித்தப்பா அது ஒரு ஓடையை நோக்கி ஓடிச்சி அத அந்த வெயில்ல வெரட்டி புடிச்சுக் கொண்டுவர முக்காமணி நேரம் லேட் ஆயிடுச்சு வயசுல பெரியவுக - அந்த மகாலிங்க தேவுரு மாமு ஏதாவது தப்பு சேசிண்டித்த மன்னிச்சிய கடவுளே - ன்னு சாமி கும்பிட்டாக வெயிலுக்கு காரசாரமா கறிக்கொழம்பு வச்சிருந்தாரு சமையல்காரரு பந்தியில ஒக்காந்து சாப்பிட்டோம் அப்ப ஆடி மாசம் காத்து விர்விர்னுன்னு அடிச்சிச்சு சாப்பாடே சாப்பிட முடியல ரெம்ப நேரம் பசி வெறும் தூசி, மணல் சாப்பாட்டுல விழுகுது அதையும் பொருட்படுத்தாம சாப்பிட்டோம் கோயிலுக்கு வந்தவுகளும் வந்து சாப்பிட்டாக எல்லாம் சாப்பிட்டு முடிச்சதுக்கு அப்புறம் எல்லாத்தையும் கழுவி வண்டியில ஏத்திக்கிட்டு புறப்படும் போது சூரியன் மேற்கே அந்த மலையிடுக்கில லேசா மறைஞ்சிச்சு.

ஏழாவது படிச்சிக்கிட்டு இருக்கும்போதே அப்பாக்கிட்ட ஆறு மாசமா ஆட்டம், பாட்டுன்னு கத்துக்கிட்டோம் அரங்கேற்றம் பண்ணனும்ன்னு அப்பா சொன்னாரு அதுக்கு நல்ல நாளா வேணும்ன்னு தாத்தா இராமநாதன் சொன்னாரு அப்ப குப்பாயி இறந்து கருமாதி வைச்சாக 1993-ல அன்னைக்கு நைட்டு எங்க வூட்ல முதமுதல்ல வேசம் போட்டு அரங்கேற்றம் பண்றோம் எனக்கு அப்பா பொம்பள வேசம் போட்டு விடுறாரு.

பல வருசமா வேலையில்லாமக் கெடந்தோம் அப்ப நெல் அறுக்கிற சீசன்ல வக்க சுமக்க போவோம் களத்து மேட்டுல கதிரடிச்சு வக்கில தூக்கிக்கிட்டு படப்பு போடுற எடத்துக்கு தூக்கிட்டு வரணும் இந்த வேலைக்கு முப்பது நாப்பதுன்னு சம்பளம் கொடுப்பாக இப்படித்தான் எங்க வூருல இருக்கிற

கம்மாயிக்குக் கீழே தேவரு தோட்டத்துக்கு வக்க சொமக்க போனேன் காலையில வேலை செய்யுறதுக்கு நல்லா இருந்தது நைட்டே டிராக்டரை விட்டு கதிர் அடிச்சிருவாக காலையில அஞ்சு மணிக்கு எந்திரிச்சு தோட்டத்துக்கு போக மணி ஆறு ஆகியிடும் அந்த வக்கல எடுக்கணும் அதிலிருந்து சூடா வெக்கை அடிச்ச மாதிரி இருந்துச்சு காலை பத்து மணி வரைக்கும் வேலை பார்க்குறதுக்கு நல்லா இருந்தது தோட்டத்துக்காரர் ரெம்ப சாதி வித்தியாசம் பார்ப்பாரு தொட்டியில தண்ணீர் குடிக்க விட மாட்டாரு கப்பில தண்ணிய மோந்து கையில ஊத்துவாரு நான் குனிஞ்சு கையை நீட்டித்தான் குடிச்சேன் செல தோட்டத்துல மோட்டாரை எடுத்துவிட்டு வாய்க்காத் தண்ணியில தண்ணிய குடிக்க விடுவாக ஆடு மாடுகளை மாதிரி எங்களையெல்லாம் வச்சிருப்பாக வக்க கெட்டை தூக்கிட்டு வந்த படப்பை போடுவோம் அதுல ஏறி தவ்வி விளையாண்டு வருவேன்.

வெயில் ஏற ஏற உடம்பெல்லாம் அரிக்க ஆரம்பிச்சு சாயங்காலம் ஏழு மணிக்கு வேலை முடிஞ்சு நால மரக்கா நெல் வாங்கிட்டு வந்தோம் அரங்கேற்றம் பண்ணியதிலிருந்து வூட்ல சும்மா தான் இருந்தோம் அப்புறம் உள்ளூர் எழவு, பக்கத்து ஊர் எழவுக்குத் தான் கூப்பிடுவாக கொஞ்சம் கொஞ்சமா விளம்பரம் ஆச்சு மூனு நாலு வருசம் கழிச்சு பக்கத்து ஊர்கள்ல பொங்கலுக்கு கூப்பிட்டாக வருசா வருசம் புது ஆட்ட டிரஸ்களை வாங்கி புது படப் பாடல்களைப் பாடுவோம் எங்களை பார்த்துட்டு அட்வான்ஸ் போடுறவுக இந்த பச்ச மண்ணுகளா ஆடப் போகுது ஆட்டமே வேணாம்னு சொல்லி பொறப்பட்டுறுவாக அதனால எங்கப்பா எங்கள மறஞ்சுக்கங்கன்னு சொல்வாரு அப்ப எனக்கு வேட்டி கூட கட்டத் தெரியாது அண்ணன் தான் கட்டி விடுவாக தலையில முடியை மறைக்க கொண்டைய போட்டு வெள்ளைத் துண்டை நாலு மூணு மடக்கி, நீள வாக்கில் கொண்டய மறச்சுக் கட்டுவோம் இதையெல்லாம் அண்ணன் தான் கட்டி விடுவாரு.

வூட்ல வேலையில்லாத போது எங்க வூட்டுக்கு பின்னாடி பானை, சட்டி செய்யுற செட்டியார் இருக்காக சுப்புராஜ் செட்டியார், காளிராஜ் செட்டியார் சட்டி, பானை செய்யுவாக சக்கரத்தை சுத்தி விட்டு அதுக்கு மேல மண்ணைப்போட்டு

சுத்துற மண்ணுல கையை வச்சி பானைக செய்யுவாக செட்டியார் வூட்டுக்கு முன்னாடி அடுப்பு உண்டியல், பானை, வெயிலுக்கு காய வச்சிருப்பாக சக்கரம் இல்லாம உண்டியல் செய்ய சுப்புராஜ் செட்டியார் சொல்லிக் கொடுத்தாரு குழப்பி வச்ச கறம்ப மண்ணை கையில கொழக்கட்டைக்கு பிடிக்கிற மாதிரி பிடிச்சு நீளமாக வச்சிக்கிட்டு கீழ குருமணலைப் போட்டு அதுக்கு மேல கையில வச்ச மண்ணை வட்டமா வச்சி அமுக்கினா மேல வரும் இது மாதிரி எவ்வளவு பெரிய உண்டியல் வேணுமோ அதுக்குத் தக்கன மண்ணை மேல அமுக்கணும் மேல ஓட்டை இல்லாம மூடிறனும் கால்ரூபா துட்டை வச்சு காச போடுறதுக்கு ஓட்டை போடனும்ன்னு சொன்னாரு இத நான் ஆர்வமா பாத்துட்டு கம்மாயில போயி கறம்ப மண்ண குரு மணல அள்ளி வூட்டுக்கு வந்து அத பதப்படுத்தி நெல் கருக்கையைப் போட்டு நைட்டுல ஊற வச்சிட்டு காலையில அடுப்பு, உண்டியல் செஞ்சேன் எங்க தெருவுல - ஒரே ஏ சென்று மெம்ம செட்டியாருக கனி வேச அவுகள மாதிரியே செய்யுறே- ன்னு சொன்னாக செட்டியார் வூட்டுக்கு முன்னாடி இருந்த மாதிரியே எங்க வூட்டுக்கு முன்னாடி அடுப்பு, உண்டியல் வெயிலுக்கு காய்ஞ்சது அப்ப எங்க சித்தப்பா சுப்பிரமணி எங்க தெருவுக்கு கெழக்கே கருப்பாயி ஆத்தா தோட்டத்தை பாத்துட்டு வந்தாரு இந்த உண்டியல், அடுப்பு நல்லா காய்ஞ்சதுக்கு அப்புறம் காட்டு பக்கமா போயி செம்மண்ணை எடுத்துட்டு வந்து தண்ணியில ஊற வச்சு பழைய துணிய வச்சு ரெண்டு நாளுக்கு அப்புறமா அத சூளை ஏத்துறக்கு முள்ளுகள சேகரிச்சு, கொஞ்சமா குழிவெட்டி அதுக்குள்ள இந்த முள்ளுகளப் போட்டு செஞ்சு வச்சு உண்டியல், அடுப்புகள மேல வச்சு கம்ப பொட்டுகள மேல போட்டு மண்ணை கொழச்சு பூசி தீ வச்சேன் அன்னைக்கு எட்டு மணிக்கு லேசா சாரல் பேய ஆரம்பிச்சுச்சு நான் சாமியக் கும்பிட்டேன் இன்னைக்கு மழ வரக்கூடாதுன்னு நல்ல வேளை மழ வரல கொஞ்ச நேரம் கழிச்சு சித்தப்பாவும் நானும் அந்த சூளய பாத்தோம் வெறும் கங்கா இருந்துச்சு நைட்டெல்லாம் தூக்கமே வரல அதயே நினைச்சுக்கிட்டே இருந்தேன் காலையில வெள்ளன போயி பார்த்தேன் நல்லா வெந்து ஒரு பக்கம் கருப்பு அடிச்சு இருந்துச்சு அத ஒவ்வொண்ணா தூக்கி வெளியே வச்சு சூடு ஆறதுக்கு

அப்புறம் வீட்டுக்குக் கொண்டு வந்து பயன்படுத்திக்கிட்டோம் இந்த ஆர்வம் நான் ஆறாவது படிக்கும்போது எம்.கல்லுப்பட்டி ஸ்கூலுக்கு போகும் போது உலைப்பட்டிக்கு தெக்கெ செங்கல் சூளை வச்சிருக்காக அவரு மண்பானை, அடுப்பு, குலுதாடி செஞ்சு சூள போடுவாரு அத பாத்துட்டு ஸ்கூலுக்கு போகவே மாட்டேன் அரைமணி நேரம் கழிச்சு தான் போவேன்.

எங்க வூர்ல தேவமாரு ஆளுக நெறைய இருக்காக அதுல ஒரு தேவரு மாடுக நெறைய வளக்குறாரு அவுக சொந்தக்காரு செத்ததுக்கு நாங்க ஆட்டத்துக்கு போகல அதுக்கு அந்த தேவரு அருவாளை வச்சுக்கிட்டு வந்து எங்கள வட்ட வந்தாரு ஏண்டா சக்கிலிய கூதிக நாரு நாரா கிழிச்சிடுவேன்டான்னு கோபத்துல அருவாளை செவத்துல வெட்டுனாரு எங்களை எங்க தெருப் பெரியாளுக - வாடு கொயிலு வாடு வானிக மனிசி சப்போட்டு உண்டேரு மிஸ்கான உண்டண்ட - ன்னு எங்கள பெரியாளுக வூட்டுக்குள்ள வச்சு பூட்டிட்டாக அந்த தேவரு அசிங்கமாக பேசினான் எங்க தெரு பெரியாளுக அந்த தேவருகிட்ட சொல்லி காலுல விழுகாத குத்தத்துக்கு அவரை அனுப்பி வச்சாக நாங்க ஆட்டத்துக்கு வர முடியலன்னு சொன்னது தப்பா.

ரெண்டாயிரத்து ஏழு, எட்டு, ஒன்பதுல எங்க செட்டோட சென்னை சங்கமத்துல நிகழ்ச்சிக்கு கலந்துகிட்டோம் நானும், அண்ணே மகாலிங்கம், அண்ணே பிலாவடி, அண்ணே பாண்டி, சித்தப்பா பாக்கியராஜ், சித்தப்பா ஆறுமுகம், தவில்காரர் சித்தப்பா பெத்தனன் (கொறவ வேசம்) மாமா ராமர் ஒன்பது பேரு மதுரையிலிருந்து ரெயில்வே ஜங்ஷனுக்கு வந்தோம் மதுரயில ஏகப்பட்ட கலைஞர்க சென்னை சங்கமத்துக்கு வர இருந்தாக நைட்டு ஒன்பதரை வைகை எக்ஸ்பிரஸ்ல ஏறினோம் செல பேரு ஒக்கார எடம் இல்லாம பாத்ரூம் பக்கத்துல துண்டு விரிச்சுப் படுத்திருந்தாக பக்கத்துல கொண்டு வந்த இசைக்கருவிகளை வச்சிருந்தாக.

நானும் நண்பரும் எத்தனை கலைஞர்கள் வந்திருக்காகன்னு கணக்கெடுத்தோம் அன்னைக்கு நைட்டு தூங்கவே இல்லை ஒவ்வொரு பெட்டியில போயி கலைஞர்கள கணக்கெடுத்தோம் அதுல முக்காவாசி கலைஞர்கள் ஒட்கார எடம் கெடைக்காம கீழ

படுத்திருந்தாக கொம்பு ஊதுற கலைஞரை சந்திச்சு என்னஙய்யா உங்களுக்கு எடம் கெடைக்கலையான்னு கேட்டேன் அதுக்கு தம்பி இது என்னப்பா ரெம்ப கொடுமையா இருக்கு எழவு வூட்ல போயி வாசிச்சாலும் மரியாதையா வாசிட்டு வரலாம் போலிருக்கு இந்த கூட்டத்துல ஒட்கார எடம் கெடைக்காம இருக்குதேன்னு சொல்லி புலம்புனாரு கர்நாடகம் பாடுறவங்க இப்படி பாத்ரூம்ல ஒட்காந்து போவாகளா ஏன் நம்பள மட்டும் இப்படி ஆடு மாடு மாதிரி கூப்பிட்டு போறாக அவுகளுக்கு பிளேன் டிக்கெட் ஏசி காரு நமக்கு இந்த பாத்ரூம் ஏன் நாட்டுப்புற கலைஞர்கள்னா அவ்வளவு எளக்காரமா போச்சான்னு சொல்லி புலம்புனாரு காலையில எக்மோர் போயி சேந்தோம் அங்கிருந்து எம் எல் ஏ ஹாஸ்டலுக்கு போக பஸ்சை அனுப்பியிருந்தாக அங்க அடிச்சு புடிச்சு ஏறினோம் செல கலைஞர்கள கொண்டு வந்த பொருளை கொண்டு வர செரமப்பட்டு அடுத்த பஸ்சுக்கு வந்தாக எப்படியோ ஹாஸ்டலுக்கு வந்து சேர்ந்தோம் இங்க ரூம் சாவி வாங்குறதில ரெண்டு மணி நேரம் ஆகிப் போச்சு ஆள் பாத்து சாதி பாத்து ரூம் கொடுக்கறாக சாப்பாடு போடுறாக மொத நாள் வேலையில்லாததக்கு சம்பளம் கெடையாதாம் நாங்க தங்கியிருக்கிற ரூம்ல தண்ணி வரல கேட்டா அதல்லாம் நீங்க தான் சமாளிக்கணும்ன்னு சொல்லி அனுப்புனாங்க.

மொத நாள் நிகழ்ச்சிக்கு காலையில ஏழு மணிக்கு மேக்கப் போட்டு எட்டு எட்டரைக்கு சாப்பிட்டு எந்த ஏரியாவுகு போகணுமோ அந்த பஸ் நம்பரைக் கொடுத்தாங்க அதுல ஏறி ஒக்காந்தோம் ரெண்டாயிரத்து ஒன்பது சனவரி மாசம் பதினொன்னாம் தேதில வடபழனி பஸ்டாண்டுல ராஜா ராணி வில்லுப்பாட்டு, நையாண்டி மேளம், பறையாட்டம், கிழவன், கிழவியாட்டம், மாட்டாட்டம், ஒயிலாட்டம், கொம்பிசை, பாஸ்கரா நடனம் இப்படி நெறைய ஆட்டம் நடத்தினோம் அன்னைக்கு சாயங்காலம் ஆறு மணிக்கு அண்ணாநகர் பார்க்கில் ஆடினோம் ஏழு மணியிலிருந்து ஒன்பது மணி வரைக்கும் கர்நாடக வாய்ப்பாட்டு குரலிசை நடக்கும்.

பதினான்காம் தேதில டாடா கன்சல்டிங் சர்வீஸ்ல ஆடினோம் அங்க ராஜா ராணி ஆட்டம், கொறவன் கொறத்தி ஆட்டம்,

பறையாட்டம், நையாண்டி மேளம் இந்த ஆட்டத்தை மட்டுமே ஆட விட்டாக வில்லுப்பாட்டு, குரும்பன்ஸ் ஆட்டத்தை ஆட வாய்ப்பு கொடுக்கல அதனால இந்த ரெண்டு செட்டுக்காரக டாடா கன்சல்டிங் சர்வீஸ்ல அந்த கம்பெனிகாரக கொடுத்த சாப்பாட்டை சாப்பிடல அதுல வில்லுப்பாட்டு பாடக்கூடிய அம்மா, நாங்க சாப்பாடு சாப்பிடவா இங்க வந்தோம் ஏதோ தெரிஞ்சத பாட வந்தோம் திறமையை காட்ட வந்தோம் ஆனா திறமை காட்ட விடாம பண்ணிட்டீங்களே ன்னு சொல்லி வேதனைப்பட்டாக.

பஸ்டாண்டுக்குள்ள வெயில்ல வேர்த்து விறுவிறுத்துப் போயி ஆடிப் பாடுறோம் சங்கீதம் பாடுறவகளுக்கு ஏசி காரு வேர்க்காம வந்து மேடையில சாயங்காலம் ஏழு மணியிலிருந்து ஒன்பது மணி வரைக்கும் நிகழ்ச்சி நம்ம சென்னை சங்கம நிகழ்ச்சி விளம்பரத்துக்கு வந்திருக்கமோ இல்ல கர்நாடகசங்கீதம் பாடுறவங்கள விளம்பரம் பண்றதுக்கு வந்திருக்கோமா அந்த அம்மா சொன்னாக

பஸ்டாண்டு தெருவுல கடற்கரையில அந்த வெயில்ல சங்கீதம் பாடுறவுகள பாடச் சொல்லலாமுல்ல தெருவுல நாட்டுப் புறக் கலைகள் மேடையில சங்கீதம் இது என்ன அர்த்தம் ஒவ்வொரு நாளும் ஆடி முடிச்சிட்டு ஹாஸ்டலுக்கு போன நைட்டு பதினொரு மணி ஆயிடுது அவுக ரெண்டு மணி நேரம் மேடையில பண்ணிட்டு நீட்டா ஏசி காருல போயி பைவ் ஸ்டார் ஹோட்டல்ல நாங்க இங்க மாட்டுக் கொட்டத்துல.

7

சக்கிலியப் பசங்கள கடைசி சேர்ல உட்காரச் சொல்வாரு மூனாப்பு பாடப்புத்தகத்தில் வரலாறு பாடம் ஆதி மனிதன் சக்கரத்தைக் கண்டுபிடித்தான் மனித இனம் எப்படி போணுச்சின்னு போர்டுல அந்த படத்தை வரைஞ்சு காட்டுவாரு எனக்கு அப்ப இருந்து தான் வரலாறு பாடத்துல ஆர்வம் வந்துச்சு அதனால தான் நான் மதுரை காமராசர் பல்கலைக்கழகத்துல எம் ஏ வரலாறு படிக்க ஆர்வத்தை தூண்டிச்சு பிறகு வாழ்க்கைக் கல்வி பாடம் நடத்துவாரு மூனாப்பு வாத்தியாரு அதுல கலர் கலரா பேப்பரை ஜாயின்ட் பண்ணி சுருட்டி அத கத்திரிக்கோல் வச்சு டிசைன் வெட்டி காகிதப் பூ செஞ்சுக்காட்டினாரு அப்புறம் கணக்குப் பாடத்துல நீண்ட சதுர அட்டையில அபாக்கஸ்ல பாசிகள கோர்த்திருக்கும் அதெ பார்த்துட்டு வந்து வூட்ல எங்க தாத்தா பழைய செருப்புகளையெல்லாம் தைக்கிறதுக்கு வாங்கி வச்சிருப்பாரு அதுல பழைய ரப்பர் செப்பல எடுத்து நீண்ட சதுரமாய் வெட்டி தென்னங்குச்சி வெளக்குமாறு குச்சிகளை ஒரே அளவு வெட்டி அந்த செருப்புல குத்தி எங்க அண்ணன் ஆட்டத்துக்கு வாங்க வச்சிருக்க பழைய குண்டுமணி பாசிகள ஒவ்வொரு அபாக்கஸ்சிலும் ஒண்ணு ரெண்டு மூணு பாசி போட்டு வீட்ல விளையாடினேன் அத கிளாஸ்க்கும் கொண்டு வந்தேன் சார் ரெம்ப பெருமைப்பட்டார்.

சமூகக் கல்வின்னு பாடம் நடத்துவாரு அந்த புத்தகத்துல வூட்டுக்கு முன்னாடி கெணத்து தண்ணிய வேஸ்ட் பண்ணாம கழிவு நீரை வூட்டுக்குப் பக்கத்துல வாழை மரம், பூச்செடிகளுக்கு தண்ணீர் பாய்ச்சுன மாதிரி இருக்கும் இந்த படத்தைப் பத்தி வாத்தியாரு போர்டு பக்கத்தில் எந்திரிச்சு நின்னுக்கிட்டு புக்கை வாசிச்சி அந்த படத்தைக் காட்டுவாரு.

நம்ம வூட்டு கழிவுத் தண்ணிய வேஷ்ட் பண்ணாம வாழை மரத்தை அதுக்கு தண்ணிய விட்ட புரோசனமா இருக்கும் நீங்களும் இப்படி பண்ணுவீங்களான்னு கேப்பாரு அப்ப எங்க அம்மா பெரியம்மா அடிகுழாயில தண்ணிக்கு வரும்போது நாயக்கரு பொம்பளைக திட்டுனாக வூட்ல புழக்க வழக்கத்துக்கு தண்ணியில்லாம எவ்வளவு கஷ்டப்படுறோம் சாரு சொன்னது மேச்சாதி ஆளுக வசதியா இருக்காக வூட்டுக்கு முன்னாடி கெணறு இருக்கு எங்களுக்கு எந்த எடம் இருக்கன்னு மன வருத்தத்தோடு பாடத்தை கவனிச்சுட்டு இருந்தேன்.

வைகாசி மாசம் செவ்வாய், புதன் ரெண்டு நாள் நாடாருக பொங்க கும்பிடுவாக அப்ப நானும் வாசி வாடனும் நாலாங்கிளாஸ் படிச்சிக்கிட்டு இருக்கோம் அப்ப நைட்டுல வீட்ல தங்குறதே கிடையாது செவ்வாய்க்கிழமை நைட்டு முத்தாலம்மன் கோயில் ஒட்டி திரைகட்டி படம் ஓட்டுவாக நானும் அவனும் படம் ஓட்டுபவருக்கு பக்கத்துல இருந்து மிஷின்ல பிலிம் சுருள்ல மாட்டி எழுத்துக் கட்டம் ஓடும்போது அந்த மிஷின்காரரர் பக்கத்தில் நின்று எப்படி இதிலிருந்து படம் தெரியுது மிஷினிலிருந்து போற ஒளியை பார்ப்போம் நாங்க நிக்கறது எங்களுக்கு பின்னாடியிருந்த ஆளுக சின்ன கல்லெடுத்து எறிஞ்சு டேய் உட்காருங்கடா ன்னு சொல்லுவாக நாங்க திரைக்கு முன்னாடி போய் படத்தை பார்க்க முடியாங்காட்டிலும் மிஷினிலிருந்து வர்ற ஒளியைப் பார்ப்போம் ரெண்டு கம்பு ஊன்றி அதில ஒரு கம்புல குழாயை கட்டியிருப்பாக நாங்க முன்னாடி உட்கார்ந்ததுனால காத கிழிச்சிக்கிட்டுருக்கும் சில நேரங்களில் அந்த கூட்டத்துக்குள்ள வந்து உட்காருவோம் எங்களுக்கு முன்னாடி தூங்கின ஆளுகமேல சின்ன கல்லெடுத்து எறிவோம் எறிஞ்சிட்டு படம் பார்க்கிற மாதிரி இருப்போம் தூங்கினவ பட்டுன்னு முழிச்சு பார்ப்பான் நாங்க பேசாம படம் பார்க்கிற மாதிரியே இருப்போம் இப்படியே நாங்க தூங்க வரைக்கும் பண்ணுவோம் அப்புறம் அந்த புழுதியில தூங்கிட்டு காலையில காலு, கை புழுதியோட வூட்டுக்கு வந்து எங்க அம்மாகிட்ட அடி வாங்கினேன்.

புதன்கிழமை காளி வேசம் போட்டுக்கிட்டு வருவாக காளிக்கு ஒரு அடி நீளத்துல நாக்கு தொங்கும் சூலாயுதத்தை கையில வச்சிக்கிட்டு ரெம்ப கோபமா அசுரன குத்தப் போகும் அப்ப கூடியிருந்த ஆளுக கண்ணாடிய காட்டுவாக அதுக்கு அப்படியே கோபமெல்லாம் போய்டும் ஆம்பளையும், பொம்பளையும் காளி வேடம் போட்டவர் கிட்ட விபூதி வாங்குவாக நான் காளி வேசத்தைப் பார்த்துட்டு பயந்துட்டேன் அப்புறம் அன்னைக்கு நைட்டு சரியா பத்து மணிக்கு அசல் மலபார் பீடி கம்பெனி சார்பாக ஆடலும் பாடலும் போடுவாக ஆடலும் பாடலும் பார்த்துட்டு அங்கென தூங்கிட்டு காலையில வூட்டுக்கு வருவோம்.

எங்க வூருல இந்து நாடார் ஆரம்பப்பள்ளியில அஞ்சு முடிச்சிட்டு வூருக்கு தெக்கமன்ன இருக்கிற எம்.கல்லுப்பட்டியில அரசு உயர்நிலைப்பள்ளியல ஆறாம் கிளாசில சேர்ந்தேன் அப்ப எங்க தெருவிலயிருந்து கோணய்யன், தொனிக்கி, பட்டப்பேர் வச்சு கூப்பிடுவோம் மகாலட்சுமி, சின்னம்மாகூட தான் ஸ்கூலுக்குப் போவோம் கோணய்யன் தலையைச் சாச்சிக்கிட்டே இருப்பான் நாங்கெல்லாம் தலைய நேரா வச்சிடுவோம்.

எங்க வூட்டிலயிருந்து எம்.கல்லுப்பட்டி ஸ்கூலுக்கு ஓடப் பாதை வழியா போவோம் தோட்டங்கள்ல வேலை பார்க்கிற பொம்பளைக பாதி தூரம் வருவாக நெருஞ்சி முள்ளு வழியாத் தான் போகனும் கொஞ்சம் தள்ளிப் போனவுடனே கம்மாய்க்குள்ளதான் பாதை கரையில கருவேல மரம் தான் இருக்கும் அதைத் தாண்டி தியேட்டரைக் கடந்து போனா எங்க ஸ்கூல் வரும் அந்த ஸ்கூலை மஞ்சக்கரட்டு ஸ்கூல்ன்னு சொல்லுவாக கரட்டுல தான் அந்த ஸ்கூல் இருக்கு ஆறு, ஏழு ரெண்டு வகுப்புகள் மட்டும் கரட்டுல இருக்கு அப்புறம் எட்டு, ஒன்பது, பத்து வகுப்புகள் வூருக்குள்ள இருக்கு மழை சீசன்ல கரட்டுல ஒரு பக்கம் ஆடுக மேஞ்சிக்கிட்டு இருக்கும் காலை நேரத்துல பல பூச்சிக கிர்ன்னு ரௌண்ட கொடுத்துட்டு இருக்கும் கரட்டுக்கு மேக்கு பக்கமா கருப்பசாமி கோயில் இருக்கு அங்க பெரிய ஆலமரம் இருக்கு கோடைக் காலத்துல எங்க வான்மதி, தனலட்சுமி டீச்சர்க ஆலமரத்துல உட்கார்ந்து பாடம் நடத்துவாக.

மஞ்சக்கரட்டு ஸ்கூலுக்கு வடக்கெ அரை கிலோ மீட்டர் தூரமா மள்ளப்புரம் இருக்கு மள்ளப்புரத்துல தெலுங்கு செட்டியார் அதிகம் பள்ளர்க, அருந்ததியர் இருக்காக இந்த கீழ்ச்சாதிக வூருக்கு மேக்குட்டு இருக்கிற மேக்கு மலைத் தொடர்ச்சியில வெறகு பெறக்கி வித்து சம்பாதிப்பாக அந்த வூரிலயிருந்து தான் செட்டியார் பொம்பிளைக ஆம்பிளைக நெறைய வரும் மள்ளப்புரத்துக்கு மேக்குட்டு புதூர், அய்யம்பட்டியிலிருந்து பிள்ளைக வருவாக டி.கிருஷ்ணாபுரம், பாறைப்பட்டி, துள்ளுக்குட்டி நாயக்கனூர், உலைப்பட்டி, சீல்நாயக்கன்பட்டி, குன்னுவார்ப்பட்டி இப்படி பல வூர்கள்லருந்து பிள்ளைக வருவாக இந்த ஸ்கூல நான் ஆயிரத்து தொள்ளாயிரத்து தொண்ணித்திரண்டுல படிக்கும்போதே பத்தாம் வகுப்பு வரைக்கும் தான் இருந்துச்சு பதினொன்று, பன்னிரெண்டு படிக்கணுமின்னா எழுமலையில் வந்து படிக்கணும்.

மழைக்காலத்துல ஓடை வழியா ஸ்கூலுக்குப் போக முடியாது ரோட்டு வழித்தான் ரோட்டுல ரெண்டு பக்கமும் செங்க சூளை போட்டிருப்பாக மழைக்கு நனையாம இருக்க செங்கல நீளமா அடுக்கி தார்ப்பாயை போட்டு மூடி வச்சிருப்பாக.

மழை சீசன்ல மதியம் எங்க தெரு பொம்பளைக பெருமாள் கரட்டுப் பக்கம் மயில் கீரை பிடிங்கிட்டு அத நைட்டு கொழம்பு வப்பாக அவ்வளவு டேஸ்டா இருக்கும் நானும் சில நாள்ல அம்மாகூட கீரை புடுங்க போயிருக்கேன் மயில் கீரன்னு மாடு திங்கிற கீரையைப் புடுங்கி வச்சிருந்தேன் அம்மா திட்டுனாக.

ஒரு தடவை அப்படித்தான் ஆறாம் வகுப்புல படிக்கும்போது அறிவியல் பாடம் எடுக்கிற டீச்சர் வகுப்பறையில மாணவர் களைப் பார்த்து ஏ பிள்ளைகளா உங்க ஏரியாவுல தான் கீரை நெறைய வெளையுமே உங்கள்ல யாராவது நாளைக்கு கீரை புடிங்கிட்டு கொண்டு வாங்கன்னு டீச்சர் சொன்னாக டீச்சர் நான் இப்பவே கீரய புடிங்கிட்டு வாரேன் டீச்சர்கிட்ட மஞ்ச பைய வாங்கிட்டு கரட்டுக்குள சக்கிலிய வூடு காலினி இருக்கு அந்த காலனி கெழக்கு அந்த வழியாத்தான் எங்க வூரிலிருந்து மஞ்ச கரட்டு ஸ்கூலுக்கு வரணும் அந்தப்பக்கம் மயில் கீரை பெரிசா பெரிசா உச்சியில வெள்ளையா கலர் பூப் பூத்து காத்தில

ஆடிக்கிட்டு இருக்கும் அதைப் பார்த்த ஞாபகம்தான் பைய்ய வாங்கிட்டு நானும், இன்னொரு பையன் தவமணியும் காலனிக்கு வந்து பார்த்தோம் அந்த மயில் கீரை செடிக பெரிசு பெரிசா வளர்ந்திருந்தது மயில் கீரை சின்ன செடியா இருக்கும் கீரக் கொழம்பு நல்லா இருக்கும் இது பெரிசா இருக்கு மாடுக வேற மேஞ்சிக்கிட்டு இருக்கு இத பிடிங்கிட்டு டீச்சர்கிட்ட கொடுத்தா கண்டிப்பா அடிவாங்குவோம்ன்னு தவமணி சொன்னான் கீரயே இல்ல மாடு மேஞ்சிருச்சுன்னு சொல்லிட்டு அடி வாங்கினாக் கூட தப்பில்லைன்னு சொன்னேன் அப்புறம் என்ன டீச்சர் கிட்ட அதே மாதிரி சொல்லிட்டோம் டீச்சர் கண்டிசன் போட்டாக எப்படியிருந்தாலும் நீங்க கீர கொண்டுவரணும்ன்னு சொன்னாக ஆனா இன்னமும் கீர கொடுக்கல.

ஆறாம் வகுப்புல எங்கத் தெருவுல நாம் மட்டும் தான் பாஸானேன் ஏழாவது அதே ஸ்கூல் சேர்ந்தேன் அப்ப ஏழாம் வகுப்பு ஊருக்குள்ளே இருந்தது அது பக்கத்து மேக்கிட்டு பெரிய ஊரணி இருக்கும் மழைக் காலத்துல தண்ணி கெத்து கெத்துன்னு கெடக்கும் சாயங்காலம் அஞ்சு மணிக்கு மேல அவர் வூட்டுக்கு டியூசன் போவேன் அவர் வீடு ஓடை காளியம்மன் தெருவுல இருக்கு அது பக்கத்துல காடு செல வூடுகக் கூட கரட்டுல தான் இருக்கு எங்களுக்கு டியூசன் மொட்டை மாடியில தான் எடுப்பாரு கரடு, மொட்டைமாடி பக்கத்துல இருக்கும்.

பள்ளிக்கூட படிப்பை விட்டுட்டு மூனு நாலு வருசம் கழிச்சு எனக்கு மீண்டும் படிக்கனும்ன்னு ஆர்வம் வந்துச்சு ஆட்டம் இல்லாத நேரத்துல எம்.கல்லுப்பட்டிக்கு போறப்ப என்கூடப் படிச்ச பசங்களை மதிய சாப்பாட்டு நேரத்துல பார்ப்பேன் அப்போ எனக்குள்ள ஒரு உணர்வு இருந்துச்சு நம்மளும் ஏன் படிக்கக்கூடாதுன்னு என் மனசுல இந்த பாதிப்பு ஆழமா பதிஞ்சிடுச்சு ஆட்டத்துக்கு போன வூருகளிலும் பள்ளிக்கூட பிள்ளைகள பார்த்து அழுதுயிருக்கேன் நான் படிக்க முடியலேன்னு அந்த வலியும், வேதனையும் என்னால தாங்கமுடியல.

இந்த வழியா தான் நான் படிச்ச பள்ளிக்கூடத்துக்கு மஞ்சுக்கரட்டு ஸ்கூலுக்கு போவேன் என் கூட படிச்ச பசங்கள பார்ப்பேன் அவுக பார்த்துட்டு நானும் மீண்டும் படிக்கனும்

ஆர்வம் வந்தது அதனால எப்படி பள்ளிப்படிப்பை தொடருவது தெரியல வேலையில்லாத போது எங்க வூருல இருக்கிற இந்து நாடார் ஸ்கூலுக்குப் போவேன் அப்ப பிச்சை வாத்தியாரு எழுத படிக்க தெரிஞ்சவுக எட்டாவது படிக்கலாம்னு சொன்னாரு அப்புறம் குமுதம் பேப்பர்ல எட்டு, பத்து, பன்னிரெண்டு எழுதலாம்னு ஒரு விளம்பரத்தைப் பார்த்தேன் ரத்னா கல்வி நிலையம் சென்னை இந்த முகவரிக்கு கடிதம் எழுதி எட்டாவது எழுதினேன் தயார் நிலையில் இருந்தேன் ஏழாவது படிச்சு முடிச்சதுக்கு அப்புறம் சுமார் நாலு வருசத்துக்கு அப்புறம் தபால் வழி மூலமா எட்டாவது படிக்க அப்ளை பண்ணினேன் கணக்கு, இங்கிலீஸ், பாடத்துல சந்தேகங்களை பிச்சை வாத்தியார்கிட்ட கேட்டுக்கிருவேன் ரெம்ப கஷ்டமா இருந்தது உசிலம்பட்டியில கருவூல ஆபீசில பரீட்சைக்கு பணத்தைக் கட்டினேன் ஹால் டிக்கெட் வந்தது உசிலம்பட்டி கள்ளர் ஸ்கூல்ல எட்டாவது எழுதினேன் மூனு பாடம் பாஸ் ஆச்சு ரெண்டு பாடம் பெயில் ஆச்சு பகல்ல ஆட்டத்துக்கு போகனும் ஒக்காந்து படிக்கிற வாய்ப்பு கெடைக்கல வீட்லயும் நான் படிக்கிறது அண்ணனுக்கு புடிக்கல வறுமை தலை விரிச்சாடிச்சு அப்ப எட்டாவது பரிட்சைக்கு காலையில போக தயாரா இருந்தேன் அன்னைக்கு எருமார்பட்டிக்கு மட்டை வேலை எறப்பு வீட்டுக்கு அட்வான்ஸ் வாங்கிட்டாக காலை ஏழு மணிக்குப் போகணும்னு சொன்னாக நான் நொந்திட்டேன் பரிட்சைக்கு போகணுமே அதனால என்ன பண்றது தெரியல்ல எனக்கு வகுறு வலிக்குதுன்னு சொன்னேன் எங்க பெரியண்ணா மகாலிங்க என்னை அரட்டுனாரு வேற பொம்பள வேசம் இல்லை நீ தான் வரணும்ன்னு சொன்னாரு நான் ஒரே அடியா வர முடியாது வகுறு வலிக்குன்னு சொன்னேன் அண்ணே மூணு பேரும் பெட்டியைத் தூக்கிட்டு வேலைக்கு பொறப்பட்டாக நான் பரிட்சைக்கு தேவையான ஹால் டிக்கெட், புத்தகங்களை எடுத்து வச்சிக்கிட்டு எட்டு நாப்பதுக்கு டி.கிருஷ்ணாபுரத்திலிருந்து மதுரை பஸ்சில் ஏறி டிரைவர் கிட்ட சொன்னேன் நான் பரிட்சைக்குப் போறேன் எங்கண்ணங்க எழுமலை பஸ் ஸ்டாண்ட்ல உட்கார்ந்திருப்பாக சொல்ல முடியாது; இந்த வண்டியில ஏறினாலும் ஏறுவாக அதனால நான் டாப்ல படுத்திருக்கேன்னு சொன்னேன் டிரைவர்

நல்ல மனுசன் சரின்னு சொன்னாரு நானும் டாப்ல ஏறி மேல படுத்துக்கிட்டேன் பஸ் எழுமலக்கு நுழையும்போது எனக்கு மனசு பதக்கு பதக்குன்னு இருந்தது நான் டாப்ல படுத்திருந்ததை ரோட்டு மேல உட்கார்ந்து வேற பொம்பள வேசத்தை எதிர்பார்த்து உட்கார்ந்திருந்தவங்க பார்த்துட்டாக உசிலம்பட்டியில பரிட்சை எழுதிட்டு வீட்டுக்கு வந்தேன் வசவு நாறிப் போச்சு அதுல மூனு பாடம் தான் பாஸ் பண்ணினேன் ரெண்டு பாடம் பெயில் அப்புறம் மதுரை காமராஜர் பல்கலைக்கழகத்தில் அறிமுக நிலை கோர்ஸ் ஜாயின்ட் பண்ணி முதலாம் ஆண்டு, இரண்டாம் ஆண்டு எழுதினேன் பிஏ, எம்ஏ, எம்ஃபில் வரலாறு பேராசிரியர் அய்யனார்கிட்ட, ரெண்டாயிரத்து எட்டுல முனைவர் பட்ட ஆய்வாளராக கலைவரலாற்றுத் துறையில டாக்டர் சேதுராமன் அவருக்கிட்ட "ராஜா ராணி ஆட்ட ஆற்றுகை முறைமைகளும், அதன் சமூக நிலைகளும்" தலைப்பில் ஆய்வாளராக சேர்ந்தேன் வஉசி விடுதியில் தங்கிப் படிச்சேன் சனி, ஞாயிறு லீவுல ஆட்டத்துக்குப் போவேன் மதுரை காமராஜர் பல்கலைக்கழகம் மட்டும் இல்லையன்னா, என்னால, என் சூழ்நிலைக்குப் படிச்சிருக்க முடியாது இது உண்மை ஏன்னா, எங்க ஊரு பக்கத்தில இருந்ததனால, எனக்கு படிக்க வாய்ப்பு கிடைச்சது இதே திண்டுக்கல், திருநெல்வேலியில போயி படிக்கணும்னா என்னால முடியாது ஏன்னா திடீரென்று வேலை வரும் கண்டிப்பா ஜான்சே இல்லை.

ஒரு முறை சீசன் நேரத்துல எம்ஏ கரெஸ்பாண்டென்ஸ்ல படிக்கும் போது சனி, ஞாயிறு செமினார் கிளாஸ் போடுவாக அப்ப சிவகிரி பக்கம் நெற்கட்டும் செவல் - பக்கத்து வூருக்கு வெள்ளிக்கிழமை கோயில் கொடை விழாவுல ஆட்டத்தை முடிச்சிட்டு மேக்கப்பை அவித்துட்டு அந்த தெரு நாட்டாமைக் கிட்ட நான் செமினார் கிளாஸ்சுக்கு போகணும் எனக்கு உதவி பண்ணுங்க கடையநல்லூர்ல என்னைய வந்து வண்டியில விட்டுடுங்கன்னு சொன்னேன் அதே மாதிரி அவரும் நானும் டூவீலர்ல வந்தோம் வெறும் பனங்காடா இருந்துச்சு எனக்கு ரெம்ப பயமா ஆயிடுச்சு சிவகிரி வந்த பிறகு என் மனசுக்கு சந்தோஷமா இருந்தது அவரும் நானும் டீ குடிச்சிட்டு என்னை மதுரை வண்டியில அனுப்பி வச்சாரு நான் பஸ்ல தூங்கிட்டு

மதுரை சேதுபதி ஸ்கூல்ல செமினார் கிளாஸ் அட்டன் பண்ணிட்டு அன்னைக்கு நைட்டு ராஜபாளையம் பக்கம் தளவாய்புரத்திற்கு ஆட்டத்துக்குப் போனேன் பகல், நைட்டும் முழிச்சதுல உடம்பிற்கு முடியாம போச்சு அப்புறம் ஞாயிற்றுக்கிழமை கிளாஸ்சுக்கு வர முடியலை அன்னைக்கு பகல்ல ரெஸ்ட் எடுத்துட்டு பக்கத்து ஊருக்கு முதுகுடி ஆட்டத்துக்கு போனோம்.

மே மாசம் எம்ஏ எக்ஸாம் வந்துச்சு அப்ப எனக்கு மதுரையில் எம்.சி. ஸ்கூல்ல பாண்டி பஜார்ல போட்டிருந்தாக திங்கள்கிழமை காலையில பத்து மணிக்கு எக்ஸாம் ஹால்ல இருக்கணும் ஞாயிற்றுக்கிழமை நைட்டு வத்ராப் - கூமாப்பட்டி பக்கம் கொடிக்குளம் ஊருல பள்ளர்க தெருவுல காளியம்மன் கோயில்ல ஆடினேன் அப்ப அந்த பகுதியில திடீரென பள்ளருக்கும் தேவமாருக்கும் சாதிச் சண்டை வந்திருச்சு இந்த நிலையில் நைட்டுல என்னுடைய குறவன் குறத்தி ஆட்டம் மூனு மணிக்கு முடிஞ்சிச்சு கோயில் கமிட்டிகிட்ட சொல்லி டூவீலர் ஏற்பாடு பண்ணி நானும் அவரும் வத்ராப்புக்கு வந்தோம் எனக்கு ஒரே பயம் சாதிச் சண்டையில நம்மளையும் போட்டுத் தள்ளிருவாங்களோன்னு பயந்துகிட்டே இருந்தேன் ஏன்னா அவங்களுக்கு எத்தனை பேரை வெட்டினோம் என்கிற கணக்குதான் வத்ராப்ல மதுரைக்கு போற ஜெயவிலாஸ் பஸ்ல ஏறினதுக்கு அப்புறம் தான் மனசுக்கு திருப்தி ஆச்சு இந்தப் படபடப்பு பரீட்சைக்கு படிச்சதெல்லாம் ஞாபகம் இல்லாம போச்சு மதுரைக்கு ஒன்பது மணிக்கு வந்து எம்.சி ஸ்கூலுக்கு போயி பரீட்சை எழுதினேன் பரீட்சை எழுதி முடிச்சிட்டு எங்க செட்டுக்காரக ஸ்ரீவில்லிபுத்தூர்ல சுபம் லாட்ஜ்ல தங்கியிருந்தாக எனக்கு பரீட்சை ஒரு மணிக்கு முடிஞ்சது மதுரையில ஸ்ரீவில்லிபுத்தூருக்கு நாலரைக்கு போனேன் சுபம் லாட்ஜ்ல தூங்கிட்டு ஏழு மணிக்கு எழுப்பி விட்டாக எந்திரிச்சு குளிச்சிட்டு புளியங்குடியில ரோட்டு மேல இருக்கிற மாடசாமி கோயில் கொடை விழாவுக்கு ஆட்டத்துக்கு போனோம் ஆட்டத்தை முடிச்சிட்டு புளியங்குடியிலருந்து மதுரைக்கு எக்ஸாம் வந்து எழுதுவேன் பஸ்ல படிச்சிக்கிருவேன் நைட்டுல முழிச்சதுனால தூக்கம் அடிக்கடி வரும் அதனால டீ நிறைய குடிப்பேன்.

இப்படியே எக்ஸாம் நேரத்துல நைட்டுல ஆட்டத்துக்குப் போவேன் சீசன்ல பொம்பள வேசத்துக்கு ஆள் கெடைக்காது அதனால நான் நைட்டுல ஆடிட்டு பகல்ல எக்ஸாம் எழுதி பாஸ் பண்ணினேன் இப்படித் தான் என் வாழ்க்கை ஆட்டமும், படிப்பும்னு இருந்துச்சு தொழிலவிட்டா எங்களுக்கு வேற வருமானம் கெடையாது அதனால எங்கண்ணா மகாலிங்கம் ஏன் மேல கோபப்படுவாரு சத்தம் போடுவாரு அது நியாயமானதுதான் ஒரு தடவை எங்க தெருவாளுககூட என்னைய சத்தம் போட்டாக படிச்சு என்ன கிழிக்கவா போற பேசாம படிப்பெல்லாம் விட்டுடு ஆட்டம் தான் உனக்குன்னு வஞ்சாக எனக்கு கண்ணீர் வந்திடுச்சு வேறு வழியில்லாம நாடார் ஸ்கூல பிச்சை வாத்தியார்கிட்ட சொல்வேன் அவரு எங்கண்ணாவ பாத்து நான் இல்லாதபோது கல்வி அழியாத சொத்து படிக்கட்டும்னு சொல்வாரு நான் படிச்சது எங்க வூட்ல யாருக்குமே புடிக்கல ஏன்னா எங்க வூட்ல வருமானமே இந்த தொழில்தான் நான் வெலகி போயிட்டா இன்னொரு பொம்பள வேசம் கெடைக்கிறது சிரமம் வூட்டுக்கு மூலதனமே இந்த தொழில் தான் அதனால என் மேல அண்ணாவுக கோபப்படுவாக.

எங்கப்பா இருக்கும் போது ஒரு ஆளு ஆடி சம்பாரிச்சு எங்கள காப்பாத்துனாரு அதுல நான் நாலாவது படிக்கும்போது காலுல எலும்பு நோய் வந்து ஆப்பரேசன் பண்ணுனாக மூத்த அண்ணன் பொம்பள வேசம் கட்டி ஆடும்போது ரெம்ப வேகமா ஆடுனதுனால கால் எலும்பு முறிஞ்சிருச்சு (அந்த தழும்பு காலுல இருக்கு) காலுல எலும்பு முறிவு ஆனதுனால அஞ்சு வருசம் வேலைக்கு வரல வெளிய வரணும்னா கம்பை ஊன்டி மதினி தான் கூப்பிட்டு வருவாக ரெண்டாவது அண்ணே பிலாவடிக்கு கழுத்துல கட்டி புறப்பட்டு ஆப்பரேசன் பண்ணினாக அந்த தழும்பு கழுத்துல இருக்கு

நான் ரத்னா கல்வி நிலையத்துல ஜாயின் பண்றதுக்கு மொத்த பாடத்துக்கு ரூவாய் நானூற்றி இருபது தேவைப்பட்டுச்சு எங்க வூட்ல மூத்த அண்ணன் தான் குடும்பத்த கவனிச்சிக்கிட்டு வந்தாரு அவரு படிப்புக்கு காசு கொடுக்கமாட்டாரு நான் ஆட்டமே வேணாமின்னு போயிடுவேன்னு அவருக்கு பயம் அதனால காசு

கொடுக்க மாட்டாரு ஒரு நா ஆட்டத்துக்கு போயிட்டு வந்தா இருபது ரூவாய் செலவுக்குக் கொடுப்பாரு அத சேத்து வச்சு நா ஆடும் போது என்னுடைய ஜாக்கெட்டுல பத்து இருபதுன்னு ஆட்டத்த பாராட்டி குத்துவாக அதயும் இதயும் சேர்த்து வச்சு எக்ஸாம் எழுத ரத்னா கல்வி நிலையத்துக்கு ரூவாய் நானூற்றி இருபது அனுப்பினேன் இப்படி சேர்த்து வச்ச பணத்தில தான் பரிட்சைக்கு போவேன் வூட்ல அண்ணன்கிட்ட பரிட்சைக்கு பணம் கேட்க மாட்டேன் கேட்டாலும் கொடுக்க மாட்டாரு.

ரெண்டாயிரத்து ரெண்டு – நான் சேலத்துல மாடர்ன் ஆர்ட் ஸ்கூல டிஎம்ஏ (டிப்ளமோ மேகசின் ஆர்ட்டு), சென்னை அஜந்தா ஸ்கூல டிப்ளமோ கமர்ஷியல் ஆர்ட்டும் கரெஸ்பாண்டன்ஸ்ல படிச்சேன் வூர்ல ரேடியோ குழாய்க்கு பேரு எழுதுவேன் நாடார் ஸ்கூல அனைவருக்கும் கல்வி இயக்கம் எஸ்எஸ்ஏ வுக்கு எழுதினேன் நெறைய சைக்கிள்ல பேரு எழுதுவேன் நாடார் கோயில்ல கிருஷ்ணன் படத்த வரைஞ்சிருக்கேன் பலசரக்கு கடை, கௌரமென்ட் தெருவுல தார் சாலை போட்றதுக்கு போர்டு எழுதியிருக்கேன் ஆயில் பெயின்ட் வாங்க மதுரையில நகைக்கடை பஜார்ல அந்த ஒரு சின்ன கடை இருக்கும் அதுல தான் பிரஷ், ஆயில் கலர்ன்னு வாங்கிட்டு போவேன் ஒரு தடவை ரெண்டு வூர்க்கு ராம்கோ சிமெண்ட் எழுதறவுக வந்து பெரிய பெரிய செவத்துல சாரங்கட்டி எழுதிட்டு யிருந்தாக நான் அவுக கூட நின்னுட்டு பாத்துட்டு, அதே மாதிரி சாட் பேப்பர்ல மஞ்ச கலர் அடிச்சு சிகப்பு கலர்ல ராம்கோ சிமெண்ட் எழுதி பார்ப்பேன் நடிகர், நடிகை படங்கள சின்ன படத்தை எப்படி பெரிய படமா வரயரதுன்னு அதுக்கு முயற்சி பண்ணினேன் சாட் பேப்பர்லதான் இந்த முயற்சி பண்ண முடிஞ்சது ஓவியம்ன்னா ரெம்ப எனக்கு பிடிக்கும் பாத்தத அப்படியே வரையனும்ன்னு எண்ணம் தோனும் அதுக்காக தான் முயற்சி எடுத்துருக்கே இதுல கெடக்கிற வருமானத்த வச்சு என்னுடைய படிப்புச்செலவுக்கு வச்சிக்கிட்டேன் நைட்டுல ஆட்டம் வந்தா ஆட்டத்துக்குப் போயிருவேன்.

ரெண்டாயிரத்து ஆறுல சீசன் நேரத்துல நான் மதுரை காமராசர் பல்கலைக்கழகத்துல மெயின் கேட்டுல என்னோட பெட்டிய

வச்சிட்டு மார்க் ஸ்டேட்மெண்ட் சான்றிதழை வாங்கப் போனேன் அந்த வேலையை முடிச்சிட்டு தூத்துக்குடி, எட்டையபுரம் பக்கத்துல ஆட்டத்துக்கு போகணும் இந்த சான்றிதழை வாங்கிட்டு செக்காணூரணியிலிருந்து திருமங்கலத்துக்கு போனேன் திருமங்கலத்திலிருந்து கோவில்பட்டி பஸ்சு ஏறினேன் கடைசி சீட்டுல உட்கார்ந்தேன் பெட்டிய டாப்புல போட்டுட்டேன் பஸ்சும் நகருற மாதிரி தெரிஞ்சது அதுக்கு முன்னாடி ஒரு பஸ்சு கோவில்பட்டி போற பஸ்சு பொறப்பட்டுக்கிட்டு இருந்துச்சு திடீரென இறங்கி மொத போற பஸ்ல ஏறி உட்கார்ந்தேன் அப்போ மதியம் ரெண்டு முப்பதஞ்சு பஸ்சும் பஸ்டாண்டை கடந்து தியேட்டர் ஸ்டாப்புல நிண்டுச்சு அப்பதான் எனக்கு ஞாபகம் வந்துச்சு என் பெட்டிய அந்த பஸ்ல விட்டுட்டோமேன்னு உடனே எறங்கி டைம் கீப்பர் கிட்ட நான் உட்கார்ந்த பஸ் நம்பர், புறப்பட்ட டைம் எல்லாத்தையும் சொன்னேன் அந்த பஸ்ல என்னுடைய சர்டிபிகேட் இருக்கு டிரெஸ் இல்லையன்னா என்னால இன்னைக்கு ஆடி முடியாதுன்னு சொன்னேன் உடனே போலீஸ் ஸ்டேசன்ல கம்ப்ளெண்ட் கொடுங்கன்னு சொன்னாரு அது மாதிரி போலீஸ் ஸ்டேசன்ல கம்ப்ளெண்ட் கொடுத்தேன் இங்கு நடந்த விசயத்தை எங்க அண்ணனுக்கு போன் மூலம் தெரியப்படுத்தினேன் எல்லாருமே என்னை சத்தம் போட்டாக போலீஸ்காரர் விருதுநகர் டிப்போக்கு போன் பண்ணிச் சொன்னாரு இந்த நம்பர் பஸ்சு விருதுநகரை கடந்து போயிடுச்சு அப்புறமா சாத்தூர் கோயில்பட்டி டிப்போக்கு போன் பண்ணிச் சொன்னாரு எனக்கு டைம் ஆச்சு அதனால விருதுநகர் போயிட்டேன் எங்க செட்டுக்காரக அண்ணனுங்க வந்துட்டாக நடந்த விசயத்தை சொன்னேன் அப்புறமா அங்க ஆடக்கூடியவர் கிட்ட டிரெஸ்சை வாங்கி அன்னைக்கு நைட்டு எட்டையபுரம் பக்கத்துல ஒரு ஊருல ஆடினேன் என் மனசு என்கிட்ட இல்ல நைட்டு ஆட்டம் முடிச்சிட்டு அருப்புக்கோட்டையில பஸ் ஏறும்போது திருமங்கலம் போலீஸ் ஸ்டேசனிலிருந்து உங்க பெட்டி திருநெல்வேலி பக்கம் தாழையூத்து போலீஸ் ஸ்டேசன்ல இருக்கு போயி வாங்கிக்கீங்கன்னு சொன்னாங்க எங்க செட்டுக்காரவுக அனுப்பி வச்சிட்டு விருதுநகர், சாத்தூர், கோயில்பட்டி வந்து கோயில்பட்டியிலிருந்து தாழையூத்துல எறங்கி அதுல இருந்து ஒரு

சிட்டி பஸ்ல ஏறி போலீஸ் ஸ்டேசனுக்கு வந்தேன் எஸ்ஐயைப் பார்த்தேன் நடந்த சம்பவங்களை சொன்னேன் ஒரு கம்ப்ளைண்ட் கொடுங்க உங்க பெட்டியில என்ன என்ன இருந்துச்சு ஒரு லிஸ்ட் கொடுங்கன்னு சொன்னாக நானும் எழுதிக் கொடுத்தேன் உங்க பெட்டியில என்னென்ன இருக்கு ன்னு கேட்டாக நான் பாவாடை, ஜாக்கெட், கால்ல கட்டுற மணிக்கச்சம், பந்தா வளை நான் படிச்ச சர்டிபிகேட் ன்னு சொன்னேன் அதே மாதிரி வேற போலீஸ் திறந்து பார்த்தாக நான் சொன்ன பொருளெல்லாம் அப்படியே இருந்துச்சு என்கிட்ட கையெழுத்து வாங்கிட்டு அந்த பெட்டிய கொடுத்தாக பெட்டிய வாங்கினதுக்கு அப்புறமா மனசு திருப்தியா அடுத்த வூரு ஆட்டத்துக்கு போனேன் எனக்கு வேற என்ன சொத்து, இது தான் சொத்து.

சீசன் நேரத்துல ராஜபாளையம் பக்கம் நைட்டுல ஆடிட்டு நாலு மணிக்கு ஹாஸ்டலுக்கு வருவேன் அப்போ மெயின்லேயே எறக்கி விட்டுருவாக நான் மெயின் ரோட்டிலிருந்து ஹாஸ்டலுக்கு நடந்துபோகும்போது கொண்டைக்கு வச்ச பூவுக்கும் பவுடர் வாசனைக்கும் பேய் பிடிக்கும் அதனால எத்தனையோ பெண் வேசக்காரக பேய் அடிச்சு எறந்திருக்காகன்னு அப்பா அடிக்கடி சொல்லுவாரு அப்ப எனக்கு இந்த ஞாபகம் வரும் கை, காலெல்லாம் வேர்த்துப் போச்சு குதிரைக்கு கடிவாளம் கட்டுன மாதிரி ஒரே பார்வையில பார்த்து சைடுல பாக்காம வேகமா நடந்து போயி ரூம்ல போயி படுத்துக்கிருவேன் ஏன்னா எங்கப்பா மெட்ராஸ்ல ஆடப் போகும் போது பேய்ப் பிடிச்சு பத்துநா சுயநெல இல்லாம தூங்கிட்டு வந்தாங்களாம் இந்த ஞாபகம் எல்லாம் அடிக்கடி வந்துச்சு.

மேச்சாதி ஆளுக வூருக்கு ஆட்டத்துக்கு போனா கையிலதான் தண்ணிய்ய ஊத்துவாக அதுல தண்ணிய்ய குடிப்போம் செல நேரங்கள்ல தண்ணிய்ய குடிக்காம இருப்போம் இப்படி எல்லாம் குனிஞ்சிக்கிட்டு தண்ணி வாங்கி குடிக்கணுமான்னு நினைப்பேன் ஆடும்போது தண்ணி தாகம் எடுக்கும் அதனால தண்ணி வாங்கி குடிச்சுத்தான் ஆகணும் செல வூர்ல மரக்கா, நாழியில தண்ணி கொடுப்பாக ஹோட்டல் கடைகள்ல மேச்சாதி ஆளுக பலகையில ஒட்காந்து சாப்பிடுவாக ஆனா ஆட்டக்காரக, மேளக்காரக கீழ ஒக்காந்து தான் சாப்பிடணும்.

நான் படிக்க வீட்ல யாருக்குமே சம்மதம் கெடையாது அதனால நானும் வூட்ல பணம் எதுவும் வாங்கமாட்டேன் தெரிஞ்ச ஆளுகிட்ட கடன் வாங்கி எம்ஏ வுக்கு பணம் கட்டியிருக்கேன் அதை வட்டியும் மொதலுமா சேர்த்து கட்டியிருக்கேன் எம்பில், பிஹெச்டி படிக்கறப்போ தான் வூட்ல பணம் வாங்க ஆரம்பிச்சேன் எங்க வூட்ல எல்லாருக்கும் மூத்தவன் அண்ணன் மகாலிங்கம்தான் இவருதான் அப்பா எறந்த பெறகு குடும்பத்தை நிர்வாகம் பண்ணினாரு மூனு, நாலு மாசம் சீசன் இருக்கும் அதுக்கப்புறம் ஆட்டம் இருக்காது மேச்சாதி ஆளுக வச்சிருக்கிற தோட்டங்கள்ல வேலைக்கு போவோம் அத வச்சு தான் எங்க குடும்ப கஷ்டத்தை தீர்த்துக்கிருவோம் எங்கம்மாவும் எறந்திட்டாக நான் படிக்கிற ஆர்வத்தை நினைச்சு எங்கண்ணாவுக தான் அட்மிஷன் பீஸ் கட்ட எல்லா செலவுக்கும் கொடுத்தாக அப்பாகிட்ட காசு வாங்குறதுக்கும், அண்ணே கிட்ட காசு வாங்கிறதுக்கும் நிறைய்ய வித்தியாசங்கள் இருக்கு ஆனா அது மாதிரி எங்க வூட்ல இல்ல.

அம்மா இல்லா குறைக்கு எங்க மூனு மதினிமார்களும் எனக்கு ஆறுதலும் கொடுத்தாக தான் பெத்த பிள்ளை மாதிரி என்னை கவனிச்சிட்டாங்க.

பதினெஞ்சு வருசம் அண்ணங்களோட பெண் வேசமிட்டு ஆடியிருக்கேன் ஆனா பிஹெச்டி சேர்ந்ததிலிருந்து ஆட்டத்துக்கு போக முடியலேன்னு ரெம்ப சங்கடமா தா இருந்துச்சு செல நாள்ல பொம்பள வேசத்துக்கு ஆள் இல்லாம அண்ணாவுங்க கஷ்டப்படுறது ரெம்ப கஷ்டமாத்தான் இருந்தது.

இந்த நிலையில கரெஸ்பாண்டன்ஸ்ல படிச்சவங்களுக் கெல்லாம் வேலை கெடையாதுன்னு செல ஆபிஸர் சொல்லும் போது வெந்த புண்ணுல வேலை வச்சு குத்துன மாதிரி இருக்கும் எங்க வூட்ல யாருமே படிக்காதவங்க தான் காலேஜ், யுனிவர்சிட்டின்னா என்னான்னு தெரியாத உலகத்திலே இன்னைக்கு மதுரை காமராசர் பல்கலைக்கழகத்துல பிஹெச்டி பண்றேன்னா ஒரு வகையில ரெம்ப சந்தோசமா இருக்கு இன்னைக்கு நடந்து வந்த பாதைகளை நினைச்சா கண்ணீரு வருது.

பங்குனி, சித்திரை, வைகாசியின்னு இப்படி சீசன் வர்றதுக்கு முன்னாடி ஆட்டத்துக்குண்டான டிரெஸ்களை தைக்கப் போடுவோம் கழுத்துக்கு, காது மாட்டலுக்கு சிகினாப் பொட்டு வச்சு தப்போம் காலுக்கு புது மணிகளை வாங்கி கயித்துல மாட்டுவோம் இதுல வாழைக்காய் மணியின்னா சவுண்டு நல்லா சல சலன்னு கேட்கும் இந்த வாழைக்காய் மணியெல்லாம் பேரையூரு பக்கத்துல சிலைமலைப்பட்டியில ஆர்டர் கொடுத்து மணி வாங்குவோம் ஆனா இப்பயெல்லாம் அந்த கடை இல்ல இப்படி எங்க அப்பா பொம்பள வேசம் போட்ட காலத்திலிருந்து இப்ப நாங்க பொம்பள வேசம் போட்டு ஆடுற காலம் வரைக்கும் சுமார் அறுபது, எழுபது வருசம் ஆட்ட டிரெஸ்சும் எங்க வூட்ல பொதிகட்டி வச்சிருக்கோம்.

நான் மதுரை காமராசர் பல்கலைக்கழகத்துல முழு நேர ஆய்வு மாணவனா சேர்ந்ததுனால என்னால ஆடப்போக முடியல அதனால எங்க பெரியப்பா மகன் அண்ணே காளியப்பன் தான் எனக்குப் பதிலா பொம்பள வேசம் கட்டி ஆடுறாரு இவரை உயிருள்ளவரை மறக்கமாட்டேன் இவரு எங்கண்ணே மூத்தவரு மகாலிங்கம் இவகயெல்லாம் ஒரு டைத்துல ஆட்டம் பழகி ஆடுனவுக நா என்னுடைய படிப்புச் செலவுக்கு வூட்டுல வாங்கக்கூடாது அவங்கள தொல்லை கொடுக்கக் கூடாதுங்கறதுக்காக உசிலம்பட்டி ஸ்டேட் பாங்கில கல்விக்கடன் கேட்டுப் போனேன் பேங்க் மேனேஜர் டாக்டர், இஞ்சினியர் படிக்கிறவங்களுக்குத் தான் எஜூகேசன் லோன் கொடுக்க மாட்டோம்ன்னு சொன்னாக எனக்கு மனசு ரெம்ப கஷ்டமாயிருச்சு நானும் நாயாப் பேயா அலைஞ்சேன் லோன் கெடைக்கிறது மாதிரி தெரியல அதனால அப்போ மதுரை (சிபிஎம் கட்சி) மோகன் எம்பியாக இருந்தாரு அவரைப் போயி கட்சி ஆபிசில பார்க்கப் போனேன் அன்னைக்கு அவரு இல்ல அதனால நான் எஜூகேசன் லோன் வேணுமின்னு மனு கொடுத்துட்டு வந்தேன் மூனு நா கழிச்சு கட்சி ஆபிசுக்கு போனேன் தோழர் அரவிந்தன் இதுக்கு உதவி பண்ணுனாரு எம்பியும் எனக்கு பரிந்துரை லெட்டர் கொடுத்தாரு அத கொண்டு போயி ரீஜனல் பேங்க்ல கொடுத்து டிரான்ஸ்பர் ஆகி உசிலம்பட்டி ஸ்டேட் பேங்க்குக்கு போயிடுச்சு அப்போ பேங்க் மேனேஜர், பீல்டு ஆபிசரையும்

சந்திச்சேன் பீல்டு ஆபிசர் உங்க ரிஜிஸ்டரர் கிட்ட மொத்த செலவுத் தொகைக்கான சான்றிதழும் அட்டெஸ்ட்டு வாங்கிட்டு வான்னு சொன்னாரு நானும் அப்படியே போய் கொடுத்தேன் அதுக்கப்புறமா எனக்கு எஜூகேசன் லோன் கெடைச்சது அந்த பணத்துல கொஞ்சம் வூட்டு செலவுக்கு கொடுத்தேன் மீதியுள்ள பணத்தை ஆய்வுக்கு தேவையான பொருள் வாங்கினேன் அத வச்சு தான் என்னுடைய ஆய்வுப் பணியை செஞ்சிக்கிட்டு வாரேன் உண்மையிலேயே எனக்கு மோகன் எம்பி இந்த லோன் கொடுக்கலையின்னா என்னால படிச்சிருக்க முடியுமான்னு சந்தேகமா இருக்கு.

அண்ணே மூத்தவரு மகாலிங்கம் வண்டியிலயிருந்து கீழ விழுந்து மூனு மாசமா ஆட்டத்துக்குக் கூட வரல அதுக்காக வேற செட்டுக்கார ராஜபார்ட்டைக் கூட்டிட்டுப் போனோம் போன வூருல எல்லாரும் அண்ணனைத்தான் கேட்டாக அதே மாதிரி ரெண்டாவது அண்ணே பிலாவடிக்கு வகுத்து ஆப்பரேசன் பண்ணி சீசன் நேரத்துல ரெண்டு மாசம் வரல வேற கோமாளியைத் தான் கூட்டிக்கிட்டு போனோம் இதனாலேயே செல வூர்கள்ல அந்தக் கோமாளி வரலங்குறதுன்னால காசைப் பிடிச்சிக்கிட்டாங்க.

என்னுடைய முழு அடையாளம், நான் யார்? நான் என்ன தொழிலை செய்தேன்? என் குடும்பச் சூழல் என்ன?இந்த படிப்பின் தாகம் எப்படி வந்தது? நான் ஏன் இப்படி ஆனேன் ன்னு இந்தப் புத்தகம் வாசிக்கும்போது என்னைப்பற்றி உங்களுக்கு முழு விவரமாகத் தெரியும்.

இப்படி எழுதி வச்ச கையெழுத்துப் பிரதிகள மதுரையில ஒரு அச்சகத்துல கொடுத்தேன் அவரும் ஒரு வாரத்துல டைப் அடிச்சு கொடுத்துருவேன்னு சொன்னாரு நானும் ஒரு வாரம் கழிச்சு அத வாங்கப்போனேன் அவருக்கு என்னாச்சுன்னு தெரியல எழுத்துநடை புரியமாட்டேங்குது அதனால நீங்க வேற எடத்துல பாருங்கன்னு சொல்லிட்டாரு நா அத வாங்கிக்கிட்டு வேற எடத்துல வந்து கொடுத்தேன் அதைத்தான் இப்ப நீங்க படிச்சிக்கிட்டு இருக்கீங்க.